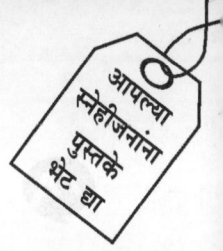

सखी

वपु काळे

मेहता पब्लिशिंग हाऊस

SAKHI by V. P. KALE

सखी : वपु काळे / कथासंग्रह

© स्वाती चांदोरकर व सुहास काळे

मराठी पुस्तक प्रकाशनाचे हक्क मेहता पब्लिशिंग हाऊस, पुणे.

प्रकाशक : सुनील अनिल मेहता, मेहता पब्लिशिंग हाऊस,
१९४१ सदाशिव पेठ, माडीवाले कॉलनी, पुणे - ४११०३०.

मुखपृष्ठ
मांडणी : वपु काळे

प्रकाशनकाल : जानेवारी, १९९४ / ऑक्टोबर, १९९५ / फेब्रुवारी, १९९७ / जून, १९९८ / जून, १९९९ / जून, २००० / जून, २००१ / जानेवारी, २००५ / फेब्रुवारी, २००७ / ऑगस्ट, २००८ / जानेवारी, २०१०/ जून, २०११ / जून, २०१२ / एप्रिल, २०१३ / डिसेंबर, २०१३ / ऑगस्ट, २०१५ / ऑगस्ट, २०१६ / सुधारित आवृत्ती : जुलै, २०१७ / जून, २०१८ / जुलै, २०१९ / पुनर्मुद्रण : ऑक्टोबर, २०२०

P Book ISBN 9788177665420
E Book ISBN 9788184988246
E Books available on : play.google.com/store/books
www.amazon.in

सखीप्रमाणे जीवन
प्रत्यक्षात जगणाऱ्या
सुनितीस-

अनुक्रम

All rights reserved along with e-books & layout. No part of this publication
may be reproduced, stored in a retrieval system or transmitted, in any form or
by any means, without the prior written consent of the Publisher and the
licence holder. Please contact us at **Mehta Publishing House,** 1941, Madiwale
Colony, Sadashiv Peth, Pune 411030.
© +91 020-24476924 / 24460313
Email : info@mehtapublishinghouse.com
          production@mehtapublishinghouse.com
          sales@mehtapublishinghouse.com
          Website : www.mehtapublishinghouse.com
♦   या पुस्तकातील लेखकाची मते, घटना, वर्णने ही त्या लेखकाची असून त्याच्याशी प्रकाशक
       सहमत असतीलच असे नाही.

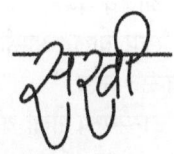

सखी

एखाद्या देखण्या, तरतरीत, टवटवीत स्त्रीने समोरच्या पुरुषाच्या तोंडात भडकवली तर त्याला काय वाटेल? हा प्रकार फक्त त्या दोघांतच घडला तर झिणझिण्या जरा कमी.

पण नाही.

ह्या प्रसंगाला एक साक्षीदार होता. आणि हा साक्षीदार स्वत: चेतननेच उपस्थित केला होता.

निमकरच्या घरातून बाहेर पडतानाच चेतन म्हणाला होता, "आज प्रयत्न करणार आहे. सखी मूडमध्ये आहे का बघतो. तू जाता-येता इतके दिवस मला चिथावणी देतो आहेस. आज बघतो तिची प्रतिक्रिया."

निमकर म्हणाला, "उगीच माझं निमित्त करू नकोस. वर्षभर रात्री-अपरात्री तू तिच्याबरोबर हिंडतोस, फिरतोस. ह्यापुढचं पाऊल टाकावं..."

"पुढचं म्हणजे?"

"तिच्याबरोबर झोपावं. आणखीन स्पष्ट दुसरं काय?"

"निमकर..."

"आणि एक लक्षात ठेव, तुझ्या मागेपुढे बऱ्यापैकी 'क्यू' असण्याची शक्यता आहे."

"तूसुद्धा आहेस?"

"ती माझ्यासारख्यांकडे बघत नाही. आणि तेच ठीक आहे. तिच्याशी राजरोस मैत्री करायची आमच्यासारख्यांची टाप नाही आणि चोरून करायची हिंमत नाही. असल्या गोष्टी आम्ही स्वप्नातच बघणार. आणि चुकून तशी स्वप्नं पडलीच तर बायको उठायच्या आत साबणाने तोंड धुणार. तुझ्यासारखी माणसं कौल लावायला इतका वेळ का काढतात, तेच कळत नाही."

"माझ्यासारखी म्हणजे?"

"क्यू आहे, असं मी म्हणालो ना? त्यातला अगदी खास कोण, ते अजून कळलं नाही. ती चलाख आहे."

" 'खास' शब्दाची तुझी व्याख्या काय?"

चेतनच्या प्रश्नावर खांदे उंचावून खिदळत निमकर म्हणाला, "म्हणजे आरपार."

"आजच बघतो. अगदी वेगळ्या मन:स्थितीत असली...."
"स्पष्ट बोल. आम्ही सामान्य माणसं. हे असं कोड्यातलं बोलणं आपल्याला कळत नाही."
"ट्रान्समध्ये गेली की मलाच 'अशोक' ह्या नावाने हाक मारते."
"अशोक तर तिच्या नवऱ्याचं नाव."
"आय नो दॅट."
"अरे, मग गो अहेड! इतके दिवस का घालवलेस?"
"आज खात्री करून घेणार आहे."

चेतनने सखीच्या दारावरची बेल दाबली. निमकर पावलं न वाजवता, मिडलँडिंगवर दबा धरून लपून राहिला. सखीने दरवाजा उघडला. चेतनला पाहून ती आनंदून गेली.
"कुणीतरी यावं असं मी म्हणत होते. बरं झालं आलास."
सखीचं वाक्य संपायच्या आत चेतनने आज प्रथम तिला मिठीत घेतलं. तिचं चुंबन घ्यायच्या आत सखीने त्याला दूर लोटलं आणि सगळ्या शरीरातील ताकद एकवटून चेतनच्या तोंडात भडकवली. पाठोपाठ तिने दरवाजा बंद केला. निमकर मागच्या मागे घरात पळाला. त्याचे हातपाय कापत होते.

चेतन प्रसन्न मनाने हसला. त्याने गालावरून हातही फिरवला नाही. तो त्याच इमारतीच्या गच्चीवर गेला. त्याने आकाशाकडे पाहून हात जोडले आणि तो पॅरापेटला टेकून बसला. सखीने जे करायला हवं होतं तेच केलं होतं.
सखी सगळ्यांपेक्षा वेगळी. सखी एकमेव. एकासारखी दुसरी व्यक्ती आजपर्यंत विधात्याने घडवली नाही. जुळ्या भावंडांतसुद्धा फरक असतो. सखी ही सखीच.
सखीने असाच एकदा फोन केला होता, तेव्हा रात्रीचे सव्वाबारा वाजले होते.
"मी सखी."
"बोल."
"तू आत्ता माझ्या घरी ये."
"एनी प्रॉब्लेम?"
"मला आत्ता चौपाटीवर फिरायला जायचं आहे."
"छान वेळ काढली आहेस."
"हे बघ, आज आहे व्यासपौर्णिमा. आज कोजागिरीसारखंच चांदणं असतं. रात्री अडीच-तीननंतर ते कमी व्हायला लागतं. तेव्हा..."

“बायकोला काय सांगू?”

“कोणत्याही काल्पनिक मित्राच्या वडिलांना हार्ट अॅटॅक यायला काय हरकत आहे? तो मग फोन नाही का करणार?”

चेतन आणि सखी वरळीला आली. चेतनने गाडी उभी केली. दोघं चांदणं झेलीत चालत राहिले. दोघांच्यात एकाही शब्दाची देवाणघेवाण झाली नाही. सखी गप्प आहे ह्याचा अर्थ तिला शांतता हवी आहे. पण तरीही ह्या शांततेत तिला सोबती हवा आहे. भागीदार हवा आहे. तोही कसा? नाइलाजाने गप्प बसणारा नको. ऊन गोंगाट करतं. माणसं 'हुश हुश' करीत असतात. असा आवाज केल्याने उकडायचं कमी होतं का? इतर माणसांना उकडण्याच्या वैतागात हेही सहन करावं लागतं. कदाचित तसा आवाज करून तो उन्हाळ्याचा निषेध करण्याचासुद्धा ह्या थोर माणसांचा हेतू असेल. ऊन उद्धट असतं. म्हणूनच त्याचं तपमान रोखठोक गणितात मांडता येतं. तापट वृत्तीच्या माणसांचं पण तसंच असतं. त्या माणसांच्या हेकट हकिकतींना अंत नाही. तापटपणाला वाचा असते. वाफच ती. वाट शोधण्यासाठीच वाफेचा जन्म. संधी मिळाली की ती बाहेर पडणार. कुणावरही उखडणार. इतक्या मामुली गोष्टीसाठी इतकं चिडण्याचं कारण होतं का? हा विवेक क्रोधाजवळ नाही. तेच उन्हाळ्याचं. मराठवाडा, विदर्भ ह्यांच्यावर एवढा राग? मध्यप्रदेशानेही एवढं काय घोडं मारलं आहे?

...चांदणं चांदणंच असतं. त्याला ग्रेड्स नाहीत. डिग्री नाही. डिग्री नाही म्हणून अहंकार नाही. म्हणूनच गोंगाट नाही. ते नम्र असतं. उन्हाप्रमाणे चांदण्याजवळ तरतमभाव नाही. ते जितकं प्रखर, तितकं सौम्य. चंद्राइतकं औदार्य माणसांना मिळवता येईल का? अमावास्येला स्वतःचं अस्तित्वही न दर्शवण्याचा निरहंकार फक्त चंद्रासारख्या महान ग्रहाजवळच असू शकतो!

माणसं चंद्रासारखी शीतल का होत नाहीत? एकच कारण.

ती चंद्राची उपेक्षा करतात. रात्री झोपा काढतात. एका चतुर्थीत सगळं देणं चुकवतात. त्यातही भक्ती किती? आणि अहंकार किती? उपवास करणाऱ्यांचा परिवारावर एक अनामिक पगडा असतो. दडपण असतं. चंद्राची शीतलता उचलणं हेच व्रत. त्याच्या शीतलतेचं अनुकरण केलं तर घरात चांदणं पहुडेल. पण त्यासाठी त्या शीतलतेशी घनिष्ट मैत्री हवी. ती झोपून कशी मिळणार? त्यासाठी हे असं चांदण्याशी संधान जुळवलं पाहिजे.

चांदणं आणि माणसं ह्यांच्यातला हा दुवा अशोकने समजावून दिला होता. तो म्हणाला होता, 'समुद्रासारखा खारट जीवही चंद्र दिसला की झेपावतो.

मिठाला जागतो. मग माणसं अशी थंड का? ती शांत असतील तर उत्तम. पण ती थंड म्हणजे निर्विकार असतात.'

सखीने त्या दिवसापासून चतुर्थी सोडली. अशोकची विचारसरणी समजण्याची क्षमता ज्या व्यक्तीजवळ असेल, त्यालाच हे असं फिरण्यासाठी बोलवायचं. सगळ्या मित्रांत चेतनला हे जाणवेल हे सखीला ज्या दिवशी आतून वाटलं, त्या रात्री तिने चेतनला बोलावलं.

त्या आधी केव्हातरी ती चेतनजवळ हे बोलली होती. आज वरळीला चांदण्यात फिरताना तो एक अक्षर बोलला नाही तेव्हा त्या दिवशीचे तिचे विचार चेतनच्या मनात रूजल्याचं तिला जाणवलं.

चांदणं आणखी हलकं झालं. हळूहळू चांदण्याने कासवाप्रमाणे पाय आत घ्यायला सुरुवात केली. चेतनने चालता-चालता सखीचा हात आपल्या हातात घेतला. जसा सहजगत्या हात धरला, तसाच तो सोडूनही दिला.

''हात का सोडलास?''

''धरला कधी हे कळलंच नाही, तेव्हा 'सोडला का?' ह्याचं काय कारण सांगू?''

''हात धरावासा का वाटला हे तर सांगता येईल?''

''प्रयत्न करतो. चांदणं हळूहळू ओसरत असतानाही मला ते फुलतंय असं वाटायला लागलं. आपल्या अंगात मुरलेलं चांदणं उमलतंय असा फील आला. तुझा हात कुसुमाग्रजांच्या कवितेसारखा—नव्हे—कवितेतलाच वाटला.''

''कोणती कविता?''

''काढ सखे गळ्यातील, तुझे चांदण्याचे हात... रागावलीस?''

''कशासाठी? मला स्पर्श झालाच नाही. तू चांदणंच धरलंस ना?''

उत्तर देण्यासाठीही शांततेचा भंग करावा असं चेतनला वाटलं नाही. काहीही न बोलता कितीतरी सांगता येतं. वाणी आणि शब्द ह्यापेक्षा कितीतरी पटीने मौनाचा शोध मोठा आहे.

चेतनने उत्तर दिलं नाही. सखी सुखावली. अशोक एकदा म्हणाला होता, 'कितीही मोठा आवाज केला गेला तरीही तो जास्तीत जास्त किती मैलांचा प्रवास करील? केव्हातरी नि:शब्दाची सीमा सुरू होणारच. मौनाचं तसं नाही. त्याला सीमा नाही. म्हणूनच आक्रोशाला शब्द असतात. अतीव आनंद 'मूक' असतो. माणूस नि:शब्द होतो.'

चेतनकडे पाहत सखी म्हणाली,

''अशोक, मी तृप्त आहे.''

ऑफिसात प्रत्येकजण सखीची वाट पाहत असतो. लिफ्टवाल्यापासून तिच्या सगळ्यांशी गप्पा सुरू होतात. तिच्या प्यूनच्या बायकोला, थेट झोपडपट्टीत जाऊन ती बाळंतविडा करून आली होती. तिची छोटीशीच केबिन तिने नजर लागेल, इतकी छान ठेवली होती.

सर्जिकल इक्विपमेंटसचा अशोकचा व्यवसाय, लग्नानंतर महिन्यानेच अशोकने तिला व्यवसायात घेतलं. महिन्यातले दहा दिवस तिने ऑफिसला यायचं. तिथला सगळा कारभार दहा दिवस सखीच्या स्वाधीन. त्याचा खुलासाही त्याने केला होता...

'तुझ्या हातचं गरमागरम जेवताना माझं मन प्रेम आणि कृतज्ञतेच्या भावनेने तृप्त होतं. प्रत्येक घास घेताना, मी मनातल्या मनात तुला नमस्कार केलेला असतो. पत्नीलाही नवऱ्याचा व्यवसाय पूर्णत्वाने समजला तर मिळकतीमधल्या प्रत्येक रूपयाचं वजन तिला समजतं. चार भिंतीत आयुष्य घालवलं म्हणजे माणसाचं मन वास्तूच्या क्षेत्रफळाइतकंच राहतं. घरात भेटायला येणारी माणसं वेगळी. घराबाहेरची वेगळी. शेवटच्या श्वासापर्यंत माणसांतच जगायचं असतं. मधल्या भिंती पाडायच्या. लग्नाबरोबर एकमेकांचे नातेवाईक आपण स्वीकारतो, त्याप्रमाणे व्यवसायातल्या माणसांशी पण नातं जोडावं.'

ऑफिसातला दहा-बारा माणसांचा परिवार जसा जवळ आला, त्याप्रमाणे किमान साठ-सत्तर क्लायंट्स पण दीर्घ परिचयाचे झाले. सगळेच कापाकापीवाले. शस्त्रक्रियावाले. दुकानापाशी मारुतीवाले— म्हणजे बहुतेक अंजनीसुतच. अशोक कित्येकांना खाटीक म्हणायचा.

अशोकच्या खुर्चीत बसताना सखीला रोज वाटायचं, अशोकला आपलं मरण समजलं होतं का? त्याने व्यवसायाची आणि आपली सांगड ह्याच हेतूने घालून दिली का? नातेवाईक मित्रत्वाच्या भावनेने वागत नाहीत म्हणून इतक्या मित्रांशी त्याने आपलं नातं जोडून दिलं का? जोडलेल्या परिवारात गायनॅकॉलॉजिस्ट स्त्रियाही होत्या. पण 'काय ग कशी आहेस?' ह्यापलीकडे त्यांची चौकशीची मजल जात नसे. ह्याउलट पुरुषमंडळी. नुसतं 'ठीक आहेस का?' असं न विचारता तिला 'ठीक कशाने वाटेल?' हे पाहत असत.

सखीने अशोकला विचारलं होतं,

'ह्यात माझ्या सौंदर्याचा भाग किती आणि समोरच्या माणसाचा निखळ आत्मीयतेचा प्रश्न किती?'

अशोकने वेगळंच उत्तर दिलं होतं...

'सौंदर्याचा अहंकार सोडलास तर फक्त आत्मीयतेचा प्रत्यय येईल.'
'समज तो सोडला तर इतरांचे हेतू...'
'ते पुरुषाच्या मनात जन्माला येताक्षणी बाईला त्याचा वास येतो. जेवढी निरागस होशील तेवढी स्वतंत्र होशील.'

अशोक अकस्मात गेला आणि सगळा डौल नाहीसा झाला. सौंदर्याचा विचार न करणारा मित्र जसा आवश्यक होता, त्याचप्रमाणे व्यर्थ अनुकंपा दाखवणाराही तापदायक ठरणार होता. म्हणूनच कोणतीही डॉक्टरीण आली म्हणजे सखीला 'नको' वाटायचं. स्कालपेल, आर्टरी फॉरसेप्स, रिक्ट्रॅक्टर, इलेक्ट्रो कॉर्टरी, लॅपरोस्कोप ह्यांव्यतिरिक्त लागणाऱ्या गोष्टींची यादी त्यांनी सरळ फोनवरून द्यावी असं तिला वाटायचं.
ह्या सगळ्या कस्टमर्समध्ये तिला प्रथम चेतन वेगळा वाटला. तो डेंटिस्ट होता. एक्स्ट्रॅक्शन फॉरसेप्स, माऊथ मिरर, एरोटर हँडपीस, इलेक्ट्रॉनिक स्केलर ह्या त्याला लागणाऱ्या गोष्टी.
त्याने एकदा शांतपणे सांगितलं,
"सखी, सांगायला अत्यंत सोपं पण ते मानायला खूप कठीण, हे समजून मी बोलणार आहे. अशोक गेला. पती गेला आणि तुझं पत्नीपण त्या क्षणापासून गेलं. नवऱ्यामुळेच बाईची बायको होते. तू आता एक स्त्री, एक बाई, ए ह्युमन बिईंग हीच तुझी आयडेंटिटी. तुझ्या आयुष्यात पुन्हा रंग भरायचं काम तुझंच आहे."
"कोणते रंग आणू? कुठून आणू?"
"आज घरी जा. वीस मिनिटं शांत बस. स्वत:त बुडी मार. अंतरंगात जा. तिथं जे रंग दिसतील त्यांच्याकडे पाहा. मात्र फक्त प्रेक्षक म्हणून पाहा. कोणत्याही रंगाचा स्वीकारही नको, धिक्कारही नको. कौतुक नको, अवहेलना नको. आत्मीयता नको, निषेध नको. त्यांचं केवळ अस्तित्व चाचपून पाहायचं. अशोकची आठवण आली तर कवाडं बंद करू नकोस. तुमचं कधी भांडण झालं असेल, तर 'मी अशी का वागले?' ह्याची चुटपूट नको. ती त्या क्षणांची गरज होती म्हणून संघर्ष झाला असं समज. अपराधीपणाची भावना, हे मोठं दु:ख. ही भावना दूर झाली की श्वास किती मोकळा होतो ते कळेल. श्वास म्हणजे विश्वाशी सोयरीक म्हणूनच अत्यंत जिवाभावाची व्यक्ती गेली तर 'मी एक क्षण जगणार नाही' असं अनेक म्हणतात आणि मागे खूप वर्षं राहतात. त्यांचं प्रेम खोटं नसतं, पण विश्वाची सोयरीक तुटलेली नाही हे त्यांना माहीत नसतं."

सखीला आतून उमाळा आला. अश्रू वाहू लागले. हुंदक्यांना कदाचित आवर घालता येतो. नाद थांबवला की तो द्रवरूपाने प्रकट होतो.

चेतन समजूत घालण्याच्या भानगडीत पडला नाही. तो इतकंच म्हणाला,

"गेलेल्या व्यक्तीबद्दलचं दुःख संपूर्ण संपवावं. ते देणं चुकवावं आणि मगच आपली यात्रा संपवावी.''

"डॉक्टर, खूप अवघड आहे सगळं.''

"तरीही छान राहायचं, हसायचं. पोटात ज्वालामुखी असतानाही हिरवीगार झाडं जमिनीवर दिसतातच ना?''

इतकं बोलून चेतन उठला होता आणि जाता-जाता केबिनच्या दारापाशी उभं राहत तो म्हणाला,

"जे निर्माण होतं, ते नाहीसं होत नाही असं सायन्स सांगतं. त्याप्रमाणे मी जरी अशोकला फार ओळखत नव्हतो तरी मला वाटतं, तुला तो अंशरूपाने कुठे कुठे भेटत राहील.''

"माणूस गेला म्हणजे गेला. तुम्ही डॉक्टर आहात, तेव्हा वेगळं काय सांगू?''

दरवाजापर्यंत गेलेला चेतन परत फिरला आणि पुन्हा खुर्चीवर बसत म्हणाला,

"माझ्या आजीचा माझ्यावर फार जीव होता. माझी आई डॉक्टरच. तिचा सहवास लहान वयात मला मिळाला नाही. मला आजीने वाढवलं. ती गेली. तिच्या नऊवारी साडीची गोधडी मी पांघरूण म्हणून वापरत असे. तिला जाऊन बारा वर्षं झाली. मी महिन्यातून एकदा, ज्या तारखेला ती गेली, त्या तारखेला अजून पांघरतो. अजून महिन्यातून एकदा मला आजी भेटते. तुमच्या सगळ्या वास्तूत अशोक तुम्हाला ठिकठिकाणी भेटेल.''

सखीला उभारी आली. हे सांत्वन नव्हतं. हा एक वेगळा विचार होता.

मनाकडून बुद्धीकडे, चिंतेपासून चिंतनाकडचा प्रवास होता.

दुःखावर मात करण्याचा उपाय एकच. चिंतन.

अशोकच्या साध्या साध्या बोलण्यातूनही एक वेगळा विचार असायचा. एक प्रकाशकिरण असायचा. अंतरंग उजळणारा. मनात भावनांचा ओलावा असला की अशा एका प्रकाशकिरणाने इंद्रधनुष्य पडायचं. ती रात्र आणखीन गहिरी होत असे.

विचार करता-करता सखी थबकली.

पुन्हा इंद्रधनुष्य पडल्याचं कितीतरी दिवसांनी जाणवलं, ते चेतनच्या बोलण्याने. आत्ता समोर चेतन नव्हता. तरीसुद्धा त्याची बसण्याची पद्धत, उभं राहण्याची ढब, विशिष्ट शब्दांवर भर देण्याची लकब आणि त्याहीपेक्षा सूर्यकिरणाइतकी स्पष्ट, सरळ नजर. प्रकाश रोखठोक असतो. लपवालपवीचा खेळ फक्त

अंधारापाशी असतो. अंधार आणि आतल्या गाठीची माणसं सारखीच.

मनात पडलेल्या इंद्रधनुष्याने सखीला सांगितलं— चेतनमध्येच अशोकचा एक अंश आहे. बघ, पटतं का.

त्या क्षणी ती पराकोटीची भांबावली. मग तिचं कामात लक्ष लागेना. हाताखालच्या माणसांवर कारभार सोपवून ती घरी आली.

घराचा दरवाजा उघडताना तिला वेगळं वाटलं. आपल्या पाठोपाठ अशोक आत येणार असं तिला वाटलं. तिने आज लगबगीने दार लावलं नाही. खालच्याच मजल्यावरच्या निमकरांनी हटकलं तर अशोक बोलत थांबायचा. 'काय म्हणताहेत निमकर?' असं सखीने चुकूनही आजवर विचारलं नव्हतं.

केव्हातरी ती इतकंच म्हणाली होती, 'मला हा माणूस आवडत नाही.'

'परिचयाशिवाय, सहवास नसताना आवडनिवड कशी तयार होते?'

'कोणती फुलं टाळायची ते फुलपाखरांना पण समजतं.'

'तू फुलपाखरू आहेसच.'

'तो निमकर मला पाखरू समजतो. त्याची नजरच कळते.'

अशोकने एकदम वेगळाच विषय काढला होता. सखीच्या खांद्यावर हात ठेवीत त्याने विचारलं होतं,

'व्हीलन आणि हिरो ह्यांच्यात फरक काय?'

सखी गप्प.

'ऐक हिरो आणि व्हीलन एकाच नाण्याच्या दोन बाजू. दोघांची नजर, हेतू एकच. 'ती' हवी. हिरॉईन ज्याची लगट खपवून घेते तो हिरो ठरतो, जो अंगचटीला आलेला खपत नाही तो व्हीलन. नाणं एकच. पण हिरोची छाप पडते, व्हीलन काट्यासारखा वाटतो.'

'ह्याचा निमकरशी काय संबंध?'

'ह्याचा संबंध प्रत्येक व्यक्तीशी आहे. कोणताही माणूस शंभर टक्के टाकाऊ नसतो. आणि कोणताही शंभर टक्के आदर्श नसतो. तरीही प्रत्येक राक्षसात एक देवदूत असतो. आणि देवदूतात राक्षस. तिथपर्यंत पोहोचण्याचा प्रयत्न करणं हा एक न संपणारा कोर्स आपण घ्यायचा.'

'म्हणजे काय होतं?'

'आयुष्य अपुरं पडतं.'

आत्ता सखीला हे सगळं आठवलं. तिने चारही भिंतींकडे पाहिलं. मग ती उरलेल्या फ्लॅटमध्ये हिंडत राहिली.

पावलापावलावर नव्हे, इंचाइंचावर तिच्या आणि अशोकच्या संसाराच्या खुणा उमटलेल्या तिला जाणवू लागल्या. कोणत्या खोलीत, कुठल्या खिडकीपाशी उभं राहून आपण काय बोललो होतो हे सगळं समोर दिसायला लागलं. ह्या सहाशे स्क्वेअर फीट जागेत तिला पाच वर्षांचा भूतकाळ रेंगाळताना दिसला. प्रत्येक श्वासाने, स्पंदनांनी आपण ह्या जागेत गुंतल्या आहोत, नात्याने बांधलेल्या आहोत ह्याचा साक्षात्कार झाल्यावर सखीला जाणवलं, आपण फक्त जागेचं क्षेत्रफळ किती एवढाच विचार केला. 'श्वास म्हणजे जगाशी सोयरीक' असं चेतन म्हणाला. आता ह्या जागेचे 'क्युबिक फीट' मोजायला हवेत.
सहा हजार...
ह्यात आपले श्वास किती?
अशोकचे किती?
आठवणी किती?
सगळे प्रसंग, अख्खा भूतकाळ इतका वेढत राहिला की ज्याप्रमाणे वेलींनी इतके वेढे द्यावेत की झाडाचं खोड दिसेनासं व्हावं.
सखी नाहीशी झाली.
उरल्या आठवणी. स्पंदनं. श्वास.

केव्हातरी अशोकने कोणत्या तरी महाराजांचं एक प्रवचन ऐकलं होतं. त्याची कॅसेट लावत तो म्हणाला होता,
'हे प्रवचन ऐक.'
'आरती, भजनं ह्यात मला रस नाही.'
'सखी, एक सूत्र सांगतो, आयुष्यातला 'नाही' हा शब्द शक्यतो पुसून टाकायचा. आपल्या भारत देशाचं उदाहरण डोळ्यांसमोर ठेव, म्हणजे कळेल.'
—अशोकचं हेच वैशिष्ट्य. गावस्करसारखा बॅट्समन किंवा नवरातिलोव्हासारखी टेनिसपटू अकस्मात कोणत्या दिशेने बॉल फिरवील, हे सांगणं जसं मुश्कील तसं अशोकचं. तो अचानक वेगळा विषय काढीत असे. एक ते नऊ आकडे त्याला क्रमश: कधीच मान्य नव्हते.
सखीने केव्हातरी ह्याच मुद्यावर बोट ठेवून विचारलं,
'तुम्ही कधी पाढे ओळीने म्हटलेत का हो?'
'कधीच नाही.'
'वाटलंच.'
'का?'
'कोणतंही विधान मध्येच घुसवता. विषय कोणता आणि विधान कोणतं?'

'म्हणजे?'
'आयुष्यातला 'नाही' शब्द पुसायचा म्हणता म्हणता, भारत देश कुठे आला?''
अशोक मोठ्यांदा हसत खिडकीजवळ आला. त्याने पडदा दोन-तीनदा खेचून बंद केला आणि उघडला.
'सखी, आयुष्य खरंच फार मोनोटोनस असतं. गणितातल्या पाढ्यांसारखं. आपण चमत्काराने ते सजवायचं असतं. काहीतरी वेगवेगळं रूप आयुष्याला देता येणं म्हणजे जगण्याची कला. कलेत नकार नसतो. विद्येत नकार असतो. मी मध्येच वेगळा पॉईंट काढतो म्हणून क्षणभर चमकतेस की नाही?'
सखीने मान हलवली. अशोक म्हणाला होता,
'गप्पा मारता मारता मध्येच एखादा टॅन्जण्ट मारला की गप्पा कंटाळवाण्या होत नाहीत.'
सखीला पटलं.
'भारताचं काय?'
'स्वातंत्र्य मिळाल्यापासून आम्ही फक्त 'नकार' द्यायला शिकलो आहोत. कोणत्याही सरकारी ऑफिसात, स्टेशन, एस.टी., टेलिफोन, रेशनिंग, बँका, दुकानदार, टीव्ही, वर्तमानपत्रवाले, सगळीकडे प्रथम 'नकार' म्हणूनच देश पुढे आला नाही. 'आस्तिक' आणि 'नास्तिक' ह्याची व्याख्या अगदी सोपी आहे. आयुष्यातल्या प्रत्येक गोष्टीला जो 'होकार' देतो तो 'आस्तिक'. जो सतत 'नाही' म्हणतो तो 'नास्तिक'. नास्तिक अनुभवांना पारखा होतो.'
'किती अप्रतिम!'
'ह्यात भजन, आरती असं काही आहे?'
'नाही.'
अशोकने मग कॅसेट लावली होती.

त्यातली काही विधानं आठवताना सखी नकळत खिडकीजवळ गेली. जे पडदे अशोकने मागेपुढे करायचा चाळा केला होता ते पडदे ती स्पर्शित राहिली. माणसांच्या स्मृती स्थळांशी निगडित असतात.
त्या कुण्या महाराजांनी सांगितलं होतं,''माणसाला साधं स्वत:चं मन कळत नाही. मग आत्मा, परमात्मा ह्यांची गोष्ट दूरच. ब्रह्म, माया ह्या गोष्टींची व्याख्या कशाला हवी? माया तर माया. काय बिघडलं? सुखदु:खांचा अनुभव हे सत्य. दु:खात माणूस मागं फिरतो. स्वत:त रमतो. 'स्व'पाशी थांबून दु:खाच्या गाभ्याशी पोहोचणं, हे 'ब्रह्म' समजावं. सुख आणि आनंद म्हणजे मायेच्या सहवासात. ह्या दोनच अवस्था. दोन्हीत एकच तत्त्व आहे. 'माणूस' हाच

केंद्रबिंदू आहे. माणूस म्हणजे निसर्गाचाच एक अवयव. निसर्ग रोज हसतोय, फुलतोय, नाचतोय, तुम्हीही नाचा. पंगू माणसाला चालायला शिकवलंत तर नवल नाही. जो धडधाकट आहे. त्याने नर्तन केलं तर अपंग आपोआप चालेल. तुम्ही नाचलात, बागडलात तर तुम्ही परमेश्वर मानता की नाही, ह्याचा शोध घेण्याची जरुरी उरणार नाही. ज्याच्या आठवणीने तुम्ही कासावीस होता, तोच तुमचा परमेश्वर जिथं पाहाल, तिथं तोच आहे. जिथं त्याची थोडी झलक दिसेल तिथं तोच आहे.''

तेवढ्यात बेल वाजली. सखीने दार उघडलं. दरवाजात डॉक्टर निरंजन दातार.

''तुम्ही?''

''दुकानात गेलो. तू नव्हतीस. 'अचानक बरं वाटत नाही' म्हणून घरी आलीस असं समजलं. पाहायला आलो.''

सखी गप्प.

''काय झालं?''

''अशोकची आठवण आली.''

''मी एक आशाची कॅसेट आणली आहे. ऐकू या. अफाट आहे.''

सखीने खिडक्यांवरचे पडदे ओढले. आता प्रकाशाची प्रखरता कमी झाली.

''नाऊ रिलॅक्स!'' असं म्हणत निरंजनने कॅसेट लावली.

पहिलंच गाणं—'मेरा कुछ सामान'. ह्या गाण्यानंतर कॅसेट पुढे गेलीच नाही. दोघांनी ते एकच गाणं तीन वेळा ऐकलं. टेप थांबवत निरंजन ट्रान्समध्ये गेल्याप्रमाणे बोलू लागला. त्याचा स्वरही बदलला,

''मंगेशकर घराणं हा मंगेशाचाच अवतार आहे. तरीही आशा भोसले हा चमत्कार आहे. तिच्या आवाजात वीज आहे. ती कोसळते, पण ज्या झाडावर पडते ते जळून जाण्याऐवजी उजळून जातं. वादळ आहे पण ते काहीही उद्ध्वस्त करीत नाही. मादकता तर विलक्षण आहे पण कामुकता नाही. ती गाताना गाण्याप्रमाणे अल्लड बालिका होऊ शकते, यौवनात प्रवेश करू शकते, स्वत:च्या आयुष्याकडे तटस्थपणे बघणारी योगिनीही होते. लताला सरस्वती माना खुशाल, आशा सरस्वतीच्या हातातली वीणा आहे. वीणेच्या अंसख्य तारांपैकी कोणती ना कोणती तार प्रत्येकाला छेदून जाते. सरस्वतीला आपण नमस्कार करतो. आदराने पण लांबून. वीणा आपल्या हाताच्या अंतरावर आहेसं वाटतं. लताचा सूर तुम्हाला अज्ञात प्रवासाला घेऊन जातो. आशा आपल्या घरी येऊन गाते असं वाटतं. घरकुलाला ती ऊब देते.''

निरंजन थांबला.

'लतापेक्षा मला आशा जास्त का आवडते ह्याचा मला शोध लागत नाही'—

असं अशोक म्हणायचा, त्याचं उत्तर निरंजनने दिलं.
सखी निरंजनला म्हणाली,
"अशोक, आज आशा समजली."

त्यानंतर सखीने कात टाकली. समोरच्या व्यक्तीत अशोक अंशरूपाने भेटतोय का, कोणत्या व्यक्तीत भेटतोय ह्याबद्दल तिचा शोध सुरू झाला. तिच्या नशिबाने तिला व्यवसाय असाच दिला होता की सहवासात वैचारिक पातळीवरची माणसं जास्त असावीत, म्हणजे होतीच. शारीरिक आकर्षण, वासना ह्या छटा गप्पागोष्टी करताना ज्याप्रमाणे कधी डोकावल्या नाहीत, त्याप्रमाणे टाळी देताना, शेकहॅण्ड करताना किंवा रस्ता क्रॉस करताना पटकन् सखीच्या दंडाला धरून तिला सावरतानाही हा सांभाळणारा स्पर्श आहे हे सखीला जाणवायचं.
सहजता आणि खटाटोप ह्यातलं अंतर एकदा जोखता आलं की हेतूही समजायला लागतात.
सखी कामावर येताना पहिल्यासारखी नटूनथटून येऊ लागली. तिला दागदागिन्यांचा शौक नव्हता. मेकअपचा सोस नव्हता. ती जन्माला येतानाच मुळात 'ब्यूटी पार्लर'मधून आली होती. कपड्यांच्या रंगसंगतीच्या बाबतीत मात्र ती कमालीची जागरूक होती. 'हसरा चेहरा हाच एकमेव दागिना' असतो असं अशोक म्हणायचा. तो एकमेव अलंकार अनेक दिवसांनी 'सखी सर्जिकल्स'मधल्या स्टाफला दिसला.
अशोकनेच तिचं कुमुद नाव बदलून 'सखी' असं ठेवलं होतं.
'कुमुद हे कसलं जुनाट नाव?'
'अरे बाबा, कौमुदीचं कुमुद झालं.'
'तू माझी सखी आहेस. माझ्याच अस्तित्वाचा एक हिस्सा.'
'इतरांनीसुद्धा मला ह्याच नावानं हाक मारावी काय?'
'नावानं, भावनेनं नाही.'
'आणि क्वचित एखाद्याच्या हाकेत ती भावना डोकावली तर?'
'दुसऱ्यावर आपलं नियंत्रण नसतं. प्रतिसाद दिला तर कोकिळा तितक्याच शीघ्रतेने साद घालते. आपण शीळ वाजवून तिची नक्कल केली की तिला चेव येतो. हे आपण अनुभवलंय की नाही?'
'माझ्याकडून समज...'
'पुढे काय विचारणार आहेस ते समजलं. ह्या आयुष्याचा आणि माणसाच्या मनाचा भरवसा नाही. आत्ता इतकंच सांगेन की प्रतारणा करू नकोस. काही

घडलं तर काही आकाश कोसळत नाही. प्रतारणा करत राहिलीस तर करपून जाशील. मोकळेपणाने बोललीस तर मी तुला सांभाळीन.'

दुकानाचं नाव 'सखी सर्जिकल्स' ठेवताना मात्र सखीने नाराजी व्यक्त केली.
'सखीकडे जातो— असं सगळ्यांनी म्हणायचं काय?'
'नावाला इतकी का बुजतेस? व्यक्तीचं नाव काहीही असलं तरी ज्यांचं 'सख्य' जमतं त्यांचं काय? 'सखी' ह्या नावातच निमंत्रण आहे की नाही सांग?'
'मान्य!'
'दॅटस् इट. आपण राहतो तिथून अकरावी बिल्डिंग, तिथं एक दुधाची डेअरी उघडणार आहेत. सहा रुपये लिटर भाव ठेवणार आहेत. अस्सल दूध. आठ टक्के स्निग्धांश.'
'मग नक्की घ्यायचं. डेअरीचं नाव?'
'पूतना ऑण्टी दुग्धालय.'
'शी! अजिबात नको.'
'कळलं? नावात काय आहे ते?'
सखीचा चेहरा उजळल्यावर दुकानाला चैतन्य आलं. जमिनीतला ज्वालामुखी जमिनीतच ठेवायचा मंत्र सखीला सापडला. तिने दुकानाचं इंटिरिअर बदललं. छोट्या छोट्या कुंड्या आणल्या. दिमाखदार खुर्च्या आणल्या. टवटवीत रंगाचा वॉलपेपर आणला आणि ती सर्वत्र अशोकला शोधू लागली. तिला आता तो जड वस्तूंतही दिसायला लागला. तिने दुकानात छोटी म्युझिक सिस्टिम बसवली. बोलण्यात व्यत्यय येणार नाही, पण मौनात सोबत करील, एवढाच जेमतेम व्हॉल्यूम असायचा.
भेटायला येणाऱ्या प्रत्येक व्यक्तीत ती अशोकचा वेध घेऊ लागली. तिला हे गमक सापडलं होतं. इंद्रधनुष्य पडलं की अशोक भेटायचा. इंद्रधनुष्यात सातच रंग असतात हे शास्त्रीय सत्य. पण मनाच्या आकाशातल्या प्रत्येक दोन रंगांत किती छटा असतात. ते तो तो रंग प्रकट झाल्यावरच समजायचं. प्रत्येक छटा म्हणजे एकेक कंपन. सखीच्या सगळ्या शरीराची वीणा झाली. तिला आशा भोसले नावातली नवलाई नव्याने जाणवली. आशा म्हणजे कोसळणारा प्रपात आणि संथ जलाशयही.
सखीने कोणतंही कंपन नाकारलं नाही. कोणत्याही छटेचा इन्कार केला नाही. इतर स्त्रिया आणि सखीत हाच फरक. इतर स्त्रियांना असं एखादं नवं कंपन जाणवलं की त्या घाबऱ्याघुबऱ्या होतात. प्रकाशकिरण परतवून लावतात. स्वत:चा धिक्कार करतात. मनातल्या मनात माफी मागतात. कुणाची हे त्याच

जाणोत! अतिक्रमण विभागाची व्हॅन आली म्हणजे एके काळी, फेरीवाले मांडलेल्या सजावटीचं काय होईल ह्याची पर्वा न करता चादरीचं गाठोडं करून पळत सुटायचे, आडोशाला लपायचे. तशा ह्या बायका नव्या संवेदनाची, कंपनाची चाहूल लागताक्षणी वीणेवर गवसणी चढवून, ती थेट माळ्यावर टाकतात. हॉलच्या कोपऱ्यातही उभी ठेवण्याचं धाडस करीत नाहीत. गवसणी असतानाही एखादं कंपन आरपार छेद देऊन आपल्याला वेढून टाकेल का?— ही दहशत. सखी सगळ्या कंपनांना साथ देऊ लागली.

आठवड्यातून एकदा पुण्याला जाणाऱ्या डॉ. निखिलला तिने विचारलं, ''तुम्हाला ड्रायव्हिंगचा कंटाळा येत नाही? एकटे जाता, एकटे येता.''
''मी एकटा नसतो. सगळा निसर्ग सोबतीला असतो. ओळखीची सगळी झाडं स्वागताच्या कमानी उभारून स्वागत करतात. सीझन बदलत असतो. सोबतीला असंख्य गाणी असतात. 'आज फिर जीने की तमन्ना है, आज फिर मरने का इरादा है' हे गाणं समजून घ्यायचं असेल तर अगदी ट्रकमध्ये गवतावर पडता आलं नाही, तरीही चाकाखाली धावणारा रस्ता असला तरीही गाण्याच्या पुष्कळ जवळ जाता येतं. 'जीवन के सफर में राही' हे 'मुनिमजी' मधलं गाणं प्रवासात भेटतं. ह्याउलट एखादं गाणं स्वतःच्या घरात, संध्याकाळी मंद प्रकाशात ऐकण्याचं असतं.''
''कोणतं?''
''लताचं 'अगर मुझसे मोहब्बत हो, तो मुझे अपने सब गम दे दो' असे काहीसे शब्द आहेत.
''एखादं मराठी गाणं?''
निखिलने सखीकडे सरळ पाहिलं. एक अनाम रंगाची छटा प्रकट झाली. निखिल म्हणाला,''एक गाणं आहे. पण त्याने अंगावर काटा येतो. 'या चिमण्यांनो, परत फिरा रे घराकडे अपुल्या' हे गाणं. श्रीनिवास खळ्यांना पिटावंसं वाटतं आणि दीदींना वाकून नमस्कार.''
''खळ्यांवर राग का?''
''असं कॉम्पोझिशन बांधलंय की हार्मोनियमवर अजून बसवता आलं नाही.''
''हार्मोनियम वाजवता?''
''स्वान्तसुखाय. असंच एकदा वाजवता वाजवता ध्यानात आलं की रागदारीत वेळेला महत्त्व आहे. पण भावगीतं आणि काही आर्त चित्रपटगीतांत स्थळ माहात्म्य आहे.''
सखीने अनावर होत विचारलं,''तुमच्या पुढच्या पुण्याच्या ट्रीपमध्ये मी येऊ

का?''
''अवश्य! उद्याचाच वार आहे. सकाळी सहाला निघालो तर साडेनऊपर्यंत पुणं. डायरेक्ट ऑपरेशन थिएटर. संध्याकाळी सहापर्यंत निघायचं. खंडाळ्याला दहा मिनिटं थांबायचं. खोपोलीची दिव्यांची रांगोळी पाहायची. रात्री दहापर्यंत मुंबई.''

सखी गाडीमध्ये गप्प गप्पच होती. निखिलने तिला बोलतं करायचा प्रयत्न केला नाही. एका कॅसेटच्या दोन्ही बाजू संपल्यावर गाडीत ती गाण्याइतकीच स्वरमय होती.
सखी सांगू लागली,''तुम्ही जे म्हणालात ते अशोकने मला वेगळ्या शब्दांत सांगितलं होतं. मला एस.टी. किंवा एशियाड दोन्ही आवडत नाही, तेव्हा तो म्हणाला होता, आयुष्य क्षणभंगुर असतं, म्हणजे नेमकं कसं ते पाहायचं आहे का?''
''एस.टी.चा आणि आयुष्याचा संबंध....''
''अशोक अशा विधानांना टॅन्जण्ट म्हणतो. गप्पांचं कुतूहल वाढवण्याची त्याची ती पद्धत होती.''
''बरं मग?''
''काहीही काम नसताना अशोक मला एशियाडने पुण्याला घेऊन गेला. त्याने ड्रायव्हरजवळ एक सीट असते, तिथं मला बसवलं. त्यापूर्वी सांगितलं,'समोर ही मोठी काच आहे, ती एक फोटोची फ्रेम समजायची. रिकामी फ्रेम. समोर पाहायचं. प्रत्येक क्षणी लॅण्डस्केप बदलत जातं. रस्ता, झाडं, डोंगर, आकाश, वाहनं, एव्हरीथिंग चेंजेस. एक देखावा पुन्हा नाही. क्षण आला आला म्हणताना मागं पडतो, तो असाच. आणि गंमत म्हणजे त्या खेळात मी इतकी रमले की मला अशोकची आठवण फार उशिरा झाली.''
''प्रवासात हे असे डोंगराएवढे उंच, आकाशाइतके विशाल, वृक्षांसारखे सावली देणारे सवंगडी, खळखळाट करीत झेपावणारे प्रपात पाहिले म्हणजे मला पैसा-प्रतिष्ठा, पद ह्यामागे धावणारा माणूस फार केविलवाणा वाटतो.''
''अशोक, किती रास्त बोललास.''

सखीच्या किती छटा आठवणार?
अशोकच्या शोधात हरवलेली सखी, वियोगाचा डोंब आतल्या आत शांत करीत, प्रत्येक क्षणाच्या सुयोगात दंग झालेली आहे. मधल्या सुट्टीत ती दुकानातल्या सगळ्या सेल्समनना केबिनमध्ये बोलावते. सगळे एकत्र जेवतात. 'शॉप इज क्लोज्ड फॉर लंच' असा फटकळ फलक साखळीला बांधलेला

नसतो. त्याऐवजी 'यू आर वेलकम फॉर लंच' असं आमंत्रण असतं. सहकाऱ्यांपैकी कुणासाठीही, त्याचा आवडता पदार्थ ती करून नेते. त्याने संकोच दाखवला तर चारचौघांसमोर ती घास भरवायलाही मागंपुढं पाहत नाही.

एकदा अचानक ती डॉ. कीर्तन्यांकडे गेली. हातातला अत्यंत महागडा पॅटपीस समोर ठेवीत ती म्हणाली,
''आज तुमचा वाढदिवस.''
त्यानंतर आठ महिन्यांनी ती पुन्हा त्यांच्याकडे गेली आणि म्हणाली,
''मला तुमच्याकडून साडी हवी, आज माझ्या लग्नाचा वाढदिवस आहे. चॉईस तुमचा आणि पैसेही तुमचे, बजेटसह.''
कीर्तन्यांनी निवडलेली साडी पाहून ती म्हणाली,''अशोक, मला साडी मनापासून आवडली.''
ती इतकंच करून थांबली नाही. मॅचिंग ब्लाऊज वगैरे विचार न करता, तिने ऑफिसातच साडी बदलली.
तिची सेक्रेटरी म्हणाली,''मॅडम, साडी एक्सलण्ट! पण ब्लाऊज... म्हणजे रंगसंगती नेहमीसारखी...''
सखी घाईघाईने म्हणाली,''उत्कटतेला फक्त रंग असतो. संगती नसते.''
तिच्या चेहऱ्याकडेही न बघता सखी टॅक्सीत बसली आणि कीर्तन्यांसमोर जाऊन उभी राहत म्हणाली,''ज्याने साडी दिली त्यानेच ती प्रथम पाहायची असते.''

चेतन अजून गच्चीवरच होता. खरोखरच किती छटा आठवणार? वर निरभ्र आकाशात चंद्र सुसाट धावत होता, म्हणजे स्थिरच होता. पिंजलेला पांढरा कापूस चंद्रावर झेपावत होता. त्या ढगांचे बदलणारे आकार यादीने मोजता येतील. सखीला तिच्या इंद्रधनुष्याचे रंग मोजता येतील का?
व्यक्ती कायमची दुरावल्यावर निव्वळ त्याच्या वृत्तीवर पागल झालेली सखी, वृत्तीच्याच पातळीवर राहून व्यक्तीचं अस्तित्व अनुभवते हा चमत्कार समाजातल्या किती निमकरांना समजेल? बौद्धिक पातळीचं वरदान अंशरूपातही न लाभलेल्या माणसांनी, नव्हे श्वापदांनी हा समाज भरला आहे. पण श्वापदांचा तरी अपमान का करायचा?
दत्ताप्रमाणे सखीने चोवीस गुरू केले आहेत.
चेतनने एकदा विचारलं होतं, ''सुट्टी कशी घालवतेस?''
''अशोकचे कपडे आवरते, धुते. त्यांना इस्त्री करते.''

"एकदा हे केलं की झालं."

"घरात मी त्याचेच कपडे वापरते. आरशात डोकावते तेव्हा मला माझा चेहरा दिसत नाही. फक्त अशोकचे कपडे दिसतात. त्याच्या वस्तू स्वच्छ करते. रिस्टवॉचला रोज किल्ली देते. टेबलावर दोघांची पानं घेते. दोन्ही पानांत थोडं थोडं वाढते आणि संपवते."

"आयुष्याच्या डिमाण्ड्स एवढ्याच असतात का?"

क्षणभर थांबून सखी म्हणाली, "हा डबलबेड, अशोकचा आवडता परफ्यूम मी चादरीवर शिंपडते. त्याला आवडणारा मोगऱ्याचा गजरा माझ्या उशीवर ठेवून डोळे मिटून घेते. समोरच्या खिडकीत कबुतरं येतात. नर रूंजी घालत मादीला खेचून घेतो. तो बलात्कार करीत नाही. कबुतर हा माझा एक गुरू. बाकीचे सांगू?"

"जरूर!"

"तत्त्वाला चिकटून कसं राहायचं हे मी पालीकडून शिकले. मुंगळा तसाच. मान तुटली तरी तो गुळापासून किंवा आपल्या पायाचा चावा घेतला तरी सोडत नाही. स्वतःचं घर स्वतःच सांभाळायचं हे मला गोगलगाईने सांगितलं. हाक मारताक्षणी तिथं क्षणात झेपावायचं कसं आणि तोपर्यंत बटणापाशीच थांबायचं हे मला इलेक्ट्रीसिटीने सांगितलं. सगळ्या पक्ष्यांमध्ये घुबड हा एकमेव पक्षी कळप करून राहत नाही असं मी ऐकलंय. एकटीने कसं जगायचं हे मला घुबडाने सांगितलं."

"तरीसुद्धा सखी..."

सखीने रोख जाणून सांगितलं, "संपूर्ण अशोक फक्त एकच होता. तो अनंतात विलीन झाला ह्याचा अर्थ, तो अनेक माणसांत अंशरूपाने भेटणार आहे. मोठ्या वर्तुळात ते स्वतःही असतं आणि त्यात एक छोटं वर्तुळ असू शकतं. म्हणून छोट्या वर्तुळात मोठं वर्तुळ सामावेल का? जॉमेट्री हा आणखी एक गुरू. उरलेले सांगू?"

"नको."

चेतन खाली आला तर निमकर दरवाजा उघडा ठेवून त्याची प्रतीक्षा करतोय. चेतनला पाहताक्षणी तो घाईघाईने आत गेला. फ्रीजमधून ग्लासभर पाणी घेऊन आला.

"ये, बस. जरा शांत हो. पाणी पी."

"मी शांतच आहे."

"मग तासभर नाहीसा कुठे झाला होतास? मला चैन पडेना."

"का?"

"म्हटलं, अपमान सहन न होऊन वरून उडी वगैरे मारतोस की काय?"

"मला काहीही झालेलं नाही."

"पण झालं ते वाईट झालं. सध्या मैत्रीलाही पारखा झालास. उरलेलं दूरच."

"काय उरलं होतं?"

"सगळंच. नुसतं अपरात्री चांदण्यात फिरून भागतं काय? तो तर अधलामधला टप्पा झाला."

"उद्या रात्रीच फिरायला जाईन बघ."

"तिला पश्चात्ताप झाला तरच."

"त्याची आम्हा दोघांना गरज नाही. सकाळी छान टवटवीत फुलं घेऊन येतो गुलाबाची. सगळ्या रंगांची. त्यातल्या त्यात पिवळा गुलाब शोधतो."

"तिला तो जास्त आवडतो का? लक्षात ठेवीन. कधी नंबर लागला तर..." निमकर निर्लज्जपणे म्हणाला.

"सूर्यफुलं मिळणार नाहीत म्हणून पिवळा गुलाब."

"म्हणजे?"

"ती सूर्यफुलाला गुरू मानते."

"मला कळलं नाही."

"ती म्हणते, समाज तप्त सूर्यासारखा असतो. आगीचा कितीही वर्षाव झाला तरीही ती सूर्यफुलं सूर्याकडेच पाहत राहतात. तोंड फिरवीत नाहीत. माझ्या सारख्या निराधार बाईकडे समाज असाच बघत असतो. सूर्यासारखा रोखून. अशा समाजाला तोंड देतानाही टवटवीत राहायचं हे सूर्यफुलांनी शिकवलं."

निमकर म्हणाला,"समजणं कठीण आहे."

"विचार करूच नकोस. तुला तेवढा भेजा परमेश्वराने दिलेला नाही आणि देढ हात कलेजाही. सगळा अंधारच आहे."

"तिने थप्पड मारली त्याचा राग तू माझ्यावर काढतोयस."

"इतकीच तुझी लेव्हल."

"माझ्या मैत्रीचा गैरफायदा घेऊन तू फार बोलतोयस."

"आणखीन खूप सांगायचं आहे. वहिनींना उठवून दोघांना सांगू का?"

"नको हे आपल्यातच राहू दे."

"भ्याड माणसा, ऐक मग. अनेक माणसांना मी सौजन्याने मित्र मानतो. अंत:करणापासून नाही. यू आर वन ऑफ देम. तेव्हा कुणाच्याही घरी जाताना आपलं प्रेमाने स्वागत होतं की समोरच्या माणसाच्या सौजन्यापायी आपण टॉलरेट केले जातो ह्याचा प्रत्येकाने विचार करावा. ज्या माणसाशी आपण मैत्री करतो, त्याला अंशत: का होईना, समृद्ध करण्याची पात्रता आपल्यापाशी आहे

का हे पाहावं.''

''मी तुला 'गो अहेड' म्हणालो त्याचा तू वचपा काढतोयस.''

''अजून शुद्धीवर ये निमकर.''

''मी थप्पड खाल्ली नाही, मी शुद्धीवर आहे.''

''थप्पड मी खाल्ली पण धडा तुला मिळाला. मला दोन शोध लागले.''

''सांगून टाक. आता समर्थन करायलाच हवं तुला.''

मग चेतन ठरवून म्हणाला,''तुझ्या बुद्धीची कीव करण्यात मी आता वेळ घालवत नाही. जे सांगायचं ते सांगतो. जेवढं उमटेल तेवढं सांभाळ. सखीचा नवरा अत्यंत व्हर्सटाईल असावा हा एक शोध. व्हर्सटाईल म्हणजे बहुगुणी, अष्टपैलू वगैरे वगैरे. माझ्या मते तो ह्या शब्दाच्याही पलीकडचा होता. जीवन, आयुष्य जितक्या फ्रिक्वेन्सीवर जगता येतं, त्या सगळ्यात तो पारंगत असावा. सतत आनंदी राहणं म्हणजेच अध्यात्म. तो सिद्ध पुरुष होता. पाचच वर्षांच्या कालावधीत त्याने सखीसारखं एक शिल्प घडवलं. सखी तृप्त आहे. शी इज नॉट इंटरेस्टेड इन सेक्स. तिने ती अवस्था पार केली आहे. आणि त्यासाठी तिला खटाटोपाने कोणताही निग्रह करावा लागलेला नाही.''

निमकर गोंधळला होता.

चेतन जरा उसंत घेत म्हणाला,''उदाहरण देण्याचा प्रयत्न करतो. शंभर टक्के अचूक असेल असा दावा नाही. एक ओढा आहे. किंवा झरा समज. एका उडीत आपल्याला तो पार करता येईल असा नसतो. त्या प्रवाहाच्या मध्यभागी एक मोठा दगड असतो. त्याचा आधार देऊन दोन टप्प्यांत आपण पलीकडच्या तीरावर जातो. तो मधला दगड म्हणजे 'सेक्स.' ते साधन असावं. साध्य नसावं. देहातीत आनंद, सौख्य, विशाल, अलौकिक विश्व पलीकडच्या किनाऱ्यांवर सुरू होतं. त्याला उत्कटतेनं सामोरं जावं. वेगवेगळ्या स्तरांवरचे आनंद, चमत्कार, दृष्टांत ह्या दगडाच्या पलीकडे सुरू होतात. पण त्या विश्वाला ओळखण्याची, त्याला स्पर्श करण्याची, ते संगीत ऐकण्याची आणि ते विश्व पाहण्याची दृष्टी मिळवण्याची आणि ते विश्व पाहण्याची दृष्टी मिळवण्यापूर्वी समर्पण म्हणजे काय, हे समजावं लागतं. समागम हे समर्पण आहे. त्या जगतात जाण्यासाठी 'एन्ट्री टॅक्स' आहे. शंभरापैकी नव्याण्णव, त्या मधल्या दगडावरच थांबतात. त्याच्यावर शेवाळं जमून, घसरून पडेपर्यंत उभे राहतात. इतकंच काय, आणखी कोण कोण घसरतंय ह्याची वाट बघतात. फॉर युवर काईंड इन्फर्मेशन, सखी कधीच पलीकडच्या किनाऱ्यावर पोहोचली आहे. मी म्हणूनच अत्यंत आनंदात आहे.''

निमकरच्या हे सगळं डोक्यावरूनच जाणार होतं.

त्याने विचारलं, ''पलीकडे आणखी एखादा दगड असेल तर?''
चेतन म्हणाला, ''जे पहिला दगडच सोडायला तयार नसतात ते पलीकडच्या किनाऱ्यावर उडी मारतात ते फक्त असेच वेगळे दगड सापडावेत म्हणून. आणि फक्त नजर कमावलेल्या लोकांना इतर आनंद, विशाल जीवन, किती विविधतेने निसर्ग शिलंगणाचं सोनं वाटतोय हे दिसतच नाही. सत्ता, पैसा, पद, प्रतिष्ठा, आणि स्त्रीमुख हेच दगड अगोदर सापडतात. आपल्या समाजात नीती-अनीती फक्त स्त्री-पुरुष संबंधाभोवती जखडली आहे. आम्हाला अशिक्षित भ्रष्टाचारी मंत्री चालतो. खुनी, लुटारू आमदार चालतात. परदेशी बँकेत खाती उघडणारे, परदेशात जमिनीसुद्धा घेणारे मंत्री चालतात. हुंड्यासाठी बायकांना मारणारे नवरे आम्ही खपवून घेतो. शिक्षणक्षेत्रातली गुंडगिरी आम्ही सहन करतो. बँकांच्या गैरव्यवहारांकडे दुर्लक्ष करतो. मोठ्या खपाच्या दैनिकांतून चारित्र्यशून्य नटनट्यांचे फोटो कधी छापून येतात, त्या पुरवण्यांची सत्ता आम्हाला प्रिय वाटते. दिलेला शब्द न पाळणं ही आमची सुशिक्षितता. युनियन नेत्यांच्या पाठिंब्याने माजलेल्या 'क्लास फोर' सेवकांचा उद्धटपणा नीतिमत्तेत बसतो. सचिवालय, म्युनिसिपल कॉर्पोरेशनसारख्या यंत्रणेत, वरिष्ठ अहंमन्य अधिकाऱ्यांनी नियमांवर बोट ठेवून हाताखालच्या लोकांची गळचेपी केली तर ती निमूट सोसतो. नेमक्या संकटाच्या वेळी रिक्षा, टॅक्सीवाल्यांचा आधार वाटण्याऐवजी ते दरोडे घालतात ते चालतं. प्रेताच्या अंगावरचे दागिने पळवणारे पोलिस आणि स्मगलर्सच्या मंगलकार्यात भाग घेणारे मंत्री, थ्री स्टार हॉटेल्स चालवणारे विरोधी पक्षाचे आमदार हे सगळं चारित्र्यच ना? ह्यांच्याशी दोन हात करणारी मनगटं आम्ही गमावली म्हणून फक्त स्त्रीपुरुष नातं ह्या एकमेव विषयावर आम्ही जीभ दोन हात लांब काढून बोलतो. दोन नंबरच्या पैशांनी घेतलेल्या गाड्यांना मारुतीचं नाव देऊन आम्ही केवळ हनुमानाची विटंबना केली नाही तर इमान, सेवाभाव, शक्ती आणि तेज सगळ्यांची निर्भर्त्सना केली. सावरकरांसारख्या विचारवंतांना आम्ही कुजत ठेवलं. आंबेडकरांचे खरे विचार बाजूला ठेवून, मतांसाठी सवलतींचे मळे पिकवले. पंचावन्न कोटी परदेशाला द्यायला लावणाऱ्या बापूंचं गुणगान, तोच देश आपल्याला लुटत असताना किती वर्षं करायचं? त्यांच्याप्रमाणे नुसता पंचा गुंडाळून जगण्याचं धाडस एका तरी पुढाऱ्याजवळ आहे का? ओह नो! चुकीचं बोललो. आजचे पुढारी कमरेचंही सोडण्याएवढे धीट आहेत.''
''तू शिवाजी पार्कवर नाहीस. निमकरच्या घरात आहेस.''
''काही फरक पडत नाही. इथं एकच निमकर आहे. शिवाजी पार्कवर हजारो निमकर भेटतील. तुम्हाला कुणालाही सखी समजणार नाही. तिला संपूर्ण

अशोक भेटला आहे. ती पलीकडच्या किनाऱ्यावर आहे. तिथं मर्यादित शरीर नाही, असीम भावरूप आहे, कळलं?''

''तुला स्वाभिमान नाही. मला कुणी मारलं असतं तर मी तिचं नाव घेतलं नसतं.''

''हेच तुला समजलेलं नाही. दोन शोधांपैकी एक शोध मी तुला सांगितला. तुझ्या निर्बुद्धतेचा मला आता हेवा वाटतो. तू सुखी आहेस.''

''जाऊ दे. दुसरा शोध सांग.''

''सखीने थप्पड मला मारली नाही. समाजाला मारली. तुला मारली. समाजाचं नाव निमकर. कळलं?''

निमकरसारख्या माणसाला जेवढं समजण्यासारखं होतं तेवढंच समजलं.

चेतन खरोखरच दुसऱ्या दिवशी सकाळी सकाळी पिवळ्या गुलाबाची फुलं घेऊन सखीकडे आला. तिने दार उघडलं. चेतनच्या हातातली फुलं पाहून आणि चेतनची स्वच्छ नजर पाहून ती म्हणाली, ''अशोक, आजचा दिवस चांगला जाणार!''

◆

गार्गी

माझ्या खोलीतला फोन वाजला. मी तो पडल्या पडल्या उचलला. बाहेरगावी
मला फोन कुणाचा असेल?.... असा विचार करीत करीत मी फोन कानाला
लावला.

''काळेसाहेब, गेस्ट आहेत.''

माझ्या कपाळाला आठी पडली. मला कुणीही नको होतं. काय करावं?

''कोण आहे?''

''त्यांच्याकडे फोन देऊ का?''

''द्या!''

तीन-चार सेकंदांतच पलीकडून हाक आली.

''काका, आम्ही वर येऊ का? काका, प्लीज नाही म्हणू नका. फक्त मिनिट...''

''काय काम आहे?''

''मुख्याध्यापकांना सांगणार नाही ना?''

थोडी कल्पना येऊन मी म्हणालो, ''नाही सांगणार.''

''मग येऊ?''

''या.''

''माझ्याबरोबर माझी मैत्रीण आहे, वृंदा. तिला येऊ दे?''

''येऊ दे.''

''काका, तुम्ही खूप खूप चांगले आहात.''

तिने फोन खाली ठेवला.

दोघीजणी पळत पळतच आल्या असाव्यात. माझ्या दाराशी त्यांची पावलं
थांबली. पाठोपाठ दारावर 'टक् टक् आवाज झाला.

''या!'' मी आतूनच ओरडलो.

दोघी दबकत दबकत खोलीत आल्या. आणि मी काही सुरुवात करायच्या आत
एक म्हणाली,

''काका, आमची चूक झाली.''

''कशाबद्दल?''

''आम्ही पळत पळत आलो...''

तेवढ्यात दुसरी म्हणाली, ''ही नेहमी एकदम पळत सुटते.''

"कधी ग? शाळेत पळते का?"
"तिथे छड्या बसतील."
ह्यावर माझ्याकडे पाहत ती म्हणाली, "तुम्ही परवानगी दिलीत म्हणून मी पळत सुटले."
दिलासा देण्यासाठी मी म्हणालो, "ओ.के., ओ.के. आता काम सांगा."
दोघींनी एकदम वह्या पुढे केल्या.
"स्वाक्षरी?"
"होय. द्याल का?"
मी हात पुढे केला. माझ्या हातात वह्या देत त्या म्हणाल्या, "संदेश पण हवा."
मी माझी बॅग उघडली. बॅगेत माझं पेन नव्हतं. मी कपाट उघडलं. हँगरला बुशशर्ट होता. त्या बुशशर्टला कालच्या समारंभाचा रिबीनचा बॅच होता. तो अत्यंत कलापूर्ण आणि म्हणूनच कमालीचा आकर्षक होता. त्या बॅचमुळे माझा बुशशर्टचा संपूर्ण खिसा झाकला गेला होता. त्या बॅचच्या मागे माझं पेन असणार. मी खिशात हात घातला. तिथंही पेन नव्हतं. मग पुन्हा पेनसाठी बॅग उलटीपालटी केली.
"काका, काय शोधताय?"
"पेन. कुठं ठेवलं कुणास ठाऊक!"
"माझं घ्या ना." दोघींपैकी एकीने पेन पुढे केलं. मी सही केली.
दुसरी वही हातात घेईतो पहिलीने विचारलं, "काका, संदेश."
"मी कधीही संदेश देत नाही."
"काहीतरी लिहून द्या."
मी मग दोघींच्या डायऱ्या घेतल्या. कुतूहलाने इतर थोर थोर मंडळींनी काय लिहिलंय ते पाहिलं. 'मातृभूमीवर प्रेम करा, देशाचं नाव उज्ज्वल करा' इथपासून 'पुस्तकं विकत घेऊन वाचा. चांगली पुस्तकं वाचा' इथपर्यंत कसलेही संदेश होते. मला ते सगळे संदेश वाचून विषण्णता आली. त्या मुलींचं बालपण विचारात न घेता त्यांच्या मनावर ही ओझी टाकायला आम्ही लेखक काय पुढारी वगैरे आहोत का?
मी वह्या तशाच परत केल्या. त्यांचे चेहरे उतरले.
"काका, संदेश?"
"मला बेटा नाही जमणार."
एकीने धीटपणाने विचारलं, "काका, तुमची आठवण म्हणून तो बॅच देता?"
मी घेऊन जा म्हटल्याबरोबर 'बॅच मागण्याचं धाडस आपण का नाही केलं' अशी खंत दुसऱ्या मुलीच्या चेहऱ्यावर दिसून गेली.

मग तिने तिच्या मैत्रिणीला विचारलं, "मला चार दिवस घरी ठेवायला देशील?'' दुसरी जरा तयार होती.

''मग सांगेन.''

संध्याकाळी शाळेचे मुख्याध्यापक भेटायला आले. माझी व्यवस्था नीट झाली ना, हॉटेल आवडलं का इत्यादी चौकशी करण्याच्या निमित्ताने, आणि माझा कालचा कार्यक्रम अतिशय आवडला हे पुन: पुन्हा सांगण्यासाठी ते आले होते. निरोप घेताना 'अरे हो, विसरलोच' असं म्हणत त्यांनी खिशातून एक डायरी काढली.

''ह्या वहीत सही द्या आणि काहीतरी संदेश.''

''संदेश म्हटलं, म्हणजे प्रॉब्लेम....''

मुख्याध्यापक म्हणाले, ''जास्त विचार करू नका. काल मी 'शिस्त' ह्या विषयावर सकाळी जे बोललो, त्या धर्तीवर एखादं वाक्य खरडा.''

जास्त विचार न करता मी लिहिलं—

'शिस्तीशिवाय जीवन म्हणजे सुकाणूशिवाय जहाज.'

मुंबईला परतलो. एक आठवडा लोटला. एके दिवशी नेहमीप्रमाणे काय काय पत्रं आली होती ते पाहत होतो. सर्व पत्रांत एका पत्राने माझं लक्ष वेधून घेतलं. नाशिकच्या शाळेचा रबर स्टॅम्प पाहून मी मनात म्हटलं, ''मुख्याध्यापकांनी समारंभाचे फोटो पाठवले असतील.'

पाकीट फोडलं आणि थक्क झालो.

मुख्याध्यापकांच्या सांगण्यावरून मी ज्या मुलीला सहीबरोबर संदेश दिला होता, तिने तिचं डायरीचं पान फाडून पाठवलं होतं.

त्याबरोबर सुवाच्य अक्षरात तिचं पत्र—

प्रिय वपुकाकांना सा. न. वि. वि.

तुम्ही कुणालाही संदेश देत नाही, असं मैत्रिणींनी सांगितलं. मुख्याध्यापकांनी सांगितलं म्हणून तुम्ही संदेश दिलात. मला हा संदेश आवडला नाही. मी तो परत पाठवीत आहे. माझ्या मैत्रिणी तुमची सही मिळवण्यासाठी जेव्हा हॉटेलवर आल्या होत्या तेव्हा तुम्हाला तुमचंच पेन, जाग्यावर न ठेवल्यामुळे सापडत नव्हतं. म्हणून हा संदेश मला पटला नाही.

काका, रागावू नका. मला दुसरा संदेश पाठवा. दुसरा संदेश पाठवला नाहीत, तर तुम्ही रागावलात असं मी समजेन. मग मीही रागवीन.

तुमची,
गार्गी पारसनीस.
९ वी क

सगळी पत्रं बाजूला ठेवून मी प्रथम गार्गीला उत्तर लिहायला बसलो. मी तिच्या स्पष्टवक्तेपणाचं कौतुक केलं. जितक्या काटेकोरपणाने तिने माझ्यातली विसंगती टिपली होती, तितक्याच काटेकोरपणाने तिने स्वत:कडेही बघावं असा मी तिला सल्ला दिला. वास्तविक माझं चांगलं एक-दीड पानी पत्र हेच संदेशासारखं होतं. तरीही एका वेगळ्या छोट्या कागदावर मी लिहिलं,
'आज्ञाधारक मुलं सर्वांना हवीहवीशी वाटतात. तेव्हा आज्ञाधारक हो!'
तिला पाठवलेल्या पाकिटात माझं पत्र, नवा संदेश, जुना संदेश, असा 'थ्री इन वन' मामला होता.

आठ दिवस गेले आणि गार्गीचं पत्र आलं. पत्र तिचंच आहे हे मी आता हस्ताक्षरावरून ओळखलं. मी ते पाकीट फोडलं.

प्रिय वपुकाकांना सा. न. वि. वि.

काका, तुम्ही माझ्यावर रागवला नाहीत म्हणून मला खूप खूप आनंद झाला. त्या दिवशी पत्र वाचल्यावर मी तर मधल्या सुट्टीत डबासुद्धा खाल्ला नाही. काका, तुम्ही खूप चांगले आहात. तुम्ही मुंबई सोडून द्या. नाशिकला राहायला या. आमच्या शाळेजवळच घर बांधा म्हणजे मी सकाळ-संध्याकाळ आणि काका, तुम्ही दुपारी झोपत नसाल तर मधल्या सुट्टीत पण तुमच्या घरी येईन. माझा डबा तुमच्याच खोलीत बसून खाईन.

मग नाशिकला येणार ना?

आणि काका, मी तुम्हाला डायरीतला तुमचा संदेश परत पाठवला. डायरीचं पान फाडल्यामुळे दुसऱ्या बाजूचं पान पण फाटलं. त्या पानावर मंगेश पाडगावकरांची सही होती. पाडगावकरकाकांना म्हटलं, मला छोटी कविता हवी. त्यांनी कविता केली,

'तुझी वही,
माझी सही.'

वपुकाका, माझं डायरीतलं ते पान हरवलं. तुमची आणि पाडगावकरांची नक्की ओळख असणार. मला त्यांची सही पाठवाल का?

काका, आयडिया! तुम्ही एक आटोग्राफ बुक विकत घ्या. तुमची आणि कविकाकांची सही पाठवा. संदेशसुद्धा. ह्यावेळेला काका, संदेश चांगला पाठवा. तुमचा दुसरा संदेश पण बंडल होता.

तुमची
गार्गी
९ वी क.

गार्गीने माझ्या मनात तिच्याबद्दल एक जबरदस्त कुतूहल निर्माण केलं. वयानुसार ती लाघवी होती. भाबडी होती. स्पष्टवक्ती होती. हुशारही होती. तिने तिचा घरचा पत्ता मात्र दिला नव्हता. शाळेच्या पत्त्यावर ती पत्रव्यवहार का करत असावी? मी तिला प्रत्यक्ष बघितली नव्हती.

पाडगावकरांनी तिला नक्की बघितली असणार. त्यांना सहीसाठी भेटायचं तर आहेच. फोन करून गार्गीची माहिती पण मिळवू या.

आणि त्याचवेळी वाटलं, आपण गार्गीच्या हेडमास्तरांना पत्र टाकावं. मी तो विचार लगेच कृतीत उतरवला.

हेडमास्तरांचं पत्र बोलकं होतं. गार्गी त्यांच्या शाळेतली एक स्कॉलर— इतकंच नव्हे तर सतत तीन वर्षं ती शाळेत आज्ञाधारक आणि आदर्श विद्यार्थिनी म्हणून बक्षीस मिळवत होती. माझा दुसराही संदेश तिला बंडल वाटल्यास नवल नव्हतं. हेडमास्तरांच्या पत्रावरून गार्गीच्या घराची मला थोडी कल्पना आली. तिच्या घरातलं वातावरण वेगळं असावं. त्या वातावरणाची हेडमास्तरांनाही पुरेशी कल्पना नसावी. त्यांनी मोघम लिहिलं होतं, तरी खूप सांगितलं होतं, 'गार्गी हुशार आहे, म्हणूनच तिची भीती वाटते. तिला घरचं मार्गदर्शन अथवा संस्कार लाभत असतील असं वाटत नाही. मुलगी प्रेमाला, मायेला आसुसलेली वाटते. जिव्हाळ्याच्या एखाद्या शब्दानेही गोरीमोरी होते. अशा मुलांची वा मुलींची भीती वाटते. त्यांना हव्या असलेल्या प्रेमाची, वात्सल्याची गरज एका विशिष्ट वयात पूर्ण झाली नाही तर अशी मुलं कडवट होतात. त्यांचा विवेक कधीही सुटू शकतो. हेडमास्तरांच्या आयुष्यात सतत मुलं आणि मुलंच असतात. इच्छा असून प्रत्येकाकडे लक्ष देता येत नाही. वाईट वाटतं आणि भीतीही. गार्गी पारसनीससारखी शार्प मुलगी वाया जाता कामा नये.'

त्या पत्राने मला खूप काही सांगितलं. मी त्याच दिवशी आटोग्राफसाठी एक खास छोटी वही घेतली. पाडगावकरांना गाठलं. त्यांच्याच किंचित काव्याने आणि सहीने वहीचं उद्घाटन केलं. त्याच आटोग्राफ बुकमध्ये मग संदेशाखाली सही करण्यापूर्वी मी गार्गीला लिहिलं.

'तुला ह्या वयात जे जे करावं वाटतं ते ते सगळं कर. हे वय पुन्हा येणार नाही.' त्याशिवाय एक-दोन पानी जिव्हाळ्याचं पत्रही लिहिलं. असाच कोणी परिचित नाशिकला निघाला तेव्हा पत्र आणि डायरी पाठवून दिली.

गार्गीचं दोन दिवसांत उत्तर आलं.

प्रिय वपुकाका,

डायरी मस्त मस्त आहे. पाडगावकरकाकांना पण मी पत्र पाठवणार आहे. काका, मी तुम्हाला फार त्रास देते का हो? हो की नाही ते कळवा. 'देत नाही' असंच कळवा. नाहीतर काका, कळवू नकाच. तुम्ही या.

मुंबई सोडून या. शाळेच्या शेजारच्या जमिनीवर घर बांधायला लागले आहेत. लवकर या आणि घर बांधा.

तुमची
गार्गी
९ वी क

त्यानंतर दोन वर्षांत गार्गीचा आणि माझा पत्रव्यवहार उरला नाही. अधूनमधून आठवण व्हायची. एकदा ती प्रत्यक्ष भेटायला हवी होती असंही वाटत राहायचं, पण नंतर नंतर संवाद राह्यला नाही, एवढं नक्की.

चार वर्षांनी अचानक नाशिकला एक जाहीर कार्यक्रम मिळाला. प्रयोग रात्री होता. दुपारी टॅक्सीने निघालो. संध्याकाळी सात वाजता नाशकात. कार्यक्रमाला दोन तास अवधी होता.

मी गार्गीचं घर शोधून काढलं. दार तिच्या बापाने उघडलं. मी माझी ओळख दिली. पारसनीसांनी स्वागत केलं.

प्रथमदर्शनी माणूस कोरडा वाटला. मला बाहेरच्या खोलीत बसवून तो आत गेला. तीन-चार मिनिटांनी तो आला आणि रूक्ष आवाजात म्हणाला, "गार्गी शेजारी आहे का बघून आलो." एवढं बोलून पारसनीस दारातच उभे राह्यले.

"आपण बसा ना."

"गार्गी यायला हवी. गॅरंटी नाही येईलच ह्याची. पण बघू आली तर."

"तोपर्यंत आपण बोलू."

माझ्यासमोर बसत ते म्हणाले, "तुम्ही आलात ते गार्गीसाठी. माझ्याशी बोलणार ते रीत आणि नाइलाज म्हणून."

"असंच काही नाही."

"तसंच, तसंच आहे ते सगळं. सगळे येतात ते गार्गीसाठी आणि गार्गीच्या आईसाठी. बघता कशाला, मी काय खोटं बोलतोय?"

मी गप्प बसलो. पारसनीस जाग्यावरून उठले. त्यांनी तिथल्या सेल्फातून एक सतरंजी काढून ती जमिनीवर पसरली.

"आज कार्यक्रम आहे तुमचा."

"होय'."

"साईखेडकर हॉलमध्ये आहे. पेपरला जाहिरात आहे. दाखवू?"

मी नको म्हणालो, तरी ते उठले. त्यांनी जाहिरातीचं पान माझ्यासमोर धरलं. मी नजर टाकल्यावर तो पेपर त्यांनी जमिनीवर पसरला. टेबलावरचे दोन पत्त्याचे कॅटस् पसरले. फळीवरचा टाल्कम पावडरचा डबा घेतला. पत्त्यावर पावडरचा सडा घातला. नंतर त्या पत्त्यांवर हात फिरवीत ते म्हणाले,

"गार्गीची आई आणि गार्गी आज कार्यक्रमाला येतील. गार्गी तुम्हाला आईची ओळख करून देईल. मग पुढच्या वेळेपासून तुम्ही गार्गीबरोबर गार्गीच्या आईला भेटायला यायला लागाल."

"तसं...."

"तसंच होणार. इथं पारसनीसांसाठी कुणीही येत नाही. समजलं? पारसनीसांवर प्रेम करतात फक्त ही बावन्न पानं. ह्या पानांनी मला पेशन्स शिकवला. वेदान्त पण शिकवला. ऐकून ठेवा आणि वापरा कोणत्या तरी कथेत."

माझी संमती गृहीत धरून पारसनीसांनी एक्का ते राजा पानं क्रमाने मांडली. मग प्रत्येक पानावर टिचकी मारत ते म्हणाले,

"एक्का म्हणजे एक. म्हणजे आत्मा. दुर्री म्हणजे दोन. ह्याचा अर्थ शिव आणि शक्ती. तिर्री इक्वल टू तीन खंड. स्वर्ग, पृथ्वी, पाताळ. चव्वा म्हणजे चार वेद. पंजा का मिनिंग पंचमहाभुतं. छक्का का मतलब षड्रिपू. सत्ता कहता है, सप्तसूर, सप्तरंग, सप्तपदी. अठ्ठ्याचा अर्थ अष्टविनायक. नऊ म्हणजे नवग्रह आणि दहा सांगतात, आम्ही कोण? तर दशावतार. ह्या राणीसाहेब. संसार नेहमी राणीसाहेबांचा असतो. त्यांना वेदान्त, अध्यात्म कशाशीही कर्तव्य नसतं. आता प्रश्न इतकाच आहे की ह्या संसारात तुम्ही ह्या राणीचा गुलाम होणार की राजे?"

आणि तेवढ्यात बाहेरून गार्गी आली आणि पारसनीसांकडे बघत तिरस्काराने म्हणाली, "गुलामसुद्धा व्हायची ज्याची पात्रता नाही त्याने राजा व्हायची स्वप्नं बाळगण्यात अर्थ नाही."

पारसनीस 'गार्गी' म्हणून ओरडले. गार्गी त्वेषाने पुढे आली. समोरच्या पत्त्यातला एक्का उचलून पारसनीसांच्या अंगावर भिरकावीत ती म्हणाली, "एक्का म्हणजे एक. म्हणजे आत्मा ना? कोणताही खेळ खेळताना प्रथम आत्माच लागतो. तो स्वत:जवळ आहे का बघा, मग उरलेल्या बारा पानांबद्दल बोला."

इतकं बोलून, माझी दखल न घेता गार्गी आत गेली आणि पुन्हा बाहेर आली. 'मी जाऊन येते' एवढं बोलून ती पायात चपला सरकावून बाहेर पडली.

पारसनीस म्हणाले, "हे आमचं एकुलतं एक कन्यारत्न. हुशारी आणि शहाणपणा ह्यातला फरक न समजलेली एक विदुषी. रामायण वाचून झालं आणि आता महाभारताची पारायणं चालली आहेत."

तिथं फार वेळ न थांबता मी निघालोच. निघण्यापूर्वी तिथल्याच एका कागदावर

मी महाभारतातला धर्म आणि यमधर्म ह्यांचा संवाद लिहिला.
यमधर्माने धर्माला विचारलं,
'आकाशापेक्षा उंच कोण?
धर्म म्हणाला,'बाप.'

पारसनीस म्हणाले त्याप्रमाणे मात्र घडलं नाही. गार्गी आणि तिची आई, दोघीही कार्यक्रमाला आल्या नाहीत. प्रेक्षकांच्यात मी त्यांना एकीकडे शोधत राह्यलो. गार्गी कार्यक्रमाला आली नाही. पण दुसऱ्या दिवशी तिने भल्या सकाळी मला हॉटेलवर गाठलं.

दारावर टकटक आवाज झाला. मी जागा न सोडता 'येस्' म्हणून ओरडलो. तरी आत कुणी आलं नाही. वेटर असता तर तो एव्हाना आला असता असं म्हणत मी मग उठलो. दार उघडलं, तर दारात गार्गी.

पटकन् तोंडातून शब्द गेले,

"ये बेटा."

त्या क्षणी तिने माझ्याकडे पाह्यलं. त्या नजरेत असंख्य भाव होते. मी तिला बसायला सांगितलं.

माझ्या समोरच्या सेमी इझीचेअरवर ती बसली.

"काल कार्यक्रमाला आलीच नव्हतीस का मला दिसली नाहीस?"

"आले नव्हते."

"कुठे गेली होतीस का?"

"हॉस्पिटलमध्ये. आईसाठी."

"काय होतंय आईला?"

"माईल्ड हार्ट अ‍ॅटॅकची शंका आहे."

"काय, सांगतेस काय? काल पारसनीस काही बोलले नाहीत, हे कसं?"

"ते तसंच."

तेवढ्यात वेटर आला. मी त्याला ब्रेकफास्टची ऑर्डर दिली.

ती चटकन् म्हणाली,"काका, मला खायला काही नकोय."

मी वेटरला म्हणालो,"वेटर, दोघांची ऑर्डर कॅन्सल."

"तुम्ही ब्रेकफास्ट घ्या ना."

"मला एकट्यालाच खायचं असेल तर मी नंतर, तू गेल्यावर खाऊ शकतो. माझी मुलगी समोर बसली असताना मी एकटा खाऊ शकत नाही."

तिचा हात डोळ्यांकडे गेला. तिने एक जबरदस्त हुंदका दिला. क्षणाचाही विलंब न लावता मी तिच्याजवळ गेलो. तिचे दोन्ही हात डोळ्यांवरून दूर

केले. तिला उठवलं. पलंगावर माझ्याशेजारी बसवलं. एखाद्या पाखरासारखी ती मला बिलगली.

तिने मनसोक्त रडून घेतलं.

रडता रडता ती बोलू लागली, ''मी तुमच्याशी भांडायला आले होते.''

''जरूर भांडू या. त्यात काय मोठंसं? आधी ब्रेकफास्ट करू. म्हणजे मग आपल्याला भांडायला शक्ती येईल.''

''माझं भांडण संपलं.''

''वा, बहोत अच्छे! जगातले सगळे मुत्सद्दी भांडणाअगोदर भांडणं थांबवायला लागले तर काय मजा येईल.''

''काका, मला लाजवू नका. मी खरंच, सगळं विसरले. तुम्ही मला 'ये बेटा' म्हणालात. तिथंच सगळं संपलं.''

बोलता बोलता ती उठली.

''कुठे चाललीस?''

''वॉश घेऊन येते.''

''बोल आता. भांडावंसं का वाटलं?''

''एखादी व्यक्ती केवळ माझा बाप आहे, म्हणून मी त्याला मान देणार नाही. ह्याऐवजी ज्या व्यक्तीला मान द्यावासा वाटतो तिला मी वडिलांच्या ठिकाणी मानायला तयार आहे.''

मी हसून म्हणाला,''लक्षात आलं. माझ्या कालच्या दोन ओळींबद्दल तू नाराज आहेस.''

गार्गी काही बोलली नाही. तिला बोलतं तर करायलाच हवं होतं.

''पारसनीस काय करतात?''

''पत्ते खेळतात.''

''ते गंमत म्हणून.''

''गंमत म्हणून खेळले असते तर काय हवं होतं? आम्हीही त्यांच्याबरोबर अधूनमधून खेळलो असतो. ते दुसरं काहीच करत नाहीत. फक्त पत्ते, तेही पैसे लावून. सगळा पगार त्यात घालवतात.''

''नोकरी करतात?''

''जमेल तेवढी.''

''मग प्रपंचाचा खर्च...''

''आई चालवते. तीन ठिकाणी स्वयंपाक करते. एके ठिकाणी दोन तास मुलं सांभाळायला जाते. त्याशिवाय फावल्या वेळात लोणची, पापड करते. रोज पहाटे एक तास रेडीमेड कपड्यांच्या दुकानाला लहान लहान झबली पुरवते.''

क्षणभर मी सुन्न झालो.
''गार्गी, पारसनीसांना पत्त्याचं व्यसन कधी लागलं?''
''लग्नाच्या आधीपासून.''
''घरात मग रोज संघर्ष का?''
''सुरुवातीला झाले. आता आईनं कायम मिठाची गुळणी घेतली आहे.''
अर्थ नव्हता तरी मी विचारलं,''मी पारसनीसांशी बोलू का?''
''उपयोग होणार नाही.''
''कशावरून?''
''लग्नाच्या पहिल्या रात्रीदेखील जो गृहस्थ पत्ते खेळायला गेला होता, तो आता वीस-बावीस वर्षांनी कुणाचं ऐकेल का?''
''लग्नाच्या पहिल्या रात्री पत्ते?''
''वपुकाका, आईकडून जेवढं समजलंय तेवढं सांगते. पारसनीसांच्या घरची माणसं फार कर्मठ. लग्न जुन्या पद्धतीनं झालं इतकंच नव्हे, तर गर्भादान सोहळाही मुहूर्त वगैरे बघून करायचा होता. ह्या एका गोष्टीवरून माझ्या वडिलांची, त्यांच्या आईवडिलांशी भांडणं होऊ लागली. वडिलांचा पाय घरात ठरेनासा झाला. त्यांना हे असले कोणतेही शास्त्रशुद्ध सोपस्कार मंजूर नव्हते. पत्त्याचं व्यसन होतंच. नोकरीवरून परस्पर खेळायला जायचे. हरत राह्यले की वसुलीसाठी आशेने खेळत बसायचे आणि प्रथमपासून जिंकत गेले तर यशाच्या मस्तीनं खेळत राहायचे.''
''तुझ्या आईनं कधी सावरलं नाही?''
''बाबांनी जुमानलं नाही. पहिल्या दिवसापासून आईवर राग.''
''का पण?''
''गर्भादान समारंभासाठी लाभणारा दिवस लग्नानंतर वीस दिवसांनी सापडला. बाबांच्या मते, त्या दिवसाची वाट न बघता आईनं तत्पूर्वी बाबांना साथ द्यायला हवी होती. माझ्या आईनं त्यांची जाणूनबुजून अडवणूक केली हेच बाबांनी डोक्यात घेतलं. त्याचा सूड म्हणून ते त्या रात्री घरीच आले नाहीत. त्या एका प्रसंगातून आई कायमची बिथरली. आणि ते अत्यंत स्वाभाविक होतं. ह्या प्रसंगात तिचीच जास्त नाचक्की झाली. आता दोघंही एकमेकांना माफ करायला तयार नाहीत. आई राब राब राबते आणि दिवस ढकलतेय.''
''पारसनीस घरात पैसा...''
''कुठून देणार? पगारच त्यांच्या हातात येत नाही.''
''का?''
''पारसनीसांचं पत्त्यांचं व्यसन, लोकांची देणी हे सगळं कंपनीच्या मालकांना

माहीत आहे. म्हणून ते आईलाच कंपनीत बोलावून पगार तिच्या हातात देतात. दुसरं काय करणार?''

''माझ्या मते कंपनीची माणसं हे योग्यच करताहेत.''

गार्गी पटकन् म्हणाली,''तुमच्या दृष्टिकोनातून. पण आमच्या घरात दर एक तारखेला संघर्ष जोपासला जातोय. आईनं हे असं एकटीनं किती वर्षं रेटायचं आणि का? संसार ही काय तिची एकटीची जबाबदारी आहे का? आईनं मरेपर्यंत एकाच तऱ्हेचं आयुष्य का जगायचं. हा संसार आईनं झुगारून का द्यायचा नाही?''

''असं होणार नाही. हेही दिवस जातील.''

''वपुकाका, हे म्हणायचं म्हणून म्हणायचं. हेही आयुष्य जाईल हे त्यातलं सत्य. काही वर्षं सोसलं की संपलं ह्या वर्गात टाकता येणाऱ्या ह्या गोष्टी नव्हेत. माझ्या बाबांच्या बावन्न मित्रांनी जिवंतपणी काढलेली आईची ही प्रेतयात्रा आहे.''

एस.टी. सुटायला दोन-तीन मिनिटेच राह्यली असताना गार्गी धावत-पळत स्टँडवर आली. खूप काहीतरी सांगण्यासाठी आली असावी. पण आता तिला काही बोलताच येत नव्हतं. मीच मग निरोपाचे सांकेतिक शब्द, पण ते मात्र मनापासून उच्चारले,

''बेटा, सांभाळून राहा. डोकं शांत ठेव. आईलाही सांभाळ आणि बाबांनाही सांभाळ. काही लागलं तर कळव.''

गार्गीने विचार करीत माझ्याकडे रोखून पाह्यलं. त्याच वेळेला कंडक्टरने पॅसेंजर्सचं लक्ष वेधून घेण्यासाठी सतत बेल वाजवायला सुरुवात केली.

गार्गीने एकदम विचारलं,''पुढच्या एस.टी.नं जाता?''

मी काहीही न बोलता उठलो आणि इतका वेळ काय झोपा काढल्या का, अशा अर्थाच्या इतरांच्या नजरा झेलत खाली उतरलो.

दुसऱ्याला कमी लेखायची संधी 'भारतीय' जनता सोडत नाही. तरी एक बरं झालं. कंडक्टर मूडमध्ये नव्हता. नाहीतर त्याने लगेच, 'तुमच्यासारखी शिकल्याली माणसं असं वागतात' या वाक्याची पिंक माझ्यावर टाकली असती. वास्तविक हे ठरलेलं वाक्य कुणी बोललं तर त्याला पायातली चप्पल मारायची सणक येऊनही शिकलेला माणूस तसं वागत नाही. हे खरं शिक्षण हे त्यांच्या बापजाद्यांना समजणार नाही.''

''बोल, काय म्हणतेस?''

''माझ्याबरोबर शॉपिंगला चला.''

"चला, काय घ्यायचा विचार आहे?"

"मी काहीच घेणार नाही, तुम्हीच मला एक साडी घेऊन द्या."

गार्गीने तिच्या पसंतीची साडी घेतली. रस्त्यावरून जाताना ती अखंड बोलत होती. मधूनमधून माझा हात धरत होती, सोडत होती. मध्येच एखादं कोडं घालत होती. एकदम एखादी आवडती कविता म्हणून दाखवत होती, तर लहर आली की एखादा वाचलेला विनोद सांगत होती. उसाचा रस पिताना तिने मला मास्तरांच्या नकला करून दाखवल्या. उसाचा रस संपल्यावर तिने ग्लासात राह्यलेला बर्फाचा मोठा खडा रुमालात बांधून घेतला.

साडीची खरेदी झाल्यावर तिने मला हट्टाने देवळात नेलं. गाभाऱ्यासमोर निरनिराळ्या आकाराच्या घंटा बांधलेल्या असतात. त्यातली प्रत्येक घंटा तिने कानठळ्या बसतील इतक्या मनापासून वाजवली आणि त्याहीपेक्षा कहर म्हणजे बाहेर एक बर्फाची गाडी होती तिथं गार्गी थांबली.

"काय विचार आहे?"

"मी आज बेधडक, तो काडीवरचा बर्फ खाणार आहे, एनी ऑब्जेक्शन?"

"ऑब्जेक्शन नाही, पण इट इज अनहायजेनिक. उघड्यावरचा..."

"तोच विचार आज करावासा वाटत नाही."

"ओके, गो अहेड."

गार्गीने भलामोठा बर्फाचा गोळा काडीवर अडकवून घेतला. त्याच्यावर निरनिराळ्या बाटल्यांतली रंगीबेरंगी सरबतं शिंपडून घेतली आणि मन परकरी मुलीच्या आनंदाने तो गोळा तिने ओठांजवळ नेला. दोन्ही डोळे मिटून 'स्स्स् ऽऽ' असा आवाज करीत गोळ्यावरचं गार, रंगीत आणि आंबट गोड पाणी तिने चोखून घेतलं.

तितक्याच निरागसपणे तिने तो गोळा माझ्यासमोर धरून, मलाही त्याचा आस्वाद घ्यायला लावला. मी तिच्या हट्टासाठी ते केलं पण कुठं तरी विचार आला तो हा, की अगदी ह्या क्षणी एखाद्या श्रोत्याने वा माझ्या वाचकाने मला बर्फाचा गोळा खाताना पाह्यलं तर?

बर्फाचा गोळा खात खात ती रिक्षात बसली. रिक्षा सुरू झाल्यावर मी विचारलं, "आता काय विचार आहे?"

"सांगते."

रिक्षा एका दुकानाजवळ थांबली. गार्गीने एक अगदी छोटी बाहुली विकत घेतली आणि शेजारच्या पुस्तकाच्या दुकानातून मोठ्या अक्षरात छापलेलं 'जादूची अंगठी' नावाचं पुस्तक घेतलं आणि मग त्याच रिक्षाने आम्ही टॅक्सी स्टॅण्डवर आलो.

"मी फार वेड्यासारखी वागले ना?"

"मुळीच नाही. मी तर हेच सांगणार आहे. मनाला पटलेली गोष्ट निर्भयतेने करत राहा,"

"वपुकाका, हेच वाक्य डायरीत लिहून देता?"

"गार्गी, आपण इतक्या गप्पागोष्टी केल्या. आता निराळं आणखीन लिहून कशाला हवं?"

"मला बरं वाटतं म्हणून."

मी एक कागद घेतला आणि ते वाक्य लिहून दिलं. आणि त्याच वेळेला आठवण होऊन म्हणालो,

"गार्गी, ह्या सर्व भटकंतीत तुझ्या आईला भेटायचं राहून गेलं."

"माझ्या मनात आलं होतं, पण तशी ती बरी आहे."

"मला पत्रानं कळव प्रकृतीबद्दल."

"जरूर. पण तुम्ही मुंबईला कधी पोहोचणार?"

"पुण्यात माझा एकच दिवस मुक्काम आहे."

मुंबईत पोहोचता पोहोचता गार्गीचं पत्र आलं. ह्याचा अर्थ माझी पाठ वळताच, घरी गेल्याबरोबर ती लिहायला बसली असणार.

वपुकाका,
संपूर्ण प्रवासात तुम्ही सारखे म्हणत असणार की गार्गी चक्रम पोरगी आहे. मी वेड्यासारखी वागले हे कबूल करते.
रागावलात?
मी मात्र रात्री शांत झोपणार....

मी क्षणभर थांबलो. माझा अंदाज योग्य होता. तिने घर गाठल्याबरोबर टेबल गाठलं होतं.

... खूप दिवसांची राह्यलेली शांत झोप. जादूची अंगठी बोटात घालून झोपणार. पुस्तकात छापल्याप्रमाणे. म्हणजे मी छोटी होणार. तुमचं बोट धरून सर्कसला जाणार. सिंहाने डरकाळी फोडली की तुम्हाला बिलगणार. घरी परत येताना माझे पाय दुखणार. मी रस्त्यात हटून बसणार. मग तुम्ही माझ्या पायातल्या चपला काढून तुमच्या हातात घेणार आणि नंतर मला पाठुंगळी घेणार. घर येईपर्यंत तुम्ही मोठ्यांदा रामरक्षा म्हणणार ती ऐकत ऐकत मी झोपलेली असणार. वपुकाका, प्रत्यक्षात करण्याचं जे वय निघून गेलं ते सगळं आता 'जादूची अंगठी' पुस्तक उशाला घेऊन करायचं, बापाच्या ठिकाणी तुम्हाला मानून. मी हट्टाने आज गाडीवरचा

बर्फ खाल्ला, पण कुठे तरी 'अनहायजेनिक' हा शब्द बर्फाबरोबर लाकडाचा भुस्सा जिभेवर यावा, तसं होतच होतं. वयाच्या आठव्या वर्षी बापाने हा हट्ट पुरवला असता तर फक्त बर्फ आणि लिंबूसाखरेचं पाणी ह्याचा आनंद लुटता आला असता. हेही दिवस जातील हे खरं नाही वपुकाका. ते ते आयुष्यच जातं. काडीवरच्या बर्फासारखं, आंबटगोडासारखं सगळं वितळून जातं. मग उरतात मधल्या काडीसारखी शुष्क हाडं.

काका, जन्माला आलेल्या प्रत्येक मुलाला आईचं आणि बापाचं दोघांचं प्रेम लाभायलाच हवं. दोघांच्याही प्रेमात खूप फरक असतो. कसं सांगू? मुलाला जे हवं असतं ते मुलाने मागण्यापूर्वी आईला समजलेलं असतं. बापाला पुष्कळदा ते सांगितल्यावर समजतं. बापाच्या ह्या मनोरचनेमुळे मुलाला हट्ट करून एखादी गोष्ट वसूल केल्याचा आनंद मिळतो. आईचं प्रेम आंधळं, भाबडं म्हणूनच की काय, मुलाचं काही चुकलं तर तो तिला स्वत:चा पराभव वाटतो. स्वत:चं नुकसान झालं असं ती मानते. बापाचं प्रेम डोळस म्हणूनच मुलाच्या हातून होणाऱ्या चुकांचे फटके मुलालाच जास्त बसणार म्हणून तो कासावीस होतो. अंगावर वार झाले तर आईचं प्रेम फुंकर घालतं, पण बाप होणारे वार वरच्यावर अडवू शकतो. म्हणूनच, वपुकाका, आईच्या प्रेमाला पारखं होण्याची पाळी आली तर गाभाऱ्यातली समई विझल्यासारखं वाटतं आणि बापाचं प्रेम लाभलं नाही तर त्याच देवळाचा कळस कुणीतरी नेल्यासारखी अवस्था होते. म्हणून म्हटलं, मुलाला दोघंही हवीत. कडाक्याची थंडी पडली की शाल घेऊन भागत नाही आणि नुसतं ब्लँकेट अंगावर असलं तरी पोरकेपणाची भावना तशीच राहते. म्हणून आईच्या शालीचं अस्तर बापाने वरून घातलेल्या ब्लँकेटच्या आत हवं.

तुमची,
गार्गी.

त्यानंतर गार्गी जी बेपत्ता झाली ती बेपत्ताच. दिवाळी आणि नाताळात तिची ग्रीटींग कार्डस आली. पण त्याबरोबर पत्र नव्हतं.

केव्हातरी, एका कार्डावर तिने आई गेल्याची बातमी केवळ 'गाभाऱ्यातली समई शांत झाली' एवढ्या वाक्यात कळवली. मी सांत्वनाचं पत्र पाठवून चार दिवस राहायला ये म्हणून कळवलं. त्या पत्राला उत्तर आलं नाही.

त्यानंतर गार्गी अचानक जेव्हा दारात येऊन उभी राह्यली तेव्हा मी तिला क्षणभर ओळखलंच नाही. मध्ये पुन्हा तीन-चार वर्षांचा कालावधी लोटला होता. संध्याकाळची वेळ होती. खूप दिवसांनी भेटायला आलेल्या अशाच एका मित्राला मी जेवायला थांबून धरलं होतं.

भारताचा नेहमीप्रमाणे कोणत्या तरी देशाने क्रिकेटमध्ये दणदणीत पराभव केला होता. क्रिकेटमधलं काहीही नीट न कळणारे आणि म्हणूनच त्यात फार इंटरेस्ट नसणारे आम्ही दोघं मित्र. पण क्रिकेटमधलं काहीही कळत नसलं तरी पराभव म्हणजे काय हे माहीत असल्याने ते दुःख बुडवण्यासाठी ड्रिंक्सची योजना तयार होती.

'चिअर्स' म्हणत आम्ही ग्लासेस उंच केले आणि तेवढ्यात बेल वाजली.

'प्रथमघोटे मक्षिकापात:' म्हणत मी उठलो. तेवढ्या वेळात ग्लासेस घेऊन मित्र आतल्या खोलीत गेला. घरातल्या इतर मंडळींनी सोड्याच्या बाटल्या, बर्फाचा बाऊल आणि इतर बशा वगैरे वगैरे नाहीशा केल्या. आणि मग जणू काही चरख्यावर सूतकताईचं काम चालू होतं इतक्या सात्त्विक चेहऱ्याने दार उघडलं. बघतो तो दारात गार्गी.

"वपुकाका, ओळखलंत?"

"अगोदर आत तर या."

पलंगावर बसत ती म्हणाली, "अहोजाहो केलंत, म्हणजे तुम्ही ओळखलं नाहीत."

"ओळखलं आता. गार्गी ना?"

ती हसली.

ती खूप म्हणजे खूप बदलली होती. मुख्य म्हणजे ती कमालीची प्रौढ झाली होती. चेहऱ्यावर भाबडेपणाचा लवलेश नव्हता. अवखळपणा तर कधीच ओसरला असावा. ही आता देवळातल्या घंटा जोरजोरात बडवणार नाही. 'जादूची अंगठी' असलं पुस्तकही विकत घेणार नाही.

माझी गार्गी मला भेटायला आलीच नव्हती.

"काय बघताय?"

"किती बदललीस ते बघतोय."

ती नुसती हसली. मघाशी हसली तशीच.

"मुंबईला केव्हा आलीस?"

"मी गेले वर्षभर इथंच आहे."

"काय सांगतेस काय? वपुकाकाची आठवण तुला एक वर्षानंतर झाली का?"

"असं विचारू नका. माझी वर्षभर माझ्याशीच झुंज चालली आहे."

"म्हणजे काय?"

"मी राहते नेरळला. नेरळहून रोज दादरला येते. तिथून ताडदेवला नोकरीला जाते."

"तिथं कुठे?"

''ज्योती प्रॉडक्शन्स म्हणून ऑफिस आहे. बलसारा मालक. त्याच्या नवीन फिल्मचं शुटिंग आता संपत आलं. मी त्याची सेक्रेटरी कम स्टेनो कम टायपिस्ट, कम टेलिफोन ऑपरेटर. ह्या आमच्या साहेबानं मला एक वर्ष विश्रांती घेऊन दिली नाही. आज मी कशीतरी सुटका करून घेतली. एक तासापुरती. एक तासानं मला न्यायला गाडी येईल.''

''अरे वा, म्हणजे रूबाब आहे म्हणायचा.''

''रूबाब कसला काका? आमचा साहेब आलाय इथं त्याच्या मैत्रिणीला भेटायला. तिचा नवरा बाहेरगावी गेलाय तेव्हा...''

''आलं लक्षात.''

''मी ती संधी साधली आणि त्याच्या गाडीतून आले.''

''तुला कसं समजलं तो इकडे येणार ते?''

''काका, मी टेलिफोन ऑपरेटर आहे. प्रथम आम्हालाच कळतं. फक्त कान उघडे असले तरी आम्ही ओठ शिवायचे असतात. टेलिफोन ऑपरेटर म्हणजे, तीन पुतळ्यांपैकी कानात घातलेली काडी पोटाकडे नेणारा पुतळा.''

''मग त्याला तू सांगितलंस कसं?''

''मी नुसतं म्हणाले, मला कलानगरजवळ काम आहे, ते करून येऊ का? तो म्हणाला, मी तिकडेच जातोय.''

''मग आता रात्री तू नेरळला कशी जाणार?''

''रात्री बारापर्यंत शूटिंगच चालेल. मग मी माझ्या मैत्रिणीकडे मुक्काम करणार.''

''असं किती वर्षं करणार?''

''आता थोडे दिवस राह्यले. मेननचा फ्लॅट पुढच्या महिन्यात आमच्या ताब्यात येईल.''

''मेनन कोण?''

''वपुकाका, तुम्ही माझ्यावर आज खूप रागावणार आहात. तुम्ही अभय द्या. मग सगळं सांगते.''

''दिलं.''

''मेनन म्हणजे माझा वुड बी हजबंड!'' असं म्हणत तिने पर्समधून एक फोटो काढून दिला. त्या फोटोत एक तरतरीत चेहऱ्याचा, काळासावळा गृहस्थ, डावा खांदा आणि हनुवटीच्या मध्ये व्हायोलिन धरून उभा होता.

''काँग्रॅच्युलेशन्स! हे कधी जमलं?''

''चार महिने झाले.''

''नुसतं ठरलंय की झालं हेही आता सांगून टाक.''

गार्गी जरा विचारात पडली. मी पटकन् म्हणालो,

"मी रागवणार नाही."
मग ती म्हणाली,
"लग्न तर ठरलंय, फक्त करू की नको ह्याबद्दल सल्ला हवाय."
"म्हणजे..."
"थोडा प्रॉब्लेम आहे."
"मेनन फक्त फोटोपुरतं व्हायोलिन वाजवतात की खरं..."
"ते व्हायोलिनिस्ट आहेत. फिल्म लाईनचे फ्री लान्स आर्टिस्ट आहेत. त्याशिवाय त्यांचा 'सरगम' नावाचा ऑर्केस्ट्रा आहे."
"अरे वा!"
"उत्तम व्हायोलिन वाजवायचे."
"वाजवायचे म्हणजे?"
"तोच प्रॉब्लेम आहे. परवा दौऱ्यावर असताना त्यांच्या ऑर्केस्ट्राच्या गाडीला ॲक्सिडेंट झाला."
"पेपरला आलं होतं का?"
"हो."
"पण त्याला तर बरेच दिवस...."
"दोन महिने झाले. त्याच दिवशी आमची एंगेजमेण्ट झाली. मी दौऱ्यावर जाऊ नका म्हणत होते, पण त्यांनी ऐकलं नाही. डाव्या हातालाच मार बसलाय. हात दोन महिने प्लॅस्टरमध्ये आहे. हात सुटला तरी आता व्हायोलिन पहिल्यासारखं वाजवू शकतील की नाही, हा प्रॉब्लेम आहे."
क्षणभर थांबून मी म्हणालो, "माझं स्पष्ट मत विचारशील, तर तू लग्न करू नकोस. एंगेजमेंट झाल्याचं विसरून जा."
"मेननचं कसं होईल?"
"मला मेननशी कर्तव्य नाही. मला गार्गीचं सगळं चांगलं झालेलं बघायचं आहे."
"मान्य आहे. पण मेननला त्याच्या सध्याच्या अवस्थेतच खूप चांगल्या आधाराची गरज नाहीये का?"
"ही जबाबदारी तूच उचलायला हवी आहेस का?"
माझ्याकडे स्थिर नजरेने पाहत गार्गीने विचारलं, "तुमच्याच एका कथेतलं एक वाक्य तुम्हाला ऐकवू का?"
"अवश्य. म्हणजे भेटत नसलीस तरी वपुकाकाच्या कथा तू वाचतेस हे मला समजेल."
"मागच्या दिवाळीतील कथा. कथेचं नाव 'श्रावण'. दिवाळी अंकाचं नाव

'मोगरा'. आणि वाक्य आहे, 'सावली देऊ शकणाऱ्या वटवृक्षानं विश्रांतीला आलेल्या पांथस्थाला बाकीची झाडं सोडून तुला नेमका मीच सापडलो का, असं विचारायचं नसतं.''

गार्गीचं वाक्य संपताच मित्र म्हणाला,''वपु, भारताची ही आजची बारावी विकेट.''

मी मग गार्गीशी सगळ्यांची ओळख करून दिली. गप्पा मारता मारता गार्गी पलीकडच्या खोलीत गेली. मित्राने खुणेनेच 'ड्रिंक्सचं काय?' असं विचारलं. आणि त्याच वेळी गार्गी आमचे ग्लासेस घेऊन बाहेर आली. आमच्या हातात ग्लासेस ठेवत ती म्हणाली,''वपुकाका, कमाल केलीत. मला मुलगी मानता मग माझा कसला संकोच करता?''

आमची ड्रिंक्स होईतो गार्गीचं जेवण झालं. खाली गाडीचा हॉर्न वाजला. गार्गीने खिडकीतूनच शोफरला खुणेने येते म्हणून सांगितलं.

''काका, मी येऊ?''

''शांतपणे कधी भेटणार?''

''मेननची ऑपरेशनची तारीख ठरल्यावर सांगायला येते.''

''ओके. काही लागलं तर सांग.''

गार्गी चपलांशी घुटमळली. किती...? क्षणभरच.

पुन्हा ती मूळ स्वभावात गेली आणि तिने विचारलं,

''कर्ज द्याल?''

''किती हवंय?''

''फक्त दोन हजार.''

''दिले.''

''कधी येऊ?''

''हवं तर आता देतो.''

पैसे घेताना ती म्हणाली,''खूप सावकाश फेडणार आहे. कारण प्रथम बलसारा साहेबांचे फेडायचे आहेत. ते अर्थात पगारातूनच कापले जाणार आहेत. आणि ओव्हरटाईम जवळपास रोज असतो. तेव्हा ते पैसे लवकर फिटतील. तीन हजार तर आहेत.''

''पैसे कशासाठी हवेत इतके?''

''ऑपरेशनसाठी.''

''कोण करणार आहे?''

''साहेबांचा पंजाबी म्हणून एक सर्जन आहे.''

''चांगला माहितीतला आहे ना?''

"हो."
"वुईश यू ऑल द सक्सेस."

त्यानंतर गार्गी भेटली ती झोप उडावी अशा स्वरूपात. प्रीतम हॉटेलात, तीन-चार पुरुषांसमवेत गप्पागोष्टीत ती रमली होती. कपड्यांचा चॉईस आणि गार्गीकडे बघण्याच्या त्यांच्या नजरा फार काही वेगळं सांगून गेल्या.
गार्गीचं माझ्याकडे लक्ष जाताच ती आलेच म्हणत तिथून उठली आणि माझ्या टेबलाजवळ आली.
"वपुकाका, कसे आहात?"
"एकदम मजेत, तू?"
"मीही ठीक आहे."
"काय सध्या व्यवसाय?"
"व्यवसाय तोच. ज्योती प्रॉडक्शन्समध्ये."
"मेनन काय म्हणतात? ऑपरेशन झालं?"
"काका, असं काय करता? ऑपरेशन तर दीड वर्षांपूर्वीच झालं. तुमच्याकडे आले होते त्यानंतर आठव्या दिवशी झालं."
"ठीक आहेस ना? दॅटस फाइन."
"रागावलात?"
"रागावलो नाही, कारण हे असंच होणार आहे."
गार्गी बघत राह्यली. मग मी म्हणालो, "आज तुझं वाक्य मी ऐकवणार आहे तुला. बापाची माया ब्लँकेटसारखी. आठवतं?"
ती मानेने 'हो' म्हणाली.
"आता फक्त मानलेल्या बापाची माया कशी, एवढं सांगून जा."
तिच्या डोळ्यांतून खळकन् पाणी आलं.

मेननच्या दरवाजावर लंडनचा पोलिस—म्हणजे बॉबीचा वॉलपेपरवर छापलेला संपूर्ण गणवेशातला फोटो चिकटवलेला होता. त्या दरवाजाच्या आकाराच्या नुसत्या वॉलपेपरची किंमतच पाचशेच्या घरात होती. बेल वाजवल्यावर दरवाजा बहुतेक; आतली साखळी लावून एखादा नोकर उघडणार आणि फटीतूनच 'कौन चाहिये' असं विचारणार.
पण नाही.
दार गार्गीने स्वत: उघडलं.
"या काका!"

दरवाजावरूनच मी दिवाणखान्याच्या वैभवाच्या सगळ्या कल्पना आखल्या होत्या. त्या मूर्त स्वरूपात उतरल्या होत्या.
गार्गी आत गेली आणि थंड पाण्याचा ग्लास घेऊन आली.
पाणी संपवीत मी विचारलं,
"मेननसाहेब, कुठे आहेत?"
"आहेत ना, आत आहेत."
"प्रथम एक सांग, त्यांची प्रकृती कशी आहे?"
"सगळं सांगणार आहे. त्यापूर्वी तुम्ही काय घेणार ते सांगा. चिल्ड बिअर घेणार?"
"चालेल."
माझ्या हातात ग्लास देत ती म्हणाली,
"मोकळेपणी हो म्हणालात. बरं वाटलं."
"मी घेतो हे तुला माहीत आहे. मग अनमान कशाला. नाही का?"
" 'मनाला पटलेली गोष्ट धैर्यानं करीत राहा.'— हा तुमचा शेवटचा, मी मागून घेतलेला संदेश. आठवतं?"
"मी काही विसरलेलो नाही."
"मी विसरायचा प्रयत्न करेतय, पण जमत नाही."
"का?"
"मनाला पटलेली गोष्ट धैर्यानं करावी असं सांगणारा माणूस मी आल्यावर ड्रिंक्सचे ग्लासेस लपवतो, हे मला त्या दिवशी फार खटकलं."
गार्गीच्या ह्या उद्‌गारावर मी खवळलो, तरीही संयमाने म्हणालो,
"ह्यापेक्षा जास्त गंभीर दखल घ्यावी असे मुखवटे घालून माणसं वावरतात. ज्यापायी मनंच कायमची दुखावली जातील असं वागतात. ग्लासेस लपवण्यामागे जसा भित्रेपणा आहे, तसाच आवडत्या व्यक्तीच्या भावनाही जपण्याचा प्रयत्न आहे. त्याचं काय?"
गार्गीचा चेहरा कमालीचा उतरला. घशातल्या हुंदक्यांचं ठसक्यात रूपांतर करीत तिने ग्लास तोंडाला लावला.
"वपुकाका, मी खूप खूप चुकीचं वागत गेले हे मला मान्य आहे. पण...."
"गार्गी, एकमेकांचे कबुलीजबाब घेण्यासाठी आपण भेटत नाही. तरीही जे काही तुझं चाललेलं असेल ते योग्य असेल असं मला वाटत नाही."
"तुमचं म्हणणं खरं आहे. पण काका, हडसून, खडसून सगळं विचारा, बरं वाटेल. बापानं हेही करायचं असतं. विचारा, मारा, झोडा पण परक्यासारखे राहू नका."

"कुणाला विचारू?"
"मला, तुमच्या गार्गीला."
"शाळेच्या शेजारच्या रिकाम्या प्लॉटवर घर बांधा असं सांगणारी माझी गार्गी केव्हाच हरवली. त्या गार्गीला हे प्रश्न विचारता आले असते. ती गार्गी कुणी आहे?"
"ती गार्गी नवऱ्याला माणसात आणताना मरून गेली."
मी चमकलो.
"गार्गी, नीट सांग काय ते. मेनन बरे झाले नाहीत का?"
"झाले. साडेचार महिने हॉस्पिटलमध्ये निजून होते. पंजाबीनं नंतर तीन वेळा ऑपरेशन्स केली. साडेचार महिने बलसाराची नोकरी सांभाळून मी मेननचं नर्सिंग केलं. मेननला त्याचा व्हायोलिन वाजवणारा हात मिळवून दिला. नाऊ ही कॅन प्ले व्हायोलिन."
"रिअली?"
"हो. सत्यवानाचे प्राण परत आणणं काय आणि व्हायोलिनिस्टचा हात आणणं काय, दोन्ही सारखंच असं बलसारा जाता-येता म्हणत. सत्यवान-सावित्री त्यांचं पिक्चर ना?"
"बलसारा इज सेंट-परसेंट राईट."
गार्गी नुसती हसली.
"काका, मला सावित्री म्हणून त्या साध्वीची टिंगल-नालस्ती करू नका. तुम्हाला माझा सत्यवान बघायचा आहे का? या."
मी उठलो. पाठोपाठ गेलो.
गार्गीने एक दरवाजा किलकिला केला. मी फटीतून पाह्यलं. समोर मेनन नुसत्या लुंगीत बसला होता. सिगारेटच्या धुराने खोली कोंदून गेली होती. आजूबाजूला सिगारेटची थोटकं आणि सोड्याच्या बाटल्या. मी दार बंद केलं. गार्गीने ते पुन्हा उघडलं.
"जाऊ नका. ते काय करतात ते बघा."
मी पुन्हा उभा राह्यलो.
मेनन पीत होता. थांबत होता. मधून मधून तांबारलेले डोळे कमालीचे विस्फारून समोर पाहत होता. सिगारेटच्या धुरापायी मेनन काय बघतोय हे कळायला मला वेळ लागला. नंतर लक्षात आलं, पलंगावर त्याचं व्हायोलिन पडलेलं होतं. तो मग एकाएकी हुंदके द्यायला लागला. खुरडत खुरडत मेनन पलंगाजवळ गेला. त्याने व्हायोलिनला मिठी मारली. त्याचे मुके घेतले. डाव्या हाताची बोटं फिरवण्याचा प्रयत्न केला. मग त्याने व्हायोलिनला दैवत मानल्याप्रमाणे गुडघे

टेकून नमस्कार केला. पण मग पुढच्याच क्षणी भडकलेल्या ज्वाळांपासून पळावं तसा तो घाबरून मागे सरकला. त्याने पुन्हा हुंदके द्यायला सुरुवात केली.

मी बाहेरच्या खोलीत आलो.

गार्गी सांगू लागली, ''त्या ॲक्सिडेंटचा शॉक, नंतर तीन ऑपरेशन्स, फिजिओथेरपीच्या यातना, कर्जाचा डोंगर... नाऊ ही हॅज बिकम अ सायकॉलॉजिकल पेशन्ट. सायकॅट्रिस्टची ट्रीटमेंट चालू आहे. रात्रंदिवस पैसा उभा करण्यात तुमची गार्गी हरवून गेली. आणखीन काय सांगू?''

सुन्न मनाने, पडलेल्या आवाजात मी विचारलं, ''ऑपरेशन्सचं कर्ज फिटलं की नाही?''

''फिटलं, पण त्यापैकी फार थोडी रक्कम पैशानं फिटली. बाकीचं सगळं देणं, परमेश्वरानं बाईचा जन्म दिला, तारुण्य आणि सौंदर्य दिलं म्हणून एका रात्रीत फिटलं. बलसाराचं, पंजाबीचं, इतकंच नव्हे तर पंजाबीच्या ॲनॅस्थॅटिस्ट डॉ. वैद्यांचं पण.''

''गार्गी...''

''त्याशिवाय मेननना डिस्चार्जच मिळणार नव्हता.''

''पण म्हणून सगळ्यांनी....''

''काका, एस.टी.स्टॅण्डवर तुम्ही एका भिकाऱ्याला पैसे दिलेत की तोच सगळ्या भिकाऱ्यांना 'हा देणारा आहे' असं सांगून पाठवतो.''

मी अस्वस्थ होत विचारलं, ''पंजाबीचं ठीक आहे. तो सिंधी. जातीवर जाणारच. डॉ. वैद्यांनी असं का करावं?''

''काका, बळी जाणाऱ्या माणसाची जात 'बळी' हीच. त्याचप्रमाणे लुबाडणाऱ्याला जात नसते. त्याची जात लुबाडणाऱ्याचीच.''

''असं नुसतं काही ऐकलं तरी माझं रक्त जळतं.''

''तुम्हाला रक्त आहे, हे त्याचं कारण.''

माझी वाचाच बंद झाली. होरपळलेल्या मनाने मी विचारलं, ''आता हा संसार तू झुगारून का देत नाहीस?''

''मेननसाठी. सायकॅट्रिस्ट सांगतात, तो व्हायोलिनला हात लावतो, रडतो, मुके घेतो, ह्या सगळ्या चांगल्या साईन्स आहेत. तो पुन्हा माणसात येईल. मी त्या दिवसाची वाट बघतेय. हे एक आणि दुसरं म्हणजे स्वतःचंच आयुष्य झुगारून देण्याची पाळी आली की संसार काय किंवा सगळं जग काय, झुगारल्यासारखंच असतं. माणूस एकटाच जगत असतो. मेननही एकटा, गार्गीही एकटी. काका, तुम्ही मेननचं व्हायोलिन ऐकलं नाहीत. ऑर्फियसप्रमाणे यमदूतांकडून, युरेडाईकचे प्राण परत मिळवण्याची शक्ती त्या बोटात आहे. माझं जर काही

कमी-जास्त झालं असतं तर मेनन माझ्यासाठी यमदूतांशी पण भांडला असता. आता तो यमयातनाच सोसतोय. त्याच्यासाठी मीही तेच करतेय. फक्त त्याचा नरक वेगळा. माझा वेगळा.''

मी जायला निघालो. 'एक मिनिट थांबा' असं म्हणत ती आत गेली आणि एक बंद पाकीट घेऊन परत आली. ते पाकीट तिने माझ्यासमोर धरलं.

''माझे पैसे फेडणार आहेस का?''

''मुळीच नाही. डागळलेला पैसा तुमच्या कर्जासाठी मला वापरायचा नाही. मेननच्या व्हायोलिनचे सूर ह्या वास्तूत पुन्हा घुमतील तेव्हा त्या पैशानं तुमचं कर्ज फेडीन.''

''मग हे काय आहे?''

''तुमचे आतापर्यंतचे सगळे संदेश.''

''रागावलीस?''

''कसं शक्य आहे? पण वपुकाका, हे सगळे संदेश जिच्यासाठी होते ती गार्गी संपली. पंजाबीच्या पहिल्या स्पर्शानं संपली. आणि जी गार्गी समोर आहे, ती लेखकाच्या संदेशावर जगू न शकणारी आहे. तिचं आयुष्यच तिला जे संदेश देत आहे ते खरे संदेश. लेखकाच्या संदेशावर जग बदललं असतं तर समर्थांच्या मनाच्या श्लोकानंतर कोणत्याच वाङ्मयाची, साहित्याची निर्मिती झाली नसती. मनाला पटणारी गोष्ट धैर्याने करत राहा असं तुम्ही म्हणता. पण वपुकाका, मनाला न पटणारी गोष्ट करण्यासाठीच जास्त धैर्य लागतं.''

गार्गी नंतर भेटलेली नाही.

पण तरीही ती सतत बरोबर असते.

कार्यक्रमाला निघालो म्हणजे तर हटकून बरोबर असते. अशीच एखादी भाबडी, निरागस, टपोऱ्या डोळ्यांची, केसांच्या दोन वेण्या लालचुटूक रिबिन्सच्या 'बो'सहित खांद्यावरून पुढे आणत एखादी बाहुली वही पुढे धरत, सही मागते. संदेशासाठी आग्रह धरते, तेव्हा समोर गार्गी असते.

आणि मग संदेश तर सोडाच, मी माझ्या स्वाक्षरीचंही वळण विसरलेला असतो.

◆

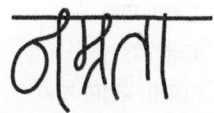

नम्रता

दाराशी मारुती व्हॅन थांबलेली गिरिजाबाईंनी पाह्यली. त्या मनाशी म्हणाल्या, हे कलियुग. रामभक्त हनुमानानं गळ्यातला कंठा मोडून, ह्यात 'राम' कुठाय? असं विचारलं होतं. कलियुगात एका वाहनाला 'मारुती' नाव देऊन त्याला स्मगलर्स, दलाल, साखर कारखानदार आणि मेडिकल प्रॅक्टिसवर अव्वाच्या सव्वा पैसे कमावणाऱ्यांच्या सेवेत मारुतीला जुंपलं. कोटीच्या कोटी उड्डाणे करणाऱ्याला जमिनीवरून धावायला लावलं आणि महागाईला उड्डाण करायला शिकवलं. ह्या पैसेवाल्या दुनियेला मारुतीतच राम दिसतो...

त्या आरामखुर्चीत बसल्या आणि तेवढ्यात बेल वाजली. मारुतीमधली माणसं ह्या घरासाठी आली आहेत?

अनिरुद्धसाठी असतील. कॉम्प्युटरमधला तो कोणीतरी आहे. फ्लॉपी, सॉफ्टवेअर असे काही काही शब्द कानावर पडत असतात. फोनवर अर्धा अर्धा तास बोलतो. बाहेरच्या विश्वात आणि कस्टमर्सबरोबर मधाळ आवाजात बोलणारा अनिरुद्ध. स्वत:च्या आईबापाला मधमाशीसारखा डंख करून का बोलतो, ह्याचं उत्तर कॉम्प्युटरही देणार नाही. आपलंच काही चुकतंय की पिढी बदलली आहे?

चांगलं आणि वाईट ह्याला वैयक्तिक संदर्भ आहेत की हे सामाजिक संकेत आहेत? का ह्या चालीरीतींना कालातीत स्वत:ची मूल्यं आहेत?

वाणी मधुर असावी ह्यात निखळ माधुर्याचं जतन असावं. पण ह्या पिढीजवळ हिशोब आहे. म्हणूनच ही पिढी चार भिंतींबाहेर मधुर बोलते आणि ज्यांच्यावाचून अडणार नाही. त्यांच्यावर वार करते. हातात पहिला पगार पडला म्हणजे आईबापाची गरज संपली आणि घरात बायकोचं आगमन झालं म्हणजे तर आईबाप अडगळच. पुंडलिकाप्रमाणे आईवडिलांचे पाय चेपावेत, असली अपेक्षा कोणीच करणार नाही ह्या काळात तरी. फक्त मोकळेपणी बोलावं. त्यांच्या व्यवसायातलं आपल्याला काही कळणार नाही.

मान्य!

मग बाहेरून आल्यावर पाच मिनिटं नुसतं जवळ बसावं. पण....

दाराची बेल वाजली. मारुतीमधलं वानरदल आलं असावं. अनिरुद्धची चौकशी होईल.

"कुठे गेलाय?"
"माहीत नाही."
"केव्हा येईल?"
"सांगता येणार नाही."
ही प्रश्नोत्तरं होतील. 'मुलगा बाहेर जाताना सांगून जात नाही.' हे नातं लोकांना जाहिरात न करता समजेल. बदनामी करण्यासाठी पत्रकारच लागतात असं नाही. 'पत्र नव्हे पुत्र' ही पुरेसा असतो. 'पत्र नव्हे मित्र' ह्या जाहिरातीत 'मित्र' शब्दाचीच किंमत कमी झाली आहे.
दार उघडेपर्यंत गिरिजाबाईंच्या मनात इतके विचार येऊन गेले. दारात दोन 'यंग ब्लड' म्हणावं असे दोघे आणि एक जवळपास गिरिजाबाईंच्या वयाचा वयस्कर. वयस्कर माणसाने साधा नमस्कार केला तर त्या दोघांनी वाकून.
गिरिजाबाई सुखावल्या.
"मी बन्सीलाल. तुम्ही ओळखावं अशी मी अपेक्षा करीत नाही. मी एच.एम.व्ही त होतो. जुन्या जमानातल्या गोष्टी आहेत. त्यावेळी वॅक्सवर रेकॉर्डिंग व्हायचं. प्रोसेसिंग कलकत्त्याला व्हायचं. सेव्हन्टीएटच्या रेकॉर्डस. फुटणाऱ्या. दोन्ही बाजू वाजवल्या म्हणजे ग्रामोफोनची पिन् बदलावी लागायचा तो काळ. रेकॉर्डस् झिजल्या, पण तुमचा आवाज जो कोरला गेलाय..."
बन्सीलालच्या डोळ्यांत पाणी आलं.
गिरिजाबाईंनी बन्सीलालला बसतं केलं. बरोबरचे तरुण त्यांच्या दोन्ही बाजूला बसले. तिघांसाठी पाणी आणून देत गिरिजाबाई त्या तरुणांना म्हणाल्या,
"अनिरुद्ध अजून आला नाही."
"अनिरुद्ध कोण?"
गिरिजाबाई सुखावल्या. आपल्या मुलाला न ओळखणारा अतिथी खूप दिवसांनी आला.
अरे पण अजून सून राह्यली ना?
साधी बी.एच.एम.एस. असली तरी नावामागे 'डॉक्टर' लावू शकते.
"नम्रताचे आत्ता कन्सल्टिंगचे तास असतात. होमिओपॅथीवालीच आहे. पण हाताला गुण आहे असं सोसायटीत म्हणतात."
"आम्हाला नम्रता कोण हेही माहीत नाही."
"माझी सून."
"गिरिजाबाई, आमचं आपल्याकडेच काम आहे. आमचं म्हणजे ह्या दोघांचं."
बन्सीलालने खुलासा केला. गिरिजाबाई मोराच्या पिसाऱ्यासारख्या फुलल्या. बन्सीलालने दोन्ही बाजूला तरुणांच्या खांद्यावर हात ठेवत म्हटलं, "ह्या दोघांचं

तुमच्याकडे काम आहे. डिस्ट्रिब्यूटर धर्माधिकारी नाव लक्षात आहे का?''
''प्रतिभा वितरणचे ना?''
गिरिजाबाईंनी अचूक नाव सांगताक्षणी बन्सीलाल भारावला.
''बरं त्याचं काय?''
''हे धर्माधिकाऱ्यांचे चिरंजीव. अजितकुमार आणि हे आमदार संजीव धर्माधिकारी.''
गिरिजाबाईंनी भीतभीत विचारलं,''काकाजी सध्या काय करतात?''
हा प्रश्न विचारण्यामागे 'अजून ते आहेत ना?' हेच त्यांना हवं होतं. अप्रिय वार्ता कानांवर येण्याची ज्या प्रश्नामुळे शक्यता असते, त्यावेळी प्रश्न योग्य प्रकाराने निवडून विचारणं, हाही सुसंस्काराचाच भाग आहे.
बन्सीलाल म्हणाले,''परमेश्वरानं, सर्व्हायव्हल टॅक्स म्हणून कानाऐवजी डोळ्यांवर आघात केला, ह्याबद्दल ते समाधानी आहेत.''
''माझ्या लक्षात आलं नाही.''
''वार्धक्यात दात, नजर, केस, कान असं एकेक निकामी होत जातं. त्याला आमचे काकाजी म्हणतात, नियती तुमच्याकडून दीर्घायुष्य लाभल्याबद्दल सर्व्हायव्हल टॅक्स वसूल करते. डोळ्यांऐवजी माझे कान गेले असते तर जगणं अशक्य झालं असतं. ते अजून तुमची गाणी ऐकत असतात.''
अजितकुमार लगबगीने म्हणाला,''आमच्या दोघांवर लहानपणापासून काकाजींनी तुमच्याच गाण्यांचा इम्पॅक्ट केलाय.''
सुखद सुस्कारा सोडीत गिरिजाबाई म्हणाल्या,''ते चित्रपटही गेले, ती गाणीही गेली. ते दिवसही गेले.''
संजीव म्हणाला,''ते दिवस पुन्हा खेचून आणण्याची आमची योजना आहे.''
आमदारकीला शोभणाऱ्या त्या अवास्तव वाक्यावर गिरिजाबाई फक्त हसल्या.
''बाई, तुम्ही हसू नका. संजीवसाहेबांचा जोर तुम्हाला माहीत नाही.''
''खासदार, आमदार काहीही करू शकतात बन्सीलालजी, पण भूतकाळही खेचून आणतात हे माहीत नव्हतं.''
''ताई, भूतकाळ नव्हे, पण त्या काळातल्या आठवणी. म्हणजे असं, बन्सीलालजी, आपणच सविस्तर सांगा.''
''गिरिजाबाई, संजीवजी प्रॉडक्शनमध्ये उतरत आहेत. मराठी फिल्म. त्याला तुमची मदत हवी. पार्श्वगायिका म्हणून.''
गिरिजाबाई खोचक हसत म्हणाल्या,''लो बजेट पिक्चर दिसतंय.''
''तसं नाही. पैसा भरपूर आहे.''
''मग मार्केट न राह्यलेल्या माझ्यासारख्या आर्टिस्टकडे कसे आलात?''

"काकाजींची कृपा. आम्ही लहानपणापासून फक्त तुमची गाणी जाता-येता ऐकली. तुमच्या आवाजातली ताकद, झेप, उच्चार, भावना, चित्रपटातल्या प्रसंगाची गरज समजून गाणं, हे सगळं काकाजींनी मनावर इतकं ठसवलं आहे की, सगळ्या इतर गायिकांचं गाणं फक्त कानावर पडतं, मनावर उमटत नाही."
संजीवजींचं बोलणं मनापासून आहे हे गिरिजाबाईंना जाणवलं. मग त्या गंभीर झाल्या.
तीन-चार मिनिटं त्या गप्पच राह्यल्या.
"तुमच्या वतीने मी ह्यांना शब्द देऊ ना? खरं तर काकाजी स्वत: येणार होते. पण ते आता फारसे घराबाहेर पडत नाहीत. मी फार छोटा माणूस आहे." बन्सीलाल म्हणाले.
गिरिजाबाई धीर करून म्हणाल्या, "मी अजून तुम्हाला नीट ओळखलं नाही."
"बाई, प्रत्येक मोठ्या खाजगी संस्थेत अशी माझ्यासारखी माणसं असतात. पडतील ती कामं करायची, पण त्यांच्या पडत्या काळात त्यांना कुणी विचारायचं नाही. असे असंख्य बळी नाट्यसृष्टी, चित्रपटसृष्टीनं घेतलेले आहेत. मुंबईत गरज पडेल तेव्हा मुंबई, कलकत्ता बोलावेल तेव्हा कलकत्ता, असा मी 'मास्टर्स व्हाइस'प्रमाणे नाचलो. माझ्यापेक्षा तो कुत्रा भाग्यवान. तो फक्त रेकॉडस् ऐकतोय आयुष्यभर. आम्ही शिव्याओव्या सगळंच ऐकलं."
बन्सीलाल एवढं बोलून थांबले. गिरिजाबाई अस्वस्थ होत म्हणाल्या, "तुम्ही छान बोलताय."
समोरच्या शोकेसमध्ये एक चांदीची नटराजाची मूर्ती होती.
"बाई, ही मूर्ती..."
" 'संसारगाथा' चित्रपटातल्या माझ्या गाण्यांनी रेकॉर्ड ब्रेक केलं तेव्हा..."
"काय सांगता काय?"
"बाई, नटराजाच्या पायदळी एक पालथं मूल नेहमी असतं. ते कशाचं प्रतीक हे मला कोणीही सांगू शकलं नाही. पण उद्यापासून तू येऊ नकोस, असं अचानक एका कंपनीनं सांगितलं तेव्हा मला कळलं की नाट्य, संगीत, चित्रपटांत हयात घालवूनही ज्यांना प्रकाश दिसत नाही त्या सगळ्यांचं ते मूल हे प्रतीक आहे. अनेकजणांना फक्त नटराज दिसतो. पायदळी जाणाऱ्याची भूमिकाही करावी लागेल हे कितींना कळतं?"
संजीवजींनी बन्सीलालना थोपटलं. स्वत:ला सावरत बन्सीलाल म्हणाले, "मग बाई, पुन्हा गायचं."
"छे छे, बन्सीलाल! गेल्या दहा वर्षांत मंगळागौरीची आरतीसुद्धा म्हटलेली नाही."

“बाई चांदी—शुद्ध चांदीचीच भांडी काळी पडतात. त्यातली चांदी नाहीशी होत नाही. थोडं पॉलिश केलं की झालं.”

“तंबोऱ्याची गवसणीसुद्धा दोन वर्षांत उतरवली नाही. त्याच्या तारा...”

बन्सीलालनी समोर तंबोऱ्याच्या तारा ठेवल्या. ते पाहून गिरिजाबाई म्हणाल्या,

“आता माझी काळी पाच पट्टी राह्यली नाही, बन्सीलाल.”

बन्सीलालनी दुसरा सेट समोर ठेवत म्हटलं,

“अर्धा सूर, फार तर पांढरी पाच झाला असेल. ह्यापेक्षा उतरणार नाही. त्याप्रमाणे हा आणखी एक सेट.”

गिरिजाबाई अवाक् झाल्या.

बन्सीलाल म्हणाले,“नवल वाटायचं कारण नाही. पडेल ते काम करायची सवय अंगवळणी पडली की कुठे काय कमी पडेल ते आपोआप कळतं. आजपासून रियाज करायला घ्या. तबलजींची सोय हवी तर करतो.”

गिरिजाबाई उठल्या. त्या तिघांसाठी जसा चहा करायचा होता त्याचप्रमाणे भरून आलेले डोळेही लपवायचे होते.

“कुठं जाताय?”

“चहा करते.”

चहाचं आधण आणि भावनांना उधाण येऊ लागलं. गाजलेली गाणी फेर धरू लागली. एका पारंबीवरून टारझन जसा दुसऱ्या पारंबीवर जात असे त्याप्रमाणे गिरिजाबाई एका गाण्यावरून दुसऱ्या गाण्यावर झोके घेऊ लागल्या. प्रत्येक झोका जास्त जास्त उंच जात होता. गदिमा, सावळाराम, डावजेकर, वसंत पवार, वसंत देसाई, बाबूजी... सगळी हिमशिखरं तरळून गेली. कौतुकाने बघणाऱ्या नजरांचं तारांगण डोळ्यांसमोर आलं. वाद्यवृंदांचा ताफा आठवला. अभावितपणे रेडिओ लावावा आणि स्वत:चीच ध्वनिमुद्रिका कानावर पडल्यामुळे, देहाचाचा तानपुरा व्हावा आणि...

आधण नुसतंच ठेवलं की साखर घालून ठेवलं? आता काय करावं? पुन्हा साखर घातली आणि दुप्पट झाली तर? तसाच दिला आणि बिनसाखरेचा ठरला तर? गिरिजाबाईंनी चातुर्याने चहाच्या ट्रेमध्ये साखरेचा डबा ठेवला आणि त्या बाहेर आल्या. सेंटर टेबलवर ट्रे ठेवून त्यांनी सगळ्या बंद ठेवलेल्या खिडक्या उघडल्या. पडदे बाजूला केले. त्यांना पुन्हा भरपूर प्रकाश हवा होता. त्याच वेळेला लॅच-कीने दरवाजा उघडून नम्रता आत आली.

... आता कशाचा प्रकाश? नको तेव्हा कडमडली. आज नेमकी एक तास अगोदर कशी आली?

“ह्या कोण?”

"ही नम्रता. अनिरुद्धची बायको."
नम्रताने हातातला पुष्पगुच्छ बन्सीलालना देत, खाली वाकून नमस्कार केला. त्याच वेळी 'ही माझी सून' असं गिरिजाबाई का म्हणाल्या नाहीत हा प्रश्न त्यांच्या मनात आला.
ती शंका दूर ठेवून ते नम्रताला म्हणाले, "अहो, मी कुणी साधू पुरुष नाही."
"फुलं सगळ्यांसाठी असतात."
"पण पुष्पगुच्छ ठराविक प्रसंगीच मिळतात. तुम्हाला कोणत्या कारणानं मिळाला ते ऐकायला मला आवडेल."
उत्तर देण्यापूर्वी नम्रताने सासूकडे पाह्यलं. भांग आणि भुवया ह्यांच्यामध्ये नम्रताला कपाळ दिसलंच नाही. औषधांच्या बॉक्समध्ये किंवा कॅडबरीच्या मोठ्या डब्याच्या आत पांढरा, कॉरोगेटेड कागदाचा रॅपर असतो. तो कागदच कपाळावर उमटलेला दिसला.
ती लगेच धोरणाने म्हणाली,"माझ्या मैत्रिणीला काव्यस्पर्धेत मेडल आणि गुच्छ मिळाला. मेडल तिचंच आहे. मी गुच्छ पळवला."
गिरिजाबाईंना प्रसन्न वाटलं. कपाळ निरभ्र झालं.

रात्री गिरिजाबाईंनी अनिरुद्धला तंबोरा काढून द्यायला सांगितलं तेव्हा त्याला धक्काच बसला.
"आज ही लहर कशी आली मध्येच?"
"पुन्हा रियाज करायला हवा."
"सरप्रायझिंग."
"खरं सरप्राईज व्हायला थोडे दिवस आहेत."
खूप दिवसांनी तंबोऱ्याच्या तारा छेडल्यावर सबंध शरीरातून त्याचा प्रतिध्वनी उमटला. हातातलं पुस्तक क्षणभर बाजूला करून वामनरावांनी बायकोकडे पाह्यलं आणि न बोलता 'आश्चर्यच म्हणायचं' असा चेहरा केला.
अनिरुद्धने आपल्या बेडरूमचं दार लावलं आणि एम. टीव्ही चॅनेल चालू केला. गिरिजाबाईंच्या पंचम-षडजाला छेद देऊन, एम टीव्हीच्या किंकाळ्या कानावर आदळू लागल्या. पायावर पाटा-वरंवटा किंवा उकळतं पाणी पडल्यावर माणसाने थयथयाट करावा तसं नाचणं आणि त्याला साजेसा गोंगाट म्हणजे संगीत. खरं तर संगीत आणि मानसशास्त्र ह्यांची सांगड घालणाऱ्या अनेक अभ्यासकांनी वनस्पतींवरसुद्धा प्रयोग करून भारतीय संगीताची महती सांगितली होती. त्याशिवाय मोठ्या आवाजात संगीत ऐकण्याचे काय काय दुष्परिणाम होतात ह्याचंही संशोधन चाललं आहे. पण इकडे सगळीकडे दुर्लक्ष करणं

म्हणजेच पुढची पिढी.
“अहो...”
“काय?”
“अनिरुद्धला जरा टीव्हीचा आवाज लहान करायला सांगाल का?”
“तो ऐकणार नाही ते तुला माहीत आहे. त्यात मला मुळातच जरा कमी ऐकू येतं. तो विचारील, तुम्हाला कुठे त्रास होतो? मग काय सांगू?”
“एरवी मी काही बोलते का? सहन करतेच ना? आज रियाज करावासा वाटतोय आणि आता करणं जरुरीचं आहे.”
“मी त्याचंच नवल करतोय.”
“मी पुन्हा गाणार आहे.”
“येस, काहीतरी विरंगुळा हवाच.”
“नुसता विरंगुळा म्हणून नाही. मला पुन्हा ऑफर आली आहे.”
“कधी आहे कार्यक्रम?”
“कार्यक्रम नाही, पिक्चरसाठी.”
“पिक्चरसाठी?”
“हो. आज बन्सीलाल आले होते.”
“बन्सीलाल कोण?”
“ते तुम्हालाही आठवणार नाही. डिस्ट्रिब्यूटर धर्माधिकारी कदाचित लक्षात असतील.”
“हूं.”
“त्यांचा एक मुलगा आमदार झालाय.”
“आमदार व्हायला काही फारशी अक्कल लागत नाही. पक्ष आणि पैसा पाठीशी असला की बास!”
“तेच प्रोड्यूसर आहेत आणि त्यांना माझ्याशिवाय अन्य कोणीही गायिका नकोय.”
“म्हणूनच म्हटलं, आमदार व्हायला डोकं लागत नाही. पैसा लागतो.”
“मला टोमणा कळला.”
“जाऊ दे. तुझा तो आमदार ऊसवाला आहे की द्राक्षंवाला?”
“मी नाही विचारलं.”
“स्मगलर किंवा बिल्डरसुद्धा असेल.”
“त्याला जास्त महत्त्व आहे की मला खूप वर्षांनी पिक्चर मिळतंय ह्याला आहे?”
“कराराचे पैसे मिळणं महत्त्वाचं. पूर्वीचा प्रामाणिक लोकांचा जमाना गेला. फसू

नकोस म्हणजे झालं.''

गिरिजाबाईंना नंतर बोलावंसंच वाटेना. एके काळी प्रत्येक रेकॉर्ड आठ आठ वेळा ऐकणाऱ्या नवऱ्याने असे थंड स्वागत केल्यावर सून आणि मुलगा त्याच्याही पुढे जाऊन कोणती मुक्ताफळं...

त्यांनी तंबोरा लावायला सुरुवात केली. तारा उतरत होत्या. जवारी पुन्हा लावायची होती.

दुसऱ्या दिवसापासून घरात कोणी नसताना गिरिजाबाईंनी रियाज करायला प्रारंभ केला. पण काळी पाचमधला त्यावेळचा आवाज पांढरी पाचपर्यंत उतरलेला पाहून त्या एकदम उदास झाल्या. त्यातही खर्जातले सूर लावताना काही ताण पडत नव्हता. आवाज कापतही नव्हता. त्या मध्येच उठल्या. त्यांनी मिठाच्या पाण्याच्या गुळण्याही केल्या. मग त्या पुन्हा रियाज करायला लागल्या. जुनी गाजलेली गाणीच त्यांनी तासभर म्हटली. नम्रता घरी यायच्या आत त्यांनी तंबोरा जाग्यावर ठेवला. आठवण झाली म्हणून त्यांनी बन्सीलालना फोन केला.

''बन्सीलाल, मी गिरिजाबाई.''

''हं, बोला बाई. धर्माधिकारी कालपासून एकदम चांगल्या मूडमध्ये आहेत. संजीवकुमारशी खूप वेळ जुन्या आठवणी सांगत होते.''

''संजीवजी काय म्हणत होते?''

''बाई, एक गोष्ट आत्ताच सांगतो. ही आमदार मंडळी. पार्टी सोडून गेले म्हणून द्राक्षाचे मळे नावावर झाले. बापाला भागीदार करून घेतलंय. म्हणजे प्रॉडक्शनमध्ये पैसा ओतायचा तो बापाचा. बुडला तर बाप.''

''काय सांगता?''

''बाई, हे राजकारण तुम्हाआम्हाला काय कळतंय? तुम्ही रियाज करा.''

''तबलजी?''

''पाठवू की!''

''दुपारी साडेतीननंतर पाठवा.''

''बाई, तो नोकरीवाला माणूस. संध्याकाळचा रिकामा.''

''मला कॉन्फिडन्स येईपर्यंत तरी. घरातल्या माणसांसमोर तालमी नको आहेत.''

''मग तालमाला पाठवतो.''

''कोण?''

''तालमाला म्हणजे कुणी व्यक्ती नाही. यंत्र आहे. केरवा, दादरा, झपतालापासून झुमरापर्यंत सगळे ताल आहेत.''

''फार महाग असेल.''

“तीन-साडेतीन हजार.”
“अग बाई!”
“तुम्ही कशाला फिकीर करता? पुढच्या भेटीत पाच हजार ॲडव्हान्स मागून घ्या.”
“बन्सीलाल, त्या काळी सगळ्या गाण्यांचे मिळून एवढे झाले नव्हते.”
“बाई, त्या काळात लौकिक मिळायचा. आता पैसा मिळतो. आणि पैसा मिळाला की मग बाकीच्या गोष्टी आपोआप मिळतात. पूर्वी जगण्याचा काळ होता. आता गाजण्याचा काळ आहे.”
“माझा परफॉर्मन्स त्यांना आवडला नाही तर पैसे परत करताना मला मुलासमोर हात पसरावे लागतील.”
“बाई, जमाना बदललाय. दोन नंबर असेच उधळायचे असतात.”
तालमालेचं आणि गिरिजाबाईंचं गोत्र काही जमेना. जित्याजागत्या माणसाच्या चैतन्यापुढे सगळं काही झूठ. तबला वाजवणाऱ्याचे डोळे बोलतात. तबल्याच्या बरोबरीने खांद्याच्या हालचालीतूनही बोल उमटतात. मारुती कीरनंतर चेहऱ्यावर बोल उमटलेले पाहायचे असतील तर नाना मुळेला पाहावं. ही मंडळी हाताने गातात. नाना मुळे तर आरशासारखा. गाणं म्हणताना शब्द आणि पुढचं कडवं त्याच्या चेहऱ्यावर वाचावं. हे सगळं ठीक आहे. पण गळा वरच्या गंधारापर्यंत तरी जाणार का?

चार दिवसांच्या सरावाने आपण पुन्हा गाऊ शकू असं गिरिजाबाईंना वाटू लागलं. आठ दिवसांनी अचानक बन्सीलाल आणि धर्माधिकारी जोडी आली.
दार नम्रताने उघडलं.
तिला पाहताच संजीवकुमार म्हणाला, “त्या दिवशी पुष्पगुच्छ पाह्यला, आता मेडल दाखवा.”
“कसलं मेडल?”
कोणतं तरी साप्ताहिक समोर धरीत संजीवकुमार म्हणाला,“आता तुम्ही आम्हाला फसवू शकणार नाही. हा फोटो आणि खाली छापलेली कविता दोन्ही तुमचंच ना?”
नम्रता मानेनेच ‘हो’ म्हणाली.
“अरे, इतकी चांगली गोष्ट काय लपवण्याची बाब आहे? काय हो गिरिजाबाई?”
कपाळाला आठ्या घालत गिरिजाबाई म्हणाल्या,“हल्लीच्या तरुण पिढीचं मानसशास्त्र आपल्या आकलनशक्तीच्या पलीकडचं आहे.”
“ही नक्कीच तुमची पहिलीवहिली कविता नाही. बाकीच्या दाखवा.”

संजीवकुमारची फर्माईश ऐकून गिरिजाबाई पलीकडच्या खोलीत जायला निघाल्या. त्या क्षणी नम्रता म्हणाली,"अहो, अगदी सहज, जाता-जाता म्हणजे मी एकीकडे प्रेशर कुकर ठेवता ठेवता कल्पना सुचली आणि ओट्यावर कागद ठेवूनच जे मनात आलं ते लिहिलं.'

"तरीच त्या दिवशी कुकरमध्ये पाणी ठेवायला विसरलीस. म्हटलं, शिट्टी का होत नाही? गॅस बंद केला, कुकर उघडला. वेळीच पाणी घातलं म्हणून बरं."

गिरिजाबाईंच्या बोलण्याकडे फारसं लक्ष न देता बन्सीलाल म्हणाले,

"वडीलधाऱ्यांनी असंच सावरून घ्यायचं असतं."

संजीवकुमारचं कुठेच लक्ष नव्हतं. तो पुन्हा म्हणाला," मला कविता दाखवा ना!"

"अहो, मी खरंच रेकॉर्ड ठेवलेलं नाही. लिहिते, एक-दोनदा वाचते आणि फाडून टाकते."

गिरिजाबाई समाधानाने म्हणाल्या, "गदिमांची गीतं गायल्यापासून मला कुणाच्याच काव्याची ताकद दिसली नाही."

तेवढ्यात बेल वाजली. दाराजवळच असलेल्या बन्सीलालनी दार उघडलं.

"तू आत्ता कशी?" नम्रता चक्रावलीच.

"तुझ्याच कन्सल्टिंग रूमकडे निघाले होते. अचानक तुझी कायनेटिक दिसली. आले. ही घे तुझी वही. मला जेवढे तुझे कागदाचे कपटे सापडले, तेवढ्या कविता ह्यात आहेत. आणि इथून पुढे मी मैत्रीण म्हणून हवी असेन तर नवी कविता फाडून टाकण्यापूर्वी कमीत कमी मला दाखवीत जा."

"माझ्याकडे पाहुणे आलेत. त्यांच्यासमोर किती बोलशील?" नम्रताने गिरिजाबाईंकडे पाहत म्हटलं. पण त्या नवागतेला काही वाटलं नाही.

ती सरळसरळ बन्सीलालसमोर गेली. हातातली वही त्यांना देत तिने विचारलं, "काका, तुमचा माझा परिचय नाही. तरी ही वही बघा. ह्या कविता फाडण्यासारख्या वाटतात का?"

मध्येच गिरिजाबाई म्हणाल्या, "सरोज, तू एम.ए. विथ मराठी आहेस. कविता शिकवतेस. कुसुमाग्रज, बोरकर, ना. घ. देशपांडे, अनिल, बापट, विंदा..किती नावं घेऊ?"

"ताई, काही दिवसांनी तुम्हाला नम्रताचं नाव पण घ्यावं लागेल."

"मैत्रीण आहेस तिची. विशफूल थिंकिंग म्हणते."

"तुम्ही काहीही म्हणा. पण परवाची कविता साडेतीनशे कवितेत पहिली आली आणि वसंत बापटांनीच ती निवडली."

तोपर्यंत बन्सीलाल म्हणाले, "बापटांप्रमाणेच मीसुद्धा निवडली असती."

"आम्हाला ऐकवा!" राजीव म्हणाला.

त्याची मागणी ऐकून गिरिजाबाई उठल्या.

"बाई, थांबा ना, कविता ऐकून जा."

"त्यांनी ऐकली असेल." बन्सीलाल म्हणाले.

गिरिजाबाई तोडून म्हणाल्या, "गदिमा, बोरकर, अनिल, सुरेश भट ह्यांच्यापुढे इतर कविता माझ्यापर्यंत पोहोचतच नाहीत. मी जरा पडते. तुमचं चालू दे."

नम्रताने लगेच विचारलं, "आई, तुम्हाला बरं वाटत नाहीये का?"

"घशाच्या शिरा आणि त्यापायी डोकं, दोन्ही दुखतंय."

बन्सीलाल म्हणाले, "रियाज बेतानं करा. फार वरचे सूर लावू नका. प्रथम तेच करून बघावंसं वाटतं."

नम्रताने चमकून विचारलं, "रियाज?"

"होय."

'खूप छान करताय. विरंगुळा हवाच होता. आवाज साथ द्यायला लागला तर कार्यक्रमसुद्धा सुरू होतील पुन्हा."

संजीवजी म्हणाले, "पुन्हा होतील काय? आम्ही त्यांना घेऊन पिक्चर करत आहोत."

"अय्या, खरंच?" असं म्हणत नम्रता धावत स्वयंपाकघरात गेली. तिने साखरेचा डबा आणला. चमचाभर साखर गिरिजाबाईंच्या हातावर ठेवीत ती म्हणाली, "आई, बोलला का नाहीत?"

"रेकॉर्डिंग ऐकल्याशिवाय कुणाला सांगणार नव्हते. प्रयोग फसला तर आपली चेष्टा व्हायला नको."

"मला सांगितलं असतंत तर घशासाठी चांगल्या गोळ्या दिल्या असत्या."

हेटाळणीच्या सुरात गिरिजाबाई म्हणाल्या, "त्या साबुदाण्याच्या गोळ्यांनी काय परिणाम होणार?"

नम्रताच्या मैत्रिणीला राहवलं नाही. पण थोरामोठ्यांचा मान ठेवायचा म्हणून तिने खेळकर पवित्रा घेत म्हटलं, "ताई, एक किलो श्रीखंड केलं तरी आपण केशर कितीसं वापरतो? जाऊ दे. नम्रता, कविता ऐकव."

"येस. आम्हाला तेच सांगायचं आहे."

नम्रताने प्रारंभ केला—

"अश्रूंनीच अश्रूंचा लोट थोपवायचा असतो
अश्रूंचाच बांध बांधायचा असतो.
दुसऱ्यांना सवड नसते.
त्यांना बहुधा काम असते.
लांबून हसायचे असते.

उपेक्षा, टिंगल करायची असते.
अश्रूंना मग भरती येते.
सगळ्या देहाचाच महापूर होतो.
एखादा माणूस वाहून गेला.
तर फारसं बिघडत नाही.
पण
दुःखाचीच टिंगल रोखायची असेल तर,
अश्रूंनीच बांध घातला पाह्यजे
आईची प्रतिष्ठा अश्रूंनीच जपली पाह्यजे.''
राजीव-संजीव एकदम म्हणाले, ''क्या बात है!''

गिरिजाबाई बेडरूममध्ये निघून गेल्या.

दोन-चार क्षण शांततेत गेले. एकाएकी टाळी वाजवून संजीवजी म्हणाले, ''नम्रताजी..''

''मला नुसतं नम्रता म्हणा. 'जी' वगैरे म्हटलं की काहीतरीच वाटतं.''

''ठीक आहे. नुसतं नम्रता म्हणू.''

''आता बोला.''

''ह्याच कवितेचं आम्हाला गीत करून द्याल का?''

''म्हणजे?''

''बन्सीलाल म्हणाले,'' मुक्तछंदाचं गाणं?''

''कशासाठी?''

''पिक्चरला 'थीम साँग' म्हणून वापरू.''

''बहोत अच्छे!'' बन्सीलाल म्हणाले.

''वा, म्हणजे गीतकार म्हणून सून आणि पार्श्वगायिका सासू.''

गिरिजाबाईंचं 'कॉरोगेटेड कपाळ' डोळ्यांसमोर येऊन नम्रता म्हणाली, ''नाही हो, कठीण आहे.''

सरोज म्हणाली, ''हिच्या वतीने मी 'हो' म्हणते. हिला काहीही कठीण नाही.''

बन्सीलालनी बाहेरच्या खोलीतूनच गिरिजाबाईंना मोठ्यांदा हाक मारली. ''अपूर्व योग आहे. सूनेची गीतरचना आणि गाणार सासू.''

''संजीवजी, अजून कशाचा कशाला पत्ता नाही. माझ्या आवाजाची ट्रायल व्हायची आहे. पट्टी बदलली आहे.''

''बाई, रेकॉर्डिंग टेक्निक फार पुढे गेलंय. टाइम कॉम्प्रेशन नावाचं यंत्र आहे म्हणतात. तुम्ही पांढरी पाचमध्ये गायलात, तरी काळी पाचमध्ये गात आहात, असं वाटतं. एका साऊंड रेकॉर्डिस्टकडे तशी सोय आहे. अजून ट्रायल

घ्यायची आहे.''
''तरीसुद्धा..''
''आज ॲग्रीमेंट करू या. मी साईन अमाऊंटसुद्धा घेऊन आलोय.''
संजीवकुमारजींनी ब्रीफकेस उघडली. कोऱ्या करकरीत नोटांचं बंडल गिरिजाबाईंच्या हातात देत तो म्हणाला, ''पाच हजार आहेत.''
आणि मग नम्रताला एक बंडल देत तो म्हणाला,''सध्या हे ठेवा. दोन हजार आहेत. गाणी तुम्हीच लिहायचीत. सिच्युएशन्स ऐकवायला एक-दोन दिवसांत डायलॉग रायटर आणि डायरेक्टरला घेऊन येतो.''
''घे, अग घे. अशी गोंधळतेस काय?''
थरथरत्या हाताने नम्रताने पैसे घेतले. सही केली.
गिरिजाबाई म्हणाल्या,''उद्याचा दिवस चांगला आहे. ॲग्रीमेंट उद्या करू.''
''बाई, लक्ष्मी घरात येते तो शुभमुहूर्तच असतो. घ्या, पैसे ठेवा परत. सही करा.''
नम्रता तत्परतेने उठत म्हणाली,''तुमचं तोंड गोड करते.''
''अवश्य.''
सरोज पटकन म्हणाली,''मी करते काहीतरी. तुम्ही गप्पा मारा. आई, मी तंबोरा आणते. तुम्ही एखादं आवडतं गाणं म्हणा.''
नम्रताकडे पाहत गिरिजाबाई म्हणाल्या,''आज माझा मूड नाही.''
''तोंडच गोड करायचं असेल, तर आणखी दोन-चार कविता ऐकवा. खाणंपिणं रोजचं असतंच.''
''तुम्ही बसा. मी पडते.''
गिरिजाबाई आत गेल्या. बाहेर काव्यवाचन सुरू झालं. दाद-प्रतिसाद देणाऱ्यांचा आवाज आणि उत्साह वाढू लागला. गिरिजाबाई जास्त जास्त अस्वस्थ होऊ लागल्या. नम्रताच्या खणखणीत आवाज-उच्चारामुळे त्यांना शब्द न् शब्द ऐकू येत होता.
नम्रताच्या कविता टाकाऊ नव्हत्या. सुमार असत्या तरी चाललं असतं. पण त्या चांगल्या होत्या. वेगळ्या होत्या. गदिमांना सरस्वतीने मांडीवर घेतलं असेल तर इथं नम्रतेचा हात नक्की हातात घेतला आहे. गिरिजाबाईंना नेमका ह्याच गोष्टीचा त्रास व्हायला लागला. तिची वाढू शकणारी उंची आणि त्यापाठोपाठच्या लोकप्रियतेचं सावट घरावर पडणार हे त्यांना जाणवू लागलं. हे कसं थांबवायचं? दोन-चार कविता म्हणता-म्हणता, अकरा कविता झाल्या. असह्य होऊन त्यांनी नम्रताला हाक मारली.
सरोज समोर येत म्हणाली,''काय हवंय?''

"मला नम्रताशी बोलायचं आहे."

सरोजचा नाइलाज झाला. कविता सोडून नम्रता आत गेली.

"रात्रीच्या स्वयंपाकाचं काय?"

"आमटी-पोळ्या तयार आहेत. भाजी-चटणी ताजी करणार आहे."

"मग आटपतं घे."

"ठीक आहे."

ही नम्रता हिच्या नावाप्रमाणेच आदबशीर आहे ह्याचा आणखी एक मनस्ताप
आहे. तोंड वर करून बोलली असती तर चार शब्द सुनावता आले असते.
'वेगळं बिऱ्हाड करा' सांगता आलं असतं. पण तेही नाही. प्रॅक्टिस आहे.
प्रपंचाचा खर्च चालवते. अनिरुद्धकडेही कधी पैसे मागताना दिसली नाही. तिची
जिरवायची नसली तरी मीही अजून कुणीतरी आहे, हे सिद्ध केलं पाह्यजे.
एकच उपाय.

रियाज.

बस, असं गायचं, असं गायचं की कवितेपेक्षा गाणं श्रेष्ठ ठरलं पाह्यजे.
'गिरिजाबाईंच्या गाण्यात अजून तेवढीच ताकद आहे, तेच मार्दव, तीच
उत्कटता, तो कासावीस भाव' असे मथळे झळकले पाहिजेत. पॉलिश हवं.
त्या काळातली चांदी चमकली पाहिजे. 'गीतरचनाही प्रसंगानुरूप आहे'
ह्यासारखी एखादी ओळ नम्रतेसाठी पुष्कळ झाली. त्याशिवाय एक युक्ती. युक्ती
म्हणण्यापेक्षा अटच. आपलं नाव-आडनाव 'गिरिजाबाई चिटणीस' संपूर्ण क्रेडिट
टायटलमध्ये द्यायचं. 'बाई'सुद्धा नकोच. त्यात वय दिसतं. नुसतं गिरिजा
चिटणीस. सासरचं आडनाव ठेवावं का? माहेरचं बोरकर का नको? आपण
त्याच नावावर मार्केट जिंकलं होतं. गिरिजा बोरकर-चिटणीस असलं आडनाव
नक्कीच नको. एका गाडीला दोन इंजिनं जोडल्याप्रमाणे. बस, ठरलं. गिरिजा
बोरकर. आणि 'गीत-नम्रता' एवढंच टायटल. म्हणजे मी सुनेची गाणी गातेय
हे ज्याला त्याला कळणार नाही.

आठ दिवस गिरिजाबाईंनी कसून मेहनत केली. त्यानंतरच्या गुरुवारी
रेकॉर्डिंगसाठी गिरिजाबाईंना न्यायला गाडी आली. रेकॉर्डिंगचं सगळं तंत्र
बदललेलं पाहून त्या गोंधळल्या. नव्या गाण्याची चाल ऐकवायला तरुण
रक्ताचा एक दिग्दर्शक अधीर झाला होता. नमस्कार चमत्कार झाले.

"बन्सीलाल, मला जमेल ना?"

"बाई, शास्त्रीय संगीताची बैठक ज्यांना लाभली आहे, त्यांचा सूरच वेगळा
असतो."

"हल्ली गाणारी मंडळी खूप आहेत."
"ती सगळी ऑर्केस्ट्रावाली. छापलेली गाणी म्हणणारी. मारे परदेशचे दौरे करतात. पण रेकॉर्डच्या बाहेरचा एक तरी सूर स्वतःचा लावतात का? संगीतावर त्यांचा स्वतःचा विचार दिसतो का? पंचवीस वर्षांपूर्वीचं त्याचं गाणं आणि आजचं गाणं ह्यात तफावत, वेगळी उंची ह्यापैकी काय आहे? ज्यांनी शास्त्रीय संगीताचा अभ्यास केलाय अशांना बाजूला करा म्हणजे तुम्हाला कळेल, की काही गायकांना केवळ काळाने साथ दिली. स्पर्धेला कुणी नव्हतं म्हणून. मला काही भावगीत गायक तर असे माहीत आहेत की, संगीत दिग्दर्शकाकडे उंबरे झिजवून जोगवा मागून त्यांनी नवी गाणी पैदा केली. ह्या गाण्यांना गायक म्हणून आपण योग्य आहोत का ह्याचाही त्यांनी विचार केला नाही."
"मला उदाहरण द्या."
" 'बगळ्यांची माळ' हे वा.रा.कांतांचं गाणं. वसंतराव देशपांड्यांशिवाय ह्या गाण्याला कुणी न्याय दिला असता का?"
गिरिजाबाईंच्या डोळ्यांत वसंतरावांच्या आठवणीने तरारून पाणी आलं.
"ह्या क्षणी आता हे विसरा. मस्त गा.'
"बन्सीलाल, गीतही तसंच हवं हो."
"नम्रतानं गाणं छान बांधलंय. वेगळा स्पार्क आहे."
सुनेचा उल्लेख होताच सासू जागी झाली.
"बन्सीलाल, मी आज जुनंच गाणं म्हणते. मग रेकॉर्डिंग ऐकू आणि ठरवू."

स्वतःचाच आवाज टेपवर ऐकून गिरिजाबाईंना रडणं आवरेना. इतर सगळे चुपचाप होते. मग धर्माधिकारी पुढे झाले.
"गिरिजा, शांत हो, माझं ऐक."
एकेरी उल्लेखाने त्यांना शांत वाटलं.
"तुझ्या आवाजाला काहीही झालेलं नाही. तेव्हा आधी मनातून ते काढून टाक. तुझ्या आवाजातल्या हरकती न् हरकती मला पाठ आहेत. व्यायामानं शरीर कमावलेला तरुण म्हातारपणी इतर म्हाताऱ्यांपेक्षा जसा वेगळा दिसतो तसाच जुना कलावंत. शिंपता मळा आणि गाता गळा उगीच म्हणतात का? संगीतक्षेत्रातल्या राजकारणाला वैतागून तुम्ही घरातल्या घरातही गाणं बंद केलंत. हरकत नाही. एक महिना रियाज करा. रेकॉर्डिंग पोस्टपोन करू. मी दिग्दर्शक नाही. पण माझे कान सारंगीसारखे झालेत. तुमची सगळी खासियत तश्शी ठेवून बारीक बारीक युक्त्या मी तुम्हाला सांगेन. तुमचं यश ते माझं."

गिरिजाबाईंनी महिनाभर कसून तालीम केली. जयवंत नावाच्या अशाच एका उगवत्या कवीचं गाणं त्यांनी व्यवस्थित बसवलं. पण नम्रताच्या गाण्यात त्यांना जीव आणि सूर लावता येईना.

सरोज एके दिवशी नम्रताला संजीवजींसमोर म्हणाली, "सुनेचं गाणं गळ्यावर कसं चढणार?"

संजीवजींनी फक्त सरोजकडे नजर टाकली.

त्यानंतर आठ दिवसांनी संजीवजी अचानक आले. दार गिरिजाबाईंनी उघडलं.

"नम्रता आहे का?"

"आहे ना!"

"कामात आहेत का?'

"आता कामात लक्ष लागणं कठीण आहे."

"का बरं? त्या तशा वाटत नाहीत."

"आता काय सांगू? घरातल्या गोष्टी सांगू नयेत, पण तुम्ही आता घरातलेच आहात" असं म्हणत गिरिजाबाई उठल्या. आत गेल्या. एक साडी घेऊन आल्या. तिचा पदर जळला होता.

"हे पाहा, इस्त्री करायला गेली आणि तंद्रीत हरवली. दूध किती वेळा उतू गेलं, हिशेब नाही. बाथरूमपासून वॉश बेसिनपर्यंत कुठेही पैसे विसरते."

"असं चालायचंच हो."

"मी समजू शकते. कला आणि निर्मितीचा छंद माणसाला असंच वेडंपिसं करतो. ती नशा जबरदस्त असते. ह्याच वेळेला सांभाळावं लागतं. जपावं लागतं."

"कुणी?"

"वडिलधाऱ्यांनी हरवणाऱ्यांना आणि त्याहीपेक्षा ज्याचं त्यानं स्वतःला. तारुण्यात फार सावधपणा आणि देखण्या मुलींना तर..."

तेवढ्यात रस्त्यावर हॉर्न वाजला. संजीवजींनी गॅलरीत जाऊन गाडीतल्या मंडळींना वर येण्याची खूण केली.

"मी दहा मिनिटांत तयारी करते."

"गिरिजाबाई, आम्ही आज नम्रताला न्यायला आलोत."

"म्हणजे?"

तोपर्यंत रेकॉर्डिंग स्टुडिओतली नेहमीची सात-आठ माणसं वर आली.

"ती मला बोलली पण नाही."

"ते त्यांनाही माहीत नाही. आम्हाला काही काही चेंजेस करणं जरुरीचं वाटतं.

अत्यंत नाइलाजानं हा निर्णय घ्यावा लागला."
बोलता-बोलता संजीवजींनी हात पुढे केला. वरती आलेल्यापैकी एकाने त्यांच्या हातात कॅसेट ठेवली.
"हे परवाचं रेकॉर्डिंग." असं म्हणत संजीवजींनी कॅसेट लावली. त्या परिचित गाण्याने नम्रता बाहेर आली. पहिलं कडवं संपायच्या आत गिरिजाबाईंनीच कॅसेट बंद केली.
"ह्याच्यापेक्षा क्वालिटी सुधारता येईल?"
जगदीश संजीवजींना मानेनेच नाही म्हणाला.
संजीवजी गिरिजाबाईंना म्हणाला, "थीम साँग मेल सिंगरकडून गाऊन घ्यायचं आम्ही ठरवलं आहे. आत्ता रेकॉर्डिंग आहे. तेव्हा ह्यांना घेऊन जातो. आयत्या वेळी गाण्यात काही बदल आवश्यक वाटले तर तिथं कवी हवा."
गिरिजाबाई तटस्थपणे म्हणाल्या, "शीघ्रकवित्वाचं तेवढं सामर्थ्य फक्त गदिमांजवळ होतं."
गिरिजाबाईंकडे संपूर्ण दुर्लक्ष करीत संजीवजी नम्रताला म्हणाले, "तुम्ही तयार व्हा."
गिरिजाबाई म्हणाल्या, "नम्रता, तू आता जाणार. परत कधी येशील ते सांगता येणार नाही."
"आज तुम्ही वाट बघूच नका."
"अनिरुद्धला काय सांगू?"
"आम्ही जातानाच त्यांना ऑफिसमधून पिकअप करणार आहोत."
"मग जरा आत ये. मला वरच्या फळीवरचे डबे काढून दे."
संजीवजी जगदीशला म्हणाले,"जगदीश, गिरिजाबाईंना मदत कर. नम्रताबाई, तुम्ही तयारी करा."
सगळे गाडीजवळ पोहोचले. तेवढ्यात गॅलरीतून अख्ख्या इमारतीला ऐकू जाईल अशा आवाजात गिरिजाबाईंनी विचारलं, "दुपारी दूध दुसऱ्यांदा तापवलंस की फ्रीजमध्ये टाकू? परवा सगळं नासलं होतं."
"तापवलंय."

गाडी सुरू होताक्षणी संजीवजींनी विचारलं."पिक्चरपायी तुम्हाला खूप टेन्शन आलंय का?"
"मुळीच नाही."
"अँक्झायटी?"
"नाही हो."

"मग गिरिजाबाई सांगत होत्या..."

"शब्द न् शब्द खोटा होता."

"रिअली?"

"मला खोटं बोलायचं कारणच काय?"

"मग..."

"त्या जे जे सांगत होत्या ते ते मी सगळं ऐकलं आणि नेहमीप्रमाणे गप्प राह्यले."

"तुम्हाला सहन कसं होतं?"

क्षणभर थांबून नम्रता म्हणाली, "एक कथा ऐकवते. चालेल?"

"अवश्य."

"असंच एक कुटुंब. मागच्याच्या मागच्या पिढीतलं. घरात पंचवीस माणसांचा राबता. सकाळ-संध्याकाळ वीस माणसं जेवायला. मोठा वाडा. घरच्या गाई-म्हशी. सगळ्यांचं जेवण झालं की शेवटी धाकट्या सुनेला सासू वाढायची. एकदा एका गृहस्थांनी सकाळी अंगणात सडा घालणाऱ्या सुनेला विचारलं, 'अप्पासाहेब आहेत का?'

ती म्हणाली, 'ते चांभाराकडे गेले आहेत.'

ते गृहस्थ गेले. अप्पासाहेब रागारागाने बाहेर आले. त्यांनी सुनेला विचारलं, 'मी देवघरात पूजेला बसलो होतो. मग तू असं उत्तर का दिलंस?'

पहिल्यांदाच सासऱ्याच्या नजरेला नजर देत सूनबाईने विचारलं, 'मामंजी, खरं सांगा. पूजा करता-करता दोन-तीन मिनिटं तुम्ही नव्या चपला करायला टाकल्या आहेत, त्याचा विचार तुमच्या मनात चालला होता की नाही?' ते प्रामाणिकपणे 'हो' म्हणाले. सून म्हणाली, 'नेमक्या त्याच क्षणी तुमचे मित्र आले, म्हणून मी तसं उत्तर दिलं कारण त्या क्षणी तुम्ही देवघरात नव्हतात.' त्याच रात्री मामंजींनी सुनेला एका बाजूला बोलावून विचारलं, 'तुझ्यात हे सामर्थ्य सहजी आलेलं नाही. काही साधना करतेस का?'

सून म्हणाली, 'अंदाजानं सांगते. खात्री नाही. पण जे सांगते ते सत्य आहे. ह्या घरी आल्यापासून मी कधी सगळ्यांच्या पंगतीत बसले नाही. बारा वर्षं झाली. मी शेवटी एकटी जेवते. गेली बारा वर्षं सासूबाई तुमच्या सगळ्यांच्या वरणभातावर साजूक तूप वाढतात. माझ्या वरणभातावर मात्र एक चमचा गोमूत्र वाढतात. बारा वर्षांत मी हे प्रथम बोलले. त्या मौनातून कदाचित हे सामर्थ्य...'

"माय गुडनेस. ग्रेट!"

"आता सांगते ह्या क्षणापर्यंत माझ्याकडून कोणताही हलगर्जीपणा झालेला नाही. त्या अनेकदा गॅलरीतून मोठ्यांदा असंच काही बोलतात. ह्यानं तुमची

किंमत कमी होते असं मी एकदा म्हणाले. आता सहन करते, गप्प बसते.''

''पण का?''

''त्यांच्या आयुष्यात सक्सेस, कीर्ती, यश, लोकप्रियता हा झगमगता काळ
येऊन गेलाय. तो आवेग किती महापुरासारखा कोसळतो, त्याचा मी थोडा थोडा
अनुभव घेत आहे. भूतकाळातली पदकं, पेले, प्रशस्तिपत्रकं फार काळ
सुखावीत नाहीत. यशाची आणि प्रसिद्धीची सोयरीक कायम वर्तमानाशी असते.
भूतकाळातलं दुःख अनेक वर्षं साथ देतं. सासूबाईंना पुन्हा ते दिवस दिसणार
होते. पण निसर्गानं साथ दिली नाही. आता त्यांचा एकमेव आनंद म्हणजे
नम्रता तुम्हा सर्वांना वाटते तितकी ग्रेट नाही, हे दर्शवण्यात आहे. माझं
कोणतंही नुकसान न होता त्यांना हा एकमेव आनंद उरला असेल तर तो मी
का हिरावून घेऊ?''

अतिशय भारावलेल्या आवाजात संजीवजींनी विचारलं, ''इतक्या शांतपणे तुम्ही
हे सांगू शकता?''

नम्रता नुसती हसली.

''मग अनिरुद्ध?''

''मी त्यांनाही सांगायला जात नाही.''

''का?''

''अश्रू उधारीवर मागता येत नाहीत. सहानुभूतीच्या शब्दांनी मूळ दुःख मिटत
नाही आणि संघर्षाने प्रश्न सुटत नाहीत. सोसण्याचा वसा हा ज्याचा त्याचाच
असतो आणि पुरुष धड पत्नीचा नसतो आणि आईचाही नसतो. तो स्वतःचाच,
त्याचा असतो. तो वेळेचा विचार करतो. न्याय-अन्यायाचा नाही. ह्या क्षणी
आपल्या सोयीचं काय आहे इतकंच तो पाहतो. मग घर अशांत का
ठेवायचं?''

''तुम्ही फार मोठ्या आहात.''

''असेन किंवा नसेनही. माझं जे काही खरंच चुकत असेल ते मला तरी कुठे
माहीत आहे? नुसतेच आरोप कोणते आहेत, ते समजलं की झालं. 'आईची
प्रतिष्ठा अश्रूंनीच जपली पाहिजे' ही कल्पना सुचणं, हे पारितोषिक सासूबाईंनीच
दिलं ना? न्याय असा मिळतो.''

◆

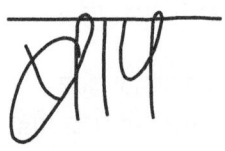

बाप

तारीचा फोन. पुण्याहून.
"निघतोस का लगेच ?"
"का?"
"डीजी जेवत नाहीत."
"औषधं?"
"ती तर कधीच बंद केलीत."
"का?"
"ते म्हणतात, वरचं वॉरंट आलं."
"मी निघतो."
"शांतीला आण."
"तिची ऑपरेशन्स आहेत, मी लगेच निघतो."
आता जायलाच हवं.
बापाला जेवायला लावलं पाह्यजे. माणसाला बाप हवाच. शेवटपर्यंत. बाप मरून कसं चालेल? तो जगायला हवा. पण बाप हे ऐकेल का?
तो तर जिद्दी, करारी. पण तो शांतीचं ऐकेल. शी इज ग्रेट. ती माझ्या बापाला जेवायला लावील आणि जगायलाही.
बाप ह्या नात्याला पर्याय नाही आणि शब्दालाही. 'दादा, बाबा, नाना, अप्पा, बापू' ही काय संबोधनं आहेत का? 'बाप' ह्या शब्दाचं वजन एका तरी संबोधनाला पेलतं का? पण भाषाच जर दरिद्री असेल तर काय करायचं? दादा, आबा, बाबाटाइप संबोधनं मला, भाडं तुंबल्यामुळे घरमालकानं नोटीस दिल्यासारखी वाटतात. 'तात्या' हे नाव कायम पळवाटा शोधणारं तर 'बापू' थेट ऐतिहासिक हातात गुलाबाचं फूल, नेहमी प्रोफाईल. 'बापू' नावाचा ऐतिहासिक इसम कॅमेऱ्याकडे का बघत नाही?
सतत चौकट राजासारखा आणि फोटोखाली कोणत्या धुमश्चक्रीत मारला गेला त्याची तारीख. एकूण काय? बाप ह्या इसमासाठी संबोधन नाही. केव्हातरी मी हे बापाला बोललो. स्पष्ट बोलायचं झालं तेव्हा. बाप हसला. त्यानं विचारलं,
"डी. जी. नाव कसं आहे?"
"म्हणजे काय?"

"दत्तात्रय गणेश."
"तुम्ही प्रेसला 'डी. जी.' नाव एवढ्यासाठीच दिलंत?"
"हो, पण तिथं कुणी त्याचा अर्थ विचारला तर मी सांगतो डी. जी. मीन्स डिसेंट गुड्स."
मी डी. जी. नाव पास केलं. नाइलाजाने.
जातायेता बापाच्या कुशीत धाव घेणारा मी. ही सवय का लागावी? काण्ट से! लागली खरी.
महत्त्व त्याला कुठंय? बापानं प्रत्येक वेळी कुशीत घेतलं. धिस् इज् ग्रेट. मी धर्मवेडा नाही. प्रचंड सुधारक पण नाही. पण तरीही पंढरीचा विठ्ठल मला आवडत नाही.
का?
तर तो कमरेवर हात ठेवून उभा आहे म्हणून. ह्यापेक्षा आलिंगनासाठी दोन्ही हात पसरलेला ख्रिस्त मला आवडतो. तो, जो जो धाव घेईल त्याला कुशीत आसरा देईल.
माझा बाप तसाच.
तो जगायला हवा.
मी शांतीला फोन केला. ती वॉश्अपला जायची होती म्हणून फोनवर येऊ शकली. ती शांत होती. म्हणाली, "डोण्ट बिकम् पॅनिकी. ऑपरेशन्स संपवून मी येतेच. तू नीघ. गाडी पाठवू?"
"नको टॅक्सी करतो."
"टॅक्सी पसंत कशी करशील?"
"ड्रायव्हर म्हातारा पाह्यजे आणि टायर्स तरुण."
ती हसून म्हणाली, "डोण्ट वेट फॉर पॅसेंजर्स."
"तेवढा वेळच नाही."
"ओ. के. गुड् लक."
टॅक्सीत मी आता एकटा. हे हुकमी एकटेपण मला हवंच होतं. बापाबद्दल सतत विचार करता येईल. खरंच, माझ्या बापाने मला काय काय दिलं हे शब्दांत सांगता येईल का?
छापलेला शब्द वाचता येतो. शब्द सगुण-साकार शब्दाच्या भोवतीची कोरी जागा निराकार-निर्गुणासारखी. वाचणाऱ्याचा संबंध शब्दांशी. छापखानेवाल्याचं नातं दोन्हीशी. शब्दाइतकीच महत्त्वाची भोवतीची कोरी जागा. शब्द छापला गेला की तिथं तो खिळ्यासारखा स्थिर होतो. शब्दाला त्याच्याच अर्थाच्या मर्यादा पडतात. नेमून दिलेल्या अर्थापलीकडे तो जास्त काही सांगत नाही.

मला कोरी जागा जास्त खुणावते. जास्त सामावून घेते. माझ्या बापासारखी. आम्ही सगुण-साकार. बाप निर्गुण-निराकार. बापाने मला सांभाळलं. शांती माझ्या आयुष्यात येईपर्यंत.
लहानपणचे प्रसंगच तसे. मी तसा का वागलो? बापाने निभावून कसं केलं? त्यांना नेमकं तसंच कसं सुचलं?
दर गुरुवारी पाटलाच्या मळ्यातले, बागेतले पेरू पळवायचे हे आमचं व्रत. कारण दर गुरुवारी पाटील वाडीत नसायचे. एका गुरुवारी आम्ही सापडलो. खांडवाला पळून गेला. मला आणि तांबटला पाटलांनी कोंडून ठेवलं. खांडवाला निसटला म्हणून घरापर्यंत बातमी पोहोचली तरी तांबटच्या बापाने तांबटला पाटलाच्या वाडीपासून त्याच्या घरापर्यंत, भर रस्त्यावरून धोपटत धोपटत नेलं.
माझ्या बापानं पाटलाला पेरू केवढ्याचे म्हणून विचारलं. दहाची नोट काढून दिली. आम्ही तोडलेले पेरू समोरच पडलेले. बापाने पाटलाकडे पिशवी मागितली.
"थैली कशापाई?"
"एवढे पेरू न्यायचे कसे?"
"वा राव, माल कुनाचा, अन् त्येबी-"
बापाने आवाज चढवला. "त्याचे पैसे मोजलेत."
"लई दिसता राव. धा रुपयं, त्यो तर दंड झाला."
बाप म्हणाला, "दंड करायचा अधिकार कोर्टाला आहे. चौकीवर चला. चोरीची फिर्याद करा. मी तुमच्या बाजूनं साक्ष देतो. कोर्ट सांगेल तो दंड भरतो. सगळं रीतसर व्हायला हवं. ह्यापेक्षा मालाचे पैसे घ्या."
पाटलांनी मुकाट्याने पिशवी आणून दिली. पिशवी भरून बाप म्हणाला, "कान्ताशेट, उद्या संध्याकाळच्या आत पाटीलबाबांची पिशवी परत व्हायला हवी. ही पिशवी उसनी घेतलेली आहे. पळवलेली नाही."
नंतर बाप पाटलांना म्हणाला, "पिशवी उद्या पाठवतो, पण पाटील, प्रॉपर्टी सांभाळा. नाहीतर जेवढी सांभाळता येईल तेवढीच ठेवा. पुन्हा माझा पोरगा सापडला तर त्याला पिशवी देत जा आणि पेरू केवढ्याचे ते मला कळवत जा आणि दंडच करायचा असेल तर सरळ चौकीवर जायचं. कसं?"
पाटील गप्प. ते काय बोलणार?
पिशवीभर पेरू घेऊन आम्ही निघालो. पेरूच्या बागेसमोर आल्यावर बापाने विचारलं, "पाटलाची बाग हीच का?"
मी मान हलवली.

"बाजारात पेरू विकत मिळतात ना?"
मी पटकन म्हणालो, "बाजारात सगळंच मिळतं."
चालता चालता माझा बाप थबकला. मी टरकलो. इथून पुढं आपला तांबट होणार असं मला वाटलं. मी हळूच म्हणालो, "नेम मारण्यावरून आमची नेहमी पैज लागते."
"असं? आज कोण जिंकलं?"
हे विचारताना बापाचा आवाज बदलला. माझ्या चेहऱ्यावरून त्याला उत्तर मिळालं. त्यानेच एक दगड उचलून माझ्या हातात दिला. कोणता पेरू ते खुणेने दाखवलं. मी दगड भिरकावला. बाप ओरडला, "जिते रहो पठ्ठे!"
त्यानंतरच्या वाढदिवसाला मला एक एअरगन मिळाली. पण त्या दिवसानंतर मी काही पेरू खाल्ला नाही. बापाने दुसऱ्याच दिवशी मला पाटलाची पिशवी परत करायला लावली. त्या दिवशी माझ्या बापाने आणखीन एक गोष्ट केली. मला जेवायला वाढलं नाही. दहा रुपयांचे एकूण एक पेरू मला खायला लावले. मला त्यापायी जबरदस्त खोकला झाला. होणारच. एका दिवसात अठ्ठावीस पेरू खाल्ल्यावर दुसरं काय होणार?
नंतर औषधपाण्याचा मारा. बाप तीन दिवस माझी छाती शेकत बसला होता. खोकला साफ गेल्यावर त्याने सांगितलं, "जेवढं पचेल तेवढं खायचं. भूक जबरदस्त असेल, किंवा वासना, तर दोन्ही मारायचं नाही, पचवायची ताकद वाढवायची."
शहाणपणापेक्षा मी उल्लूपणा जास्त केला. का? वयाचा गुण की स्वभावविशेष? की डी. जी. सारखा बाप मिळाला म्हणून? हमरस्ता कधीच जवळचा का वाटला नाही? बिकट वाटच वहिवाट का वाटावी?
मित्राची स्कूटर मी का पळवावी? तेही लायसन्स नसताना. बरं, एकट्यानं जावं, तेही नाही. हे वाहन सुसाट चालवतो, ह्याला साक्षीदार नको?
तारीला विचारलं, "येतेस?"
तिच्या डोळ्यातली बाहुली भपूकन मोठी झालेली.
आम्ही निघालो.
पिलिअन सीटवरून ती ओरडत राह्यली, "दादा, आणखीन जोशात."
मी विठ्ठलवाडीच्या रस्त्यावर आणि एका वळणावर वाटेत बैलगाडी आणि समोरून ट्रक.
आपण दोहोंपैकी कुणाला चुकवून कुणावर आपटायचं हे मी ठरवायच्या आत जे व्हायचं ते झालेलं. का कुणास ठाऊक, प्रिंटींग लाइनमध्ये काही वर्षं गेल्यामुळे मला काही शब्दांच्या जोड्या न ठरवता झाल्यासारख्या वाटतात.

‘ट्रक’ म्हटलं की पुढचा शब्द ‘उलटला.’ ‘मालगाडी’ म्हटलं की ‘घसरली.’ ‘वाटाघाटी’बरोबर ‘फिसकटल्या’ ह्याच शब्दाचं नातं पक्कं आहे. ‘एस. टी.’ नाल्यात उलटण्यासाठी, ‘योजना बारगळण्यासाठी’, ‘पेपर फुटण्यासाठी’, ‘परीक्षा’ लांबणीवर ‘पडण्यासाठी’, ‘शेतकऱ्यांची कर्जं माफ होण्यासाठी’, ‘लोकलवाहतूक विस्कळीत होण्यासाठी’ हे सगळे शब्द आणि जोड्या मला ‘केप ऑफ गुड होप’ हे ‘वळसे घालण्यासाठी’ इतके अभेद्य वाटत आलेले आहेत. त्यानुसार ‘बैलगाडी’ किंवा ‘सायकलस्वार’ ही जमात मध्ये येण्यासाठी जिवाजी बाजी लावून आपण त्यांना चुकवता चुकवता कधी कधी आयुष्य गमावतो आणि ते ‘सुरक्षित’ वाटतात. मी आणि तारी थोडक्यात वाचलो. काही काही ठिकाणी खरचटण्यावर भागलं. स्कूटरची अवस्था मात्र बघवत नव्हती. आता काय बिशाद मी डी. जी. समोर उभा राहीन? ज्या मित्राची स्कूटर मिळवली होती त्याच्याच घरी मग आसरा. जखमांवर मलमपट्ट्या. भीतीने रडणाऱ्या तारीची वारंवार समजूत. तिचा डावा पाय सुजला होता. खूप दमल्याने, चिकार घाबरल्यामुळे ती झोपली.

रात्री अकरा वाजता डी. जी. आले. रिक्षा करून घरी घेऊन गेले. तारीला आणि मला खडखडीत बरं व्हायला पंधरा दिवस लागले.

त्या पंधरा दिवसांतला कोणता तरी एक दिवस.

वेळ दुपारची. डी. जी. माझ्या आईला म्हणत होते,

“ह्या एका प्रसंगावरून आपण काहीतरी शिकायला हवं.”

आई घुश्श्यात म्हणाली, “शिकवा.”

डी. जी. म्हणाले, “शांतपणे विचार करणार असशील तर सांगतो.”

आई पुन्हा म्हणाली, “तो मक्ता मीच घेतलाय, सांगा.”

डी. जी. म्हणाले, “हातून अपघात घडलेला. पोरं ट्रकवर न आपटता बैलगाडीवर आपटली, म्हणून डोळ्याला दिसली तरी! स्कूटरचं वाटोळं झालंय. पण त्याची चिंता नाही. इन्शुरन्स कंपनी आहे.”

आई मध्येच म्हणाली, “कांताकडे लायसन्स आहे का?”

अडवणूक करायची वेळ आली की आईचं डोकं छान चालायचं.

“ते मी पाहीन.”

“तुम्हालाच बघावं लागणार.”

“मला ते सांगायची गरज नाही. मी सांगतो त्याचा अर्थ जाणून घे. मुलं जेव्हा जास्तीत जास्त संकटात होती तेव्हा ती मित्राच्या घरी राह्यली. त्यांना आई-बापापेक्षा मित्र जवळचा वाटावा ह्यात आपला पराभव आहे. कोणत्याही प्रसंगी, कोणताही गुन्हा घडला तर मुलांनी आई-बापाजवळच जायला हवं. मुलांचा

तेवढा विश्वास ज्यांना संपादन करता येत नाही त्यांनी आईबाप होण्यापूर्वीच फार विचार करायला हवा. आईबाप ह्याचा अर्थच क्षमा. मुलांचे अपराध पोटात घालता येत नसतील तर समाज आणि आईबाप ह्यांत फरक काय?''

आई म्हणाली, ''कांता उगीच नाही शेफारला? तुम्ही असे! तो कायम डोक्याशी काही ना काही झेंगटी आणतो की नाही पाहा. माझं काय? जे सांगायचं ते सांगितलं.''

''व्रात्यपणा क्षम्य आहे, बाईसाहेब. लबाडी क्षम्य नाही. खोटेपणा खपणार नाही. त्यानं फसवाफसवी करू दे. आयुष्यात त्याचं नाव काढणार नाही मी. गुंडगिरी, मस्ती आणि बनवाबनवी ह्यातला फरक समजावून घे आणि मग सांगतो तसं वाग.''

''पाटी-पेन्सिल आणते. लिहून द्या. गिरवत बसते.''

बाप मग चिडून म्हणाला, ''तुला अक्कलच नाही. तुझ्यापेक्षा तुझी बहिरी मुकी बहीण परवडली.''

''मग आणा तिला सवत म्हणून माझ्या उरावर.''

बाप ग्रेट!

तो जळगावला गेला. माझ्या मावशीला घेऊन आला. मावशी पिवळ्या रंगाच्या नऊवारीत. तिला अष्टपुत्री म्हणतात. हातात हिरव्या बांगड्या. गळ्यात काळे मणी. मी, तारी नमस्काराला वाकलो.

आम्ही सरळ उभे राहायच्या आत बाप म्हणाला, ''ही तुमची आणखी एक आई.''

आई क्रमांक एक खवळली. तिने आदळआपट केली. ती तिच्याच बहिणीच्या अंगावर धावून गेली. माझी मावशी बहिरी आणि मुकी.

ती काय बोलणार!

बापाने दुसरं बिऱ्हाड केलं मुंबईला.

बापाने मग परीक्षा संपल्यावर माझी पण पुण्याहून उचलबांगडी केली मुंबईला. तशी बापाची ओढाताणच व्हायची. एक छापखाना पुण्यात—दुसरा मुंबईत. आठवड्यातले तीन दिवस मुंबई. राह्यलेले पुण्यात.

मुंबईत बिऱ्हाड ठोकल्यावर बाप म्हणाला, 'जेवण्याखाण्याचा प्रश्न सुटला.' नव्या आईला सोबत म्हणून आम्ही मुंबईत. तारीची व माझी फारकत, ताटातूट. तारी खूप रडली. मीही.

बाप आठवड्यातून तीन दिवस मुंबईला असायचा. पण दुसरं बिऱ्हाड केल्यापासून बापाचा मुंबईचा मुक्काम मधूनमधून वाढू लागला.

मी कधीतरी बोललो. बाप म्हणाला, "बोलता न येणाऱ्या म्हणजे मुक्या बायकोसारखं दुसरं सुख नाही."
मी बघत राह्यलो. बाप म्हणाला, "काळजी करू नकोस. तुलासुद्धा अशीच मुलगी बघून देतो."
मी टरकलो. मनात येईल ते खरं करून दाखवणाऱ्या इसमाचा काय भरवसा? अर्थात तसं घडलं नाही. मी शांतीला अक्षरश: पळवलं. बापासमोर उभं केलं. बापानं विचारलं, "ही कोण?"
मी म्हणालो, "ही मला आवडलेली मुलगी. पण ही मला दाद लागू देत नाही. मी हरलो."
बापानं विचारलं, "हिचं नाव काय?"
"शांती."
"थँक गॉड. मी तुला बहिरी मुकी मुलगी पाहत होतो. हिचं नाव तरी कमीत कमी शांती आहे. लग्नाच्या वेळी बदलू नकोस, हेच नाव ठेव."
शांती पटकन म्हणाली, "मी अजून माझा कन्सेंट दिलेला नाही."
ह्यात शांतीचं काय चुकलं? नथिंग. ही पोरगी मला आवडली. प्रेसवर आली होती. ही पोरगी मेडिकलची. म्हणजे येतानाच भेजा घेऊन आलेली. आमच्यासारखी नाही.
आम्हाला भेजा नाही असं नाही. पण आम्ही भेजापेक्षा कलेजावाली माणसं. शिक्षणासारख्या पवित्र व्यवसायाला वर्षांचं बंधन का असावं, हे आम्हाला कळलं नाही. कारण आमच्या डोक्यात भेजाऐवजी आणखी एक कलेजाच. स्टेपनीसारखा. आमचा दिल एखाद्या वर्गावर जडला की आम्ही तिथं थांबणार. केव्हातरी बाप म्हणाला, "विद्येची उपासना आता पुरे."
आम्ही 'बरं' म्हणालो. तोपर्यंत छापखाना तंत्रही समजलेलं.
मग आमचा मुक्काम डी. जी. प्रिंटर्समध्येच.
तिथं शांती आली. कसली तरी हँडबिलं छापून हवी होती. कॉलेजसाठी. आम्ही ऑर्डर पुरी केली. तिने पैसे दिले. आम्ही 'आज रोख' ह्या पाटीचा आदेश मानत विचारलं, "पुन्हा कधी भेटणार."
"कशाला?"
"मला तू आवडलीस."
ती म्हणाली, "जरा दुकानाच्या बाहेर येतोस का?"
"जरूर."
मनात म्हटलं, ही आपल्याला वाजवणार. मग काय करायचं? वाजवू दे. आपल्याच दुकानासमोर मार खाल्ला तर काय बिघडलं?

रस्त्यावर येताच तिने विचारलं, "बोल, तुझं काय म्हणणं आहे?"
"मला तू आवडलीस."
"त्यात नवल काय? देखण्या पोरी सगळ्यांनाच आवडतात. तू नवीन काय सांगितलंस? मला कोण आवडतो ते बघणं जास्त महत्त्वाचं आहे. तू कोण?"
"मी कोण म्हणजे? हा प्रेस माझा आहे."
"तुझा नव्हे. तुझ्या बापाचा. तू इथं जे काम करतोस ते काम कोणताही पगारी मॅनेजर करू शकतो. तुझं आणि तुझ्या बापाचं कधी बिनसलं तर? अर्ध्या तासात रस्त्यावर येऊ शकतोस. तशी जर वेळ आली तर तू कोण? व्हॉट ईज युवर व्हॅल्यू?"
"पण —"
"ती व्हॅल्यू मिळव. मग भेटायला ये. तोपर्यंत मी जर लग्नाची राह्यली असेन तर विचार करीन."
हे एक भलतंच त्रांगडं झालं. ती गेली. आम्ही विचारात सापडलो. खरंच, आपली व्हॅल्यू काय? बापानेसुद्धा हा असा प्रश्न कधी विचारला नाही?
पुणं गाठलं. बापाला म्हणालो, "मुंबईचा प्रेस मी सांभाळतो. तुम्ही पुणे-मुंबई खेपा बंद करा."
बाप 'बरं' म्हणाला.
सहा महिने राबराब राबलो. मुंबईतले सगळे प्रेस पालथे घातले. मुद्रण परिषदेचा सभासद झालो. त्यांच्या मिटिंग्सना जाऊ लागलो. रात्रीचा दिवस केला. नवा टाइप भरला. उत्तम कंपोझिटर्स मिळवले. झडप घालून कोणतंही काम मिळवू लागलो. प्रेसची मांडणी बदलली. ऑफिसचा जरा थाट वाढवला. प्रेसची पाटी जरा निराळ्या डिझाइनची बनवली. अधूनमधून प्रेसची जाहिरात पेपरला देऊ लागलो.
वर्ष पुरं व्हायच्या आत एक सेकण्डहँड फियाट घेतली. थेट कॉलेजच्या फाटकात उभी केली.
शांतीला हाक मारली, "गाडी घेतल्यावर प्रथम तुझ्याकडे आलो. चल, कॉफी घेऊ."
ती आली.
आम्ही झकास कॉफी घेतली. माझ्या सजवलेल्या नव्या ऑफिसात बसून प्रेसच्या पाटीपासून तिने प्रत्येक गोष्टीचं कौतुक केलं.
मी तिला कॉलेजवर सोडली. नंतर आमचा रतीबच. रोज तिला घरापासून कॉलेजवर सोडायचं. कॉलेज सुटलं की घरी न्यायचं. नाना विषयांवर गप्पा. पण हरामखोर लग्नाचं नाव काढायची नाही. मी पण एक पथ्य सांभाळलं होतं. तिला जाणूनबुजून स्पर्श करायचा नाही. टाळी मागितली तर द्यायची. पण हात

तिथं रेंगाळत ठेवायचा नाही. ‘दाबणं’ तर दूरच.

तिची एक लकब. किंवा शिष्टपणा. मी काहीही नवं सांगितलं की ती म्हणायची, “गो अहेड!”

सहा महिने झाले. ती ताकास तूर लागू देईना. मग मी तडकलो. एका भन्नाट कल्पनेने झपाटलो. शांतीच्या व माझ्या नावाने लग्नाच्या दोनशे निमंत्रणपत्रिका छापल्या. तिला संध्याकाळी प्रेसवर आणलं.

“शांते ह्या पत्रिका वाच. ह्या मी कॉलेजात वाटायचं ठरवलं आहे.”

ती शांतपणे म्हणाली, “गो अहेड!”

बोलल्याप्रमाणे मी पत्रिका वाटल्या. त्यानंतर तिसऱ्याच दिवशी प्रेसच्या पत्त्यावर एक पोस्टकार्डाच्या आकाराचं कार्ड आलं. ते छापील होतं. ‘ह्या मुंबईत अनेक व्रात्य पोरटी आहेत. अशा अनेक व्रात्य पोरांपैकी परवा एकानं आमच्या लग्नाच्या आमंत्रणपत्रिका वाटल्या. माझं लग्न अद्यापि व्हायचं आहे.’

मी शांतीला मनातल्या मनात सलाम केला. आता समजलो, ही आपल्याला पुन्हा भेटायला यायची नाही. पण ती आली. दोन पीरियड्स चुकवून दुपारचीच आली. मी गाडी काढली. खोपोलीला ‘स्टड’ मध्ये आलो. नेहमीसारख्या गप्पागोष्टी केल्या. मुंबई ते खोपोली मी तिला वसंत बापटांच्या कविता म्हणून दाखवल्या. त्यात चाळीस कडव्यांची ‘झेलमचे अश्रू’ ही कविताही होती.

“तुझं हे सगळं पाठ कसं होतं?”

“आवडलेली प्रत्येक वस्तू माझ्या मनात घोळत राहते. ती कविता असो नाही तर वनिता.”

तरी लग्नाचं नाव नाही.

मग तडकलोच. स्टड हॉटेलातून गाडी बाहेर काढली ती उजवीकडे न वळवता सरळ डावीकडे वळवली.

तिनं विचारलं, “विचार काय?”

“पुण्याला जाऊन येऊ.”

बापाने विचारलं, “ही कोण?”

“ही शांती, ही मला आवडली. पण लग्नाबद्दल विचारलं तर काही बोलत नाही. मी हिला पळवून इथं आणली. कशी आहे?”

बाप म्हणाला, “पळवावी अशी.”

मी शांतीकडे पाह्यलं. तेवढ्यात बापाने शांतीला विचारलं, “तू मुंबईची का?”

“हो.”

“तुमच्या घरी फोन आहे का?”

शांती मानेने ‘हो’ म्हणाली.

बापाने अनेक वर्षांच्या मित्राशी बोलावं तसं बोलायला सुरुवात केली.
''हॅलो, अण्णासाहेब का? —नमस्कार. मी पुण्याहून डी. जी. प्रिंटिंग प्रेसचा मालक बोलतोय. दत्तोपंत. हॅलो, फोन अशासाठी केला, तुमची मुलगी शांती आमच्या घरी आली आहे...कॉलेज स्टुडंट्सचा प्रश्न नाही...माझ्या मुलाबरोबर...भेटलो की सांगतो. डोण्ट वरी...ती आमच्या घरी आहे...''
मग शांती जे काय बोलायचं ते बोलली. आमची जेवणं झाली. तारीने पावती लगेच दिली. 'वहिनी आवडली' अशा दोन शब्दांत. मीही दोन शब्दात म्हणालो, ''झाली तर...!''
जेवण झाल्यावर बाप म्हणाला, ''तू देवासारखा आलास. आज प्रेसवर नाइट ड्युटी करणं फार जरुरीचं आहे. तू प्रेसवर जा आणि सकाळी ये. शांती बेटा, तू शांतपणे जाऊन झोप. ताराबेन, पाहुणीची मस्त व्यवस्था करा.''
ड्युटी संपवून मी सकाळी सहा वाजता घरी आलो. सगळं घर जागं झालं होतं. शांती तयार होती. निरोप घेऊन आम्ही निघालो. खोपोली येईतो ती काही बोलली नाही. बरं वाटलं. का कुणास ठाऊक वातावरण ढगाळ होतं. ऊन नव्हतं. पाऊसही नव्हता. पावसाचे ते दिवसच नव्हते. तरी हवा ढगाळलेली होती. कोणत्या तरी पट्टीत कमी दाबाचं वातावरण तयार होतं आणि म्हणे वारे सुटतात. आमच्यातली शांतता मला विलोभनीय वाटली. मोटरींच्या टायर्सचा एका लयीतला आवाजच काय तो येत होता. टायर्सच्या आवाजाला, गती सुचविणारी एक स्वत:ची कॅरेक्टर असते.
खोपोलीला शांतीने नेहमीसारखंच माझ्या खर्चाने सप्पाटून खाऊन घेतलं.
खोपोली सोडल्यावर मध्येच एके ठिकाणी रस्ता रूंद झाल्यावर ती म्हणाली, ''गाडी थांबव.''
गाडी थांबल्यावर ती खाली उतरली. तिथं एक तोडकामोडका चौथरा होता. त्याच्यावर आम्ही बसलो. तिने सुरुवात केली. ती प्रथमच नावाने हाक मारून.
''कान्त, मी पहिल्या तडाख्यात नक्की पास होईन. बट् द प्रॉब्लेम डझ नॉट एन्ड देअर.''
''कसला प्रॉब्लेम?''
प्रश्न डावलीत ती म्हणाली, ''पोस्ट ग्रॅज्युएशन करायला मी बहुतेक अमेरिकेला जाईन. अमेरिकाच असंही नाही. खरं तर सगळं अनिश्चित आहे. कदाचित जाणारही नाही. एखादे वेळेस प्रॅक्टिसही सुरू करीन. एव्हरीथिंग इज अन्सर्टन.''
मी विचारलं, ''हे सगळं सांगायला हा चौथराच हवा होता का?''
''तू व्हीलवर असताना मी काही महत्त्वाचं बोलले आणि चेकाळून जाऊन तू गाडी कुठं आपटलीस तर?''

मी काहीसा कावलो होतो. त्यात रात्रभर जागरण. मी जरा चढ्या स्वरात विचारलं, "आपण अनेकदा दोघंच मोटारीतून भटकलो आहोत. माझा कधीतरी बॅलन्स गेला का?"
पटकन माझा हात धरीत ती म्हणाली, "बायकांच्या नजरेतून ह्या गोष्टी सुटत नाहीत. यू आर अ गुड सोल. आपण लग्न करणार आहोत."
मी नुसता बघत राह्यलो. ती म्हणाली, "काल डी. जी. म्हणाले ते मला पटलं."
"डी. जी. काय म्हणाले?"
ताबडतोब पवित्रा बदलून शांती म्हणाली, "वुई आर गेटिंग लेट. गाडीत चल. डी. जी. काय म्हणाले ते मी योग्य वेळेला सांगीन."
मी गाडी स्टार्ट केली. माझ्या चालवण्याला आपोआप जास्त वेग आला. ती गप्प, मी त्यातून गप्प. जरा वेळ वाट पाहून ती आपण होऊन मला चिकटून बसली. शांतीचा स्पर्श आणि कोऱ्या टायर्सचा विशिष्ट लयीतला आवाज.
तीच लय मी आत्ताही अनुभवत होतो. त्या दिवशी शांतीचा निकट स्पर्श झाल्यावर मी बापाचा विचार करायला लागलो. माझ्या बापाने शांतीला काय सांगितलं म्हणून ती तयार झाली हाच विचार, मुंबई येईतो. आणि आत्ताही विचार बापाचाच.
टॅक्सीत मी एकटा.
टॅक्सी सर्व्हिस सुरू झाल्यापासून मी रेल्वे कायम टाळीत आलो आहे. केवळ फेरीवाले छळतात म्हणून. फेरीवाले किती असावेत? आणि त्यांनी काय काय विकावं? पॅसेंजर्सच्या सहनशक्तीपासून सगळंच विकायचं. भारतीय रेल्वे ही जनतेची संपत्ती आहे, असं म्हणण्यात काय अर्थ आहे? ती फेरीवाल्यांची संपत्ती आहे. तुम्हाला श्वास घेणं मुष्कील झालं तरी चालेल पण हे फेरीवाले तुमच्या उरावरून चालत जाणार आणि कानाचे पडदे फाटतील, असे सारखे किंचाळणार.
टॅक्सीत तुम्हाला फ्रंटसीट मिळाली तर तुम्ही राजे. मागे बसलात आणि दुसरे दोन पॅसेंजर्स बाळसेदार नसले तर विशेष हाल नाहीत. ते पंजाबी किंवा गुजराती असले की खेळ खलास. गुजराती अधिक व्यापारी म्हणजे टेंगळावर पुटकुळी. रेल्वेतून फेरीवाले परवडले इतके ते तुमचं डोकं उठवतात. त्यात भर म्हणजे टॅक्सीवाला बडबड्या निघावा. गप्पा मारणारेही परवडले. कधीकधी खूप माहिती मिळते. डी. जी. प्रिंटर्सला जॉबही मिळून जातो. पण ते सहप्रवासी तंबाखूवाले असावेत. त्यांनी हातावर थापट्या मारीत तुमच्या डोळ्यांत तंबाखू उडवलाच म्हणून समजा. त्याशिवाय त्यांचं थुंकणं. खरंच, माणसाने, आपली निर्मिती माकडाच्या घराण्यातून झाली आहे हे वारंवार सिद्ध का करायचं?

थुंकणारा माणूस जेव्हा कुठेही थुंकतो तेव्हा ते दृश्य ज्याला बघावं लागतं त्याला काय वाटत असेल ह्याचा थुंकणारा विचार का करीत नाही?
डी. जी. ना ह्या सगळ्या गलिच्छ सवयींचा तिटकारा होता. पुस्तकाच्या पानांना थुंकी लावून पानं उलटलेली त्यांना खपत नसे.
कॅलेंडरला सुया टोचून ठेवलेल्या त्यांना आवडत नसे. पोस्टाने आलेली पाकिटं कात्री किंवा कटरनेच कापून फाडली जावीत अशी त्यांची ताकीद होती.
वेडंवाकडं फाडलेलं पाकीट त्यांनी खपवून घेतलं नाही.
टूथपेस्टने दात घासताना घरभर हिंडणारी माणसं त्यांना आवडत नसत.
वाजवीपेक्षा जास्त किंवा उगीचच कुणी नळ वाहता ठेवला तर माझा बाप भयानक खवळत असे. पाणी फुकट जाणं म्हणजे रक्त वाया गेल्यासारखं त्यांना वाटायचं. माझा बाप कधी कुणाकडे घटकाभर बसायला गेला तरीदेखील त्यांच्याकडचे नळ तो घट्ट बंद करीत असे.
नोटांच्या बारीक बारीक घड्या माणसं का करतात हे त्यांना कळत नसे. माझ्या बापाला आणखीन एका गोष्टीचा राग यायचा. घरात निवडणं-टिपणं करणाऱ्या बायका, धान्यातले खडे घरभर पसरवून टाकायच्या, ते त्यांना सहन झालं नाही. माझ्या बापाला सुपारी, पान, तंबाखूचं व्यसन नव्हतं. ह्या सर्व व्यसनांपासून तुम्ही अलिप्त कसे राह्यलात असं केव्हातरी मी बापाला विचारलं. त्यावर बापाने जे विचार ऐकवले ते इतके माणुसकीचे होते की त्या सर्व व्यसनांपासून मीही लांब राह्यलो.
माझा बाप म्हणाला, "पुरुषांच्या ह्या असल्या व्यसनांचा बायकांना फार उपद्रव होतो. पुरुष मुळात देखणी वस्तू नव्हे. अगोदर त्याला दाढीमिशांचा शाप. बायकांना ते सहन करावं लागतंच. मग व्यसनांपासून तरी लांब राहून त्यांनी बायकांना सुख का देऊ नये? व्यसनापाठोपाठ थोड्या प्रमाणात तरी गलिच्छपणा येतोच. दर्पही लपत नाही. पुरुषाला आपण होऊन जवळ घ्यावं असं बाईला वाटलं पाह्यजे. तो देखणा नाहीच पण कमीत कमी तो स्वच्छ राहू शकतो."
इतकं छान जगू शकणाऱ्या माझ्या बापाने का मरायचं? तो जगायला हवा.

मी पुण्यात पोहोचलो. बापाला नुकताच डोळा लागलेला. तारी बापाची सेवा करण्यासाठीच माहेरपणाला आलेली.
"कसं काय?"
"मला कठीण वाटतं."
"डॉक्टर काय म्हणतात?"
"औषधं आणि जेवण व्यवस्थित घेतलं तर धोका नाही म्हणतात, पण..."

तारीला बोलवेना. ती कोसळली. मी माझ्या परीने सांत्वन केलं.
रडणं आवरीत ती म्हणाली, ''डी. जी. जाणारच रे! त्याचं दु:ख आहेच. पण आई त्यांच्याशी फार वाईट वागते रे! मुकी आई हवी होती.''
''मुक्या आईचा धक्काच त्यांना पेलला नाही. ती गेल्यापासून ते खचले. तरी घाबरू नकोस. शांती येऊ दे. मग सगळं ठीक होईल.''
मी आईला भेटलो.
''बरा आहेस ना?''
''हो.''
ह्या पलीकडे आमचाही संवाद कधी फार होत नसे. मुकी आई घरात आल्यापासून मामला बिथरला होता. तरीही मुक्या आईने माझ्या बापाला जी साथ दिली त्याला तोड नव्हती. मुकेपणाने जन्माला आली. मुकेपणाने जगली आणि मुकेपणाने गेली.
शांतीला पाहून ती खूष झाली होती. कितीतरी वेळ ती मला खाणाखुणा करून शांती तिला किती आवडली हे सांगत होती. घरखर्चातून वाचवलेले एकशेएक रुपये तिने शांतीला दिले आणि खाणाखुणा करून त्याची साडी आण असं तिने शांतीला सांगितलं.
माझ्या लग्नाला मात्र मुकी आई नव्हती. दोन महिने अगोदर तिने शांतपणे यात्रा संपवली. रात्री ती नेहमीसारखी झोपली ती झोपलीच. तेव्हापासून बापाचा सगळा नूरच बदलला. माझ्या खऱ्या आईने जर थोडं मनावर घेतलं असतं तर बापाने हे अट्टाहासाने मृत्यूला आमंत्रण केलं नसतं. पण मुक्या आईच्या आगमनापासून माझ्या आईचं मनच विटलं. माझ्या बापाने आजवर केलेली सेवा, त्याग, दगदग हे सगळं त्याच्या अनेक गुणांबरोबर मातीमोलाचं ठरलं. तुम्ही फक्त एक चूक करा. तुम्हाला काहीही माफ होत नाही.
ऑपरेशन्स संपवून शांती आली. पुण्यापर्यंत ती एकटी ड्रायव्हिंग करीत आली. तिने बापाला तपासलं. ती न बोलता स्वयंपाकघरात गेली. एका ताटलीत दहीभात कालवला. लिंबाच्या लोणच्याची फोड काठावर ठेवली. ती डी. जीं च्याजवळ गेली आणि हुकुमी स्वरात म्हणाली, ''उठून बसा.''
माझा बाप मुकाट्याने उठला.
''हे जेवायचं. सगळं. काही शिल्लक ठेवायचं नाही.''
बापाने मुकाट्याने जेवायला सुरुवात केली.
पाच दिवसांत बापाच्या चेहऱ्यावर तो मस्तपैकी पूर्वीसारखा जगणार असं दिसायला लागलं. सहाव्या दिवशी त्याने आम्हा सर्वांना जवळ बसवून घेतलं.
''शांती आणि तुम्ही सगळे, माझं म्हणणं ऐका.''

सगळ्यांच्या नजरा डी. जी. कडे लागल्या.

शांतीकडे बघत ते म्हणाले, "तुझ्या शब्दासाठी मी पाच दिवस जेवलो. आता पुढे काय करू?"

शांती म्हणाली, "व्यवस्थित जेवायचं. औषधं घ्यायची. स्वत:च्या प्रकृतीकडे स्वत:च लक्ष ठेवायचं."

बापाने विचारलं, "ह्या सगळ्यांचा कंटाळा आला असेल तर?"

"तर मग मला इथं राहावं लागेल."

"तुझं फॉरिनच्या ट्रिपचं काय झालं?"

"पंधरा दिवसावर आलंय."

बाप हसला.

"पण तुमच्या प्रकृतीपुढे..."

"वेडी आहेस. हा भावनाप्रधानपणा तुला शोभत नाही. तुझ्यासमोर खूप भविष्यकाळ पसरला आहे. माझ्याजवळ फक्त भूतकाळच आहे. तेव्हा एक म्हातारा, त्याची इच्छा नसताना जगावा ह्यात कुणीही आपलं आयुष्य वाया घालवू नका. मी मस्तीत जगलो तसं मला मस्तीत मरू दे. मनाविरुद्ध कुणालाही काहीही करायला लावू नये. तेव्हा, तुम्ही दोघांनी आज मुंबईला परत जायला हवं. तुम्हाला आपापले संसार आहेत. व्यवसाय आहेत. ते नेट लावून करा. मी जाण्याचा निर्धार केला आहे. तेव्हा पळा."

बापाने सगळ्यांना बाहेर घालवलं. शांतीला फक्त त्याने जवळ बसवून ठेवलं. पंधरावीस मिनिटांनी शांती जेव्हा बाहेर आली तेव्हा एकच वाक्य बोलली, "ते ऐकायचे नाहीत."

एअरपोर्टवर शांतीला निरोप द्यायला तिच्या हॉस्पिटलमधली कितीतरी डॉक्टरमंडळी आली होती. छोटीछोटी खूप कामं राह्यली होती. डॉलर्स घ्यायचे होते. ठिकठिकाणी चौकशा, पासपोर्ट, तपासण्या, सर्टिफिकिट्स, व्हिसा, नाना सोपस्कार...

शांती धीटपणे सर्वत्र वावरत होती. फटाफट उत्तरं देत होती. मधेच एखाद्या सहकाऱ्याशी हसून बोलत होती. शेवटच्या घटकेपर्यंत कुणाकुणाला काही काही आठवत होतं. लंडनमधले नवे नवे पत्ते दिले जात होते. एकूण प्रत्येक क्षण काहीतरी घडवणारा होता. मधेच तिने मला एका बाजूला नेलं.

"गेल्या महिनाभरात आपण खूप बोललो तरी वाटतं की काहीतरी सांगायचं राहून गेलंय."

मी माझ्या कर्तबगार शांतीकडे बघत होतो.

"तुला काही आठवतं?"
मी मान हलवली.
"सांग लवकर, वेळ संपत आली."
"डी. जीं. ना जाऊन आजच तारखेनं दोन महिने झाले."
"हो बरोबर."
"डी. जी. तुझ्याशी दोन वेळा एकटीशी बोलले. प्रथम बोलले तेव्हा तू माझ्याशी लग्न करायला तयार झालीस. आता सांगशील ते काय बोलले ते?"
"जरूर सांगते. त्यांनी तुला प्रेसवर घालवलं. नंतर त्यांनी मला आर्थिक परिस्थितीची कल्पना दिली. मी विचारलं, 'हे आपण मला का सांगता?' ते म्हणाले, 'ही माहिती मुलीच्या आईवडिलांना हवी असते. आणि त्यात गैर काही नाही. आपल्या जावयाच्या मनगटात आपल्या मुलीला पोसायची ताकद आहे की तो आईबापाच्या ओंजळीनं पाणी पितोय हे मुलगी देण्यापूर्वी समजणं आवश्यक असतं.'
'पण डी. जी...'
'थांब, माझं संपलं नाही अजून. आपल्या होणाऱ्या जावयाच्या आर्थिक जबाबदाऱ्या किती आहेत, भाऊबहिणी किती, त्यांची जबाबदारी कुणावर, हे सगळं प्रथम बघतात. अशा प्रकारची चौकशी जर मुलीच्या नातेवाईकांनी केली तर डोक्यात राख घालून घ्यायचं कारण नसतं."
'पण डी. जी. मी अजून ह्या लग्नाला संमती दिलेली नाही.'
'मग प्रश्न नाही. पण तू कांताची मैत्रीण तर आहेस?'
मी हो म्हणाले. मग ते म्हणाले,'माझं एक काम कर. तुझ्या माहितीत जर एखादी मुलगी असेल तर सांग. कांता फार व्रात्य आहे. हूडपणा संपला नाही त्याचा अजून. पण तसा तो खुळाही आहे. मी त्याला नेहमी कुशीत घेत आलो. कारण तो निष्कपटी आहे. त्यानं कधी फसवाफसवी केली नाही. त्याला अजून बापाचा आधार लागतो. तो फार शिकला नाही. पण जिन्दादिल आहे. त्याला मुलगी कशी हवी सांगू का एका वाक्यात?— त्याला बायको हवीच आहे पण मधूनमधून त्याच्या बायकोला त्याचा बापही होता आलं पाह्यजे.'
मी मग रात्रभर त्याच्यावर विचार केला. मला मग वाटून गेलं, की तुझा बाप होण्याची ताकद केवळ माझ्यातच आहे. मग मी होकार दिला कळलं?"
"आणि परवा काय म्हणाले?"
"ते म्हणाले, 'तू डॉक्टर झालीस. आता लंडनला चाललीस. आणखीन मोठी होशील. तरी संसाराचं मर्म सांगू का?'
'सांगा ना, परवानगी कशाला विचारता?'
ते म्हणाले, 'नाही म्हटलं तरी मी मागच्या पिढीतला. माझे विचार पंचवीस–

तीस वर्षांनी जुनेच वाटणार तुला.’ मी मग सांगा म्हणून आग्रह धरला. त्यांना तेव्हा बरं वाटलं. ते म्हणाले, ‘संसार यशस्वी कधी होतो ते सांगतो. संसारात सहा महिन्यांच्या मुलापासून माझ्यासारख्या साठीच्या घरातला म्हातारा असू शकतो. सहा महिन्यांच्या मुलाच्या गरजा निराळ्या असतात. तारुण्यानं बहरलेल्या जोडीदाराची मागणी काही निराळी असते. सासूची अपेक्षा तिच्या वयाप्रमाणे असते. तर एखादी बरोबरची नणंद वेगळ्या नजरेनं तुमच्याकडे बघत असते. त्याशिवाय आला गेला, पै-
पाहुणा, ह्यांपैकी प्रत्येकाला तुमच्याकडून काही
ना काहा हवं असतं. त्या त्या वयाच्या गरजांची टिंगलटवाळी किंवा उपेक्षा न करता त्या गरजा जी मुलगी पुऱ्या करते तिचा संसार दृष्ट लागण्यासारखा होतो.’’

शांतीचं निवेदन संपलं. माझ्या डोळ्यांत चक्क पाणी. आता बोंबला! रडायची सोय नाही. माझ्यासमोर ह्या क्षणी शांती नाही. माझा बापच आहे. पण हे पब्लिक म्हणणार, बायको चालली म्हणून मी रडतोय. मी पटकन नॉर्मलला आलो. यायलाच हवं.

शांती निघाली. एका चांगल्या कार्याला...लंडनला.

थ्रॉम्प्टनसारख्या हॉस्पिटलमध्ये. मला ती आता दोन वर्षं भेटणार नाही. मी तिला हसून निरोप द्यायला हवा. शांतीच्या विमानाच्या फ्लाइटची घोषणा झाली. सिक्युरिटी चेककडे ती गेली की दोन वर्षं दिसणार नाही. आणि तेवढ्यात सगळ्यांसमोर शांतीने मला कडकडून मिठी मारली आणि माझं एक चुंबन घेतलं.

शांती मला निरोप देत होती. ती सिक्युरिटीपर्यंत गेली आणि का कुणाला ठाऊक परत मागे फिरली. ती पुन्हा माझ्याजवळ आली. म्हणाली, ‘‘कान्त, आपली भेट आता दोन वर्षांनी. आल्यावर मी सगळी कसर भरून काढीनच. पण तोपर्यंत चिंता करू नकोस. यू यार यंग. पझेसिव्ह. इमोशनल, नॉटी बट् इनोसण्ट. तुला जेव्हा भावना अनावर होतील तेव्हा एकच कर. गो टु अ क्लीन गर्ल.’’

एवढं बोलून ती निघणार तोच मी तिला थांबवलं. मला शांती दिसेचना. समोर डी. जी. होते.

माझा बाप.

आणि दोन मिनिटांपूर्वी शांतीने माझं चुंबन घेतलं होतं ह्याचा विसर पडून मी तिला चक्क खाली वाकून नमस्कार केला.

◆

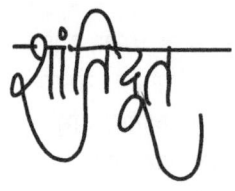

शांतिदूत

अत्यंत अधीर मनाने बंडोपंतांनी नटेश्वराची प्रार्थना करून गोळी घेतली. त्यांची उत्सुकता कमालीची ताणली गेली होती. नाडीची लय एकशेविसापर्यंत वाढली होती.

...गोळी घेतली की खरंच हवी ती व्यक्ती भेटायला येते? असा चमत्कार घडेल?—दहादहा वेळा फोन करून विनवण्या केल्या तरी माणसं भेटायला येत नाहीत आणि नान्या म्हणतो, आवडत्या माणसाच्या नावानं गोळी घेतली की अर्ध्या तासात ती व्यक्ती हजर होते.

नान्या खोटं बोलणार नाही. आपण त्याला काल म्हणालो, ''माझा तुझ्यावर विश्वास आहे.''

''स्वत: प्रचिती घेतलीस की विश्वासाचं श्रद्धेत रूपांतर होईल बंड्या.''

तो क्षण जवळ आलाय.

मनोरमा खरंच येईल का? ती आता खूप मोठी आर्टिस्ट झाली आहे. सेक्रेटरी ठेवण्याइतकी. नाटकाकडून ती चित्रपटक्षेत्रात जी गेली ती गेलीच. पुन्हा रंगभूमीकडे ती वळलीच नाही. मोठमोठ्या समारंभांना अध्यक्ष म्हणून जाते तेव्हा भाषणांतून सांगते, 'रंगभूमी माझी आई आहे. चित्रपटसृष्टी मावशी आहे. श्रीमंत मावशीपेक्षा गरीब आई जास्त जिव्हाळ्याची. मी लवकरच आईकडे येणार आहे कायमची.'

मनोरमा असं दहा वर्षं सांगत टाळ्या घेत आहे. खऱ्याखुऱ्या आया, लेकींची वाट पाहत इथली यात्रा संपवतात. रंगभूमी खरोखर अमर आहे. ती असली भाषणं ऐकते, हसते. आणि लेकरांना सांगते, 'मोठे व्हा!'

अशी मनोरमा, तिच्या आठवणीची गोळी आपण घेतल्यावर येईल? दुय्यम, पण तरीही आपली जागा कुणी घेऊ शकणार नाही असं रसिक प्रेक्षक ज्याच्याविषयी अजून म्हणतात, तो बंडोपंत मनोरमेच्या ध्यानात तरी असेल का? ह्याच शंकेपायी आपण कधीही फोन केला नाही. ती मनोरमा खरंच आली तर?...

बंडोपंतांची नाडी आणखी जोरात सुरू झाली. त्यांना 'पॅल्पीटेशन'चा त्रास जाणवू लागला. मनोरमा आलीच तर तिला काय सांगायचं? वीस-पंचवीस वर्षांपूर्वी, एकाच नाटकात काम करीत असताना, जे बाहेरगावी दौरे झाले, तेव्हा एका

दौऱ्यात मनोरमेच्या शेजारी एका बाकावर बसून प्रवास करण्याची संधी मिळाली होती. बंडोपंतांना ती संधीच वाटली. तारुण्यात प्रवेश होऊन काही वर्षंच गेलेली मनोरमा चैतन्याने बहरली होती. त्या काळात बंडोपंतांना नाटकातल्या हिरोच्या खालोखाल मनोरमेला मेकअप् करणाऱ्या जगनचा हेवा वाटला होता. पण त्या एका दौऱ्यात, बंडोपंतांचा हेवा इतरांनी करावा असं काही मनोरमा बोलली. मनोरमेला बंडोपंत आवडले होते. तिनं तसं सूचित केलं. केव्हातरी मिस्किलपणे तुम्ही का आवडलात सांगेन, असंही मनोरमा म्हणाली होती. ती वेळ नंतर आलीच नाही. त्यानंतरच्या एका मानसशास्त्रीय नाटकाने बंडोपंतांना उत्तर दिलं, 'तरुण पोरींना मध्यमवयीन वयस्कर पुरुष आवडतात आणि चाळीशी उलटलेल्या, काहीशा स्थूल, विवाहित बायका, पंचविशीतल्या तरुणांना आवडतात.'

मनोरमा खरंच येईल?— गोळ्या घेऊन सर्दी, ताप, थ्रोट इन्फेक्शन जातं. पण गोळी घेऊन हव्या त्या व्यक्तीला आणता येतं? नान्या गेली दोन वर्षं ह्याच पद्धतीनं हव्या त्या व्यक्तीचा सहवास मिळवतोय.

आपलाही एकाकीपणा ह्या मार्गाने जाईल का?

बंडोपंतांची हुरहूर आणखीन वाढली. मुलीकडे महिनाभर राहायचं, असं त्यांनी ठरवलं होतं. पण अकराव्या दिवशीच ते मुलीकडून निघाले. 'अचानक का निघालात?'—असं लेकीने-जावयाने वारंवार विचारलं आणि तरीही बंडोपंतांना समर्पक कारण सांगता आलं नाही. समर्पक शब्दाचं नातं कायम दुसऱ्या माणसाशी असतं. तुम्ही जे सांगाल ते समोरच्या माणसाला तत्क्षणी पटायला हवं. तुम्ही शंभर टक्के सत्य सांगितलंत तरीही ऐकणाऱ्याला ते समर्पक वाटावं लागतं. तुम्हाला तीव्र वेदना देणारी गोष्ट दुसऱ्याला मामुली वाटणं, ही वेदनेपेक्षा जास्त चटके देणारी अवस्था असते. आणि त्याउलट कधीकधी तीव्र वेदनेपेक्षा एखादं सारवासारवीचं उत्तर ऐकणाऱ्याला फार स्पष्टीकरण न देता पटतं. जावई-लेक, दोघांचंही काहीही चुकलं नव्हतं. तरीही एका क्षणी बंडोपंतांना वाटलं, 'आपलंच घर बरं.'

ते घरी आले आणि विचारात पडले. आपण केलं ते योग्य की अयोग्य? ते गोंधळले. गडबडले. घरातला एकांत सुखद होता. संघर्ष होता हो एकाकीपणाशी. कोणत्याही व्यक्तीच्या सहवासात चैन पडत नाही हे कुणाला, कसं सांगता येईल? प्रेमाने जी माणसं बोलावतात, त्यांनाच हे ऐकवायचं? त्यांना घरात करमेना. काय करावं हेही सुचेना.

कॅसेट लावावी का?—नको!

जुन्या नाटकाच्या फोटोंचे आल्बम?— नको!

आपल्या भूमिकांवरचे लेख वाचावेत का?—नको!

विचारांच्या त्याच तिरमिरीत बंडोपंत बाहेर पडले. शिवाजी पार्कवर आले. चालत चालत ह्या मैदानाला एक फेरी मारावी असं त्यांना वाटलं. पण चालण्याचा मनस्वी कंटाळा रक्तात मुरलेला. ते मोटारसायकलवरूनच मंदगतीने कट्ट्यावर मोकळी जागा स्वत:साठी शोधत राह्यले. चालत जाण्यात एक जास्तीचा धोका. अनेक ओळखणारी माणसं भेटणार. मनाविरूद्ध हसावं लागणार. कुणी चिवटपणा केला तर बोलावं लागणार. चार माना वळून बघणार. पूर्वी हे सगळं हवंसं वाटायचं. 'हेच ते बंडोपंत' अशी वाक्यं एकमेकात कौतुकाने बोललेली ऐकू आली की छाती वर यायची. त्याला अहंकार म्हणतात, दुर्योधन म्हणतात हे माहीत नव्हतं. ओशो हे नावच कानावरून गेलं नव्हतं तोपर्यंत मन शांत होतं. कलावंताला आयडेंटिटी लपवता येत नाही ह्याचा आता उपसर्ग वाटत होता. चार सामान्य माणसांप्रमाणे साधी पाणीपुरीही कधी खाता आली नाही आणि आता कट्ट्यावरही निवांतपणा मिळणार नाही. ह्याच विचारात एक फेरी पूर्ण झाली. जागा नव्हतीच. असंख्य म्हातारे कळपाकळपाने बसले होते. ह्यांच्या कहाण्या काय असतील? व्याधी किती? कोणत्या? विधुर किती?

...अचानक दोन-तीन म्हातारे उठले म्हणून कट्टा मोकळा मिळाला. बंडोपंतांनी मोटारसायकल उभी करून ती जागा मिळवली. तिथली माणसं नुकतीच उठून गेल्यामुळे, स्वत:च्या रुमालाने कट्टा पुसण्याची गरज नव्हती. ते कट्ट्यावर बसले आणि मागून 'बंड्या' अशी एकेरी हाक आली. पासष्टाव्या वर्षी कुणीतरी एकेरी पुकारतोय, हे पाहून बंडोपंतांनी आनंदाने वळून पाहिलं.

तर समोर नाना!

''नान्या, तू?''

''मग? तुला बंड्या नावानं दुसरं कोण हाक मारणार?''

''खूप छान वाटलं.''

''तू वाहनाशिवाय दिसत नाहीस, म्हणून तू बंड्याच असशील का, अशी शंका आली. हाक मारू की नको...''

''पाठीवर थाप मारल्याशिवाय तू हाक मारीत नाहीस.''

''ओळख पटल्याशिवाय थाप कशी मारणार? म्हणून आज क्रम बदलला.''

''मग आता थाप मारणार ना? त्याशिवाय नान्याची भेट होणार नाही.''

नानांनी थाप मारीत विचारलं, ''आता?''

''आता भेटलास, तोच स्पर्श.''

"बंड्या, स्पर्श हीच खरी ओळख. नाव नंतर ठेवलं जातं. किंमतीचा स्टिकर चिकटवल्याप्रमाणे."

"स्पर्श करावासा वाटलं म्हणजे आपली किंमत अजून कायम आहे. ह्याची खात्री पटते. शेअरबाजारापेक्षा जास्त वेगानं माणसांच्या किंमती बदलतात. नाही का?"

"तसं नाही बंड्या. लोकांना आपली किंमत माहीत असते. ती किंमत द्यायची की नाही ह्याचे हिशोब तयार व्हायला लागतात. आपल्या अंगावरसुद्धा स्टिकर लावलेला असतो. फक्त आकडा लिहीत नाहीत. तो सारखा बदलतो म्हणून. आपण 'ॲबिलिटी' आहोत. तोपर्यंत स्वत:ला हवं ते आयुष्य जगू शकतो. 'ॲबिलिटीची' 'लायबिलिटी' झाली की आपण कसं जगायचं ते इतर ठरवायला लागतात."

"नान्या, म्हणूनच मी अजून वाहन चालवतो."

"चालणं वाढवलंस तर प्रकृती चांगली राहील. मी किती चालतो माहीत आहे ना?"

"मी चालण्याची महती जाणतो. त्याच्यासारखा व्यायाम नाही. पण आदत वाईट रे! तिथं सगळे वांधे होतात. अंथरुणातून जाग येताक्षणी कुणी सिगरेटचं पाकीट शोधतो तर कुणी जपाची माळ. जेवढी सिगरेट घातक तेवढीच जपाची माळ. आपण ज्याचे गुलाम होतो ती गोष्ट वाईट."

"लाखातलं बोललास."

"जे ऐकतो, वाचतो ते बोलतो. नान्या, भाषा हीच एक मस्त गोष्ट आहे."

"मध्येच भाषेचं काय?"

"महती आणि माहिती किती जवळचे शब्द वाटतात. तीच अक्षरं. थोडा फरक. पण अर्थाच्या दृष्टिकोनातून केवढं अंतर?— एक मिळवायची असते आणि एक पटावी लागते."

"तू नाटकवाला. तुझं बोलणं मला कळत नाही. नीट सांग."

"कृतीमध्ये उतरवली तर माहितीची महती होते. तर श्रीकृष्णापासून लाओत्सेपर्यंत 'ओशों'ना ऐकलं की माहितीला तोटा नाही. तसं 'चालणं' ह्याची व्यायाम म्हणून ख्याती ऐकून आहे. पण वाहनांची 'आदत' झाली. पहाटे उठवतच नाही."

"तू आर्टिस्ट. तुझं आयुष्य अनियमित."

"अरे नान्या, रोजची जागरणं धरली तर वय आज पासष्ट असलं तरी मी पंच्याऐंशी वर्षं जगलोय. ओव्हरटाईम धरून."

"करेक्ट!"

"बालपण, तारुण्य, वार्धक्य ह्याची व्यावहारिक व्याख्या मी तयार केलेली

आहे. ऐकणार?''
''अवश्य!''
''हट्ट स्वत:चा आणि तो पुरवायचा हक्क इतरांजवळ म्हणजे बालपण. हट्ट-अट्टाहास आणि शक्ती ह्या दोन्ही गोष्टी मालकीच्या म्हणजे तारुण्य आणि ताकद संपून परस्वाधीनता येणं आणि अट्टाहास तसाच रेंगाळणं म्हणजे वार्धक्य.''
नानांनी पुन्हा पाठीवर थाप मारली आणि बंडोपंत, ऑडियन्सने टाळ्यांचा कडकडाट करावा, तसे शहारले. त्यांच्या डोळ्यांतून पाणी आलं.
''बंड्या, काय झालं?''
''हे विचार ऐकायलाही कुणी उरलं नाही रे!''
''तू माझ्याशी बोल.''
''काय बोलू?''
''जे मनात असेल ते बोल. संकोच, लाजलज्जा— फरगेट एव्हरीथिंग. मोकळा हो!''
धीर एकवटून बंडोपंत म्हणाले, ''मला पुन्हा लग्न करावंसं वाटतंय.''
''बेलाशक कर! कलावंताच्या बाबतीत समाज उदार असतो.''
''नान्या, मी समाजाची उपेक्षा करीत नाही. कारण मी लोकोत्तर नट नसूनही समाजानं मला भरपूर दिलंय.''
''मग प्रश्न कुठे आला?''
''बरेच आहेत.''
''सगळे प्रश्न एकदम सोडवायला घेतले की कोणताच प्रश्न सुटत नाही. एकेक प्रश्न घ्यायचा. तो कागदावर मांडायचा.''
नानांकडे कौतुकाने पाहत बंडोपंत म्हणाले, ''तुझ्यातला प्राध्यापक अजून सतेज आहे.''
''तसं म्हण, तरीही असं का करायचं ते सांगतो. नुसतं विचार करीत राह्यलो की एका समस्येवरून आपण दुसरीवर जातो. मग तिसरी, मग चौथी. शाळेत मुलं साखळीचा खेळ खेळतात. साखळी मोठी होत जाते आणि एकट्या मुलाभोवती कडं पडतं, तसं विचारांचं होतं. तेव्हा एका वेळेला एकच प्रश्न सोडवायचा.''
''मान्य.''
''मुळात लग्न का हवं?''
बंडोपंत कावरेबावरे झाले. काय सांगणार? त्याहीपेक्षा कसं सांगणार?
नाना थोपटत म्हणाले, ''तू कागद वगैरे घेऊन बसणार नाहीस. तुझ्यापाशी तो पेशन्स नाही. म्हणून मी एकेक प्रश्न विचारतो. तू उत्तर दे. व्हाय यू वॉन्ट टू मॅरी अगेन?''

"मी खूप एकटा पडलोय."
"मुली?"
"दोघी कधीच संसाराला लागल्या."
"त्यांच्याकडे जात नाहीस?"
"जातो."
"नातवंडं?"
"आहेत ना, पण काय होतं..."
बंडोपंत थांबवीत म्हणाले, "मला कल्पना आहे. काही वेळ मन रमतं. पण मग त्यांचा दंगा सहन होत नाही."
"हेच होतं. त्याशिवाय त्यांना ज्या पद्धतीनं वाढवलं जातं, ते टॉलरेट होत नाही."
"दुर्लक्ष करायचं."
"कसं?"
"तू नाटकांतून कामं केलीस. जुन्या नाटकांत स्वगतं असायची. ती ऐकायला येऊनही इतर पात्रं चेहरा कोरा ठेवत होती ना? तसं करायचं."
बंडोपंत बघत राह्यले. नाट्यव्यवसायात आपण आयुष्य घालवलं, पण त्यातला एक साधा मंत्र नाना सांगतोय. तीन तासांच्या छोट्या रंगमंचावरच्या पाठ केलेल्या संसारात काही स्वगतं ऐकायची नाहीत, मग ह्या मोठ्या रंगमंचावर, पुढची वाक्यंही माहीत नसताना किती स्वगतं समजायची?...
नाना पुन्हा पाठीवर थाप मारीत म्हणाले, "दुर्लक्ष करण्याचं कौशल्य वाढवणं म्हणजे सुख. जमलं तर लक्षात ठेव आणि पुन्हा मुलीकडे राहायला जा."
"तुला कसं समजलं?"
"फोन कुणी उचलला नाही, अंदाज केला."
बंडोपंतांनी आश्चर्याने विचारलं,
"तू फोन करत होतास? इतक्या वर्षांनंतर?"
"जाऊ दे, मुलीकडून आलास कधी?"
"आजच तासापूर्वी."
"कारण?"
"फक्त तुलाच पटेल म्हणून सांगतो. मुलीनं आणि जावयानं काही कमी केलं नाही. आरामात ठेवलं. आठ-दहा दिवस छान गेले. पण आज बिनसलं."
"भांडण?"
"अजिबात नाही. मलाच एक गोष्ट लागली. जावई कामावरून परतले. माझ्याबरोबर चहा झाला. तेवढ्यात मुलीने नवऱ्याला खुणेनं आत बोलावलं.

काहीतरी प्रॉब्लेम असावा. पाचएक मिनिटांनी त्यांनी बेडरूमचं दार लावून घेतलं. त्या क्षणी जाणवलं, आपल्यापासून मुलगी लांब गेली. तिचे प्रॉब्लेम्स वेगळे झाले. पूर्वी ती आपल्याकडे यायची. आता नवऱ्याकडे जाते. ह्यांच्या संसारात आपण उपरे. आता हा विचार त्यांना सांगता येईना आणि मनातून जाईना. आलो निघून. माझं शल्य तुला मामुली वाटलं का?''

बंडोपंतांनी प्रश्न विचारला त्याचक्षणी नानांचा चेहरा दिव्यासारखा उजळून आल्याचं त्यांना दिसलं. ते सुखावले.

तान संपता-संपता ऑर्गनवाल्याने तेच सूर वाजवावेत, इतक्या तत्परतेने नाना सांगू लागले, ''माझं तेच झालं. मी आमच्या सुनेकडे गेलो. छान राह्यलो. आणि एके दिवशी अभावितपणे वॉर्डरोब उघडायला गेलो. त्याला कुलूप. तेव्हा जाणवलं, मुलीच्या संसारात आपल्याला राह्यला जागा मिळते. पण त्यांच्या कपाटात आपले कपडे नसतात. ते पलंगाखालच्या आपल्या बॅगेत असतात. ती बॅग आपण उचलायला लागलो तर जमीन तिला धरून ठेवते का? आपला इथला वावर इतका वरवरचा आहे.''

''करेक्ट. त्यांच्या व्यथेत, समस्येत आपल्यासारख्यांना प्रवेश नसतो. शंभर टक्के असा फक्त आपलाच संसार असतो.''

''म्हणूनच लग्न करावंसं वाटतं. एकाच आनंदाच्या फांदीला दोन पानं फुटावीत एवढ्यानं भागत नाही. व्यथाही कॉमन हवी. असं नातं फक्त नवराबायकोचं असतं. त्याची इतकी वर्षं सवय झाली, चैन पडत नाही.''

''तुझं आणि वहिनींचं चिकार जमायचं ना?''

''मतभेदही खूप होते, पण दोन्ही अवस्थेत विचार एकमेकांचाच असायचा. टीकाकार टोळीची एक परिभाषा असते—बंडोपंत अभिनयात एक सामर्थ्य आहे आणि तीच त्यांची मर्यादा आहे.''

''म्हणजे नक्की काय?''

''म्हणजे काही नाही. भरभरून माप द्यायचं नाही. एवढाच त्याचा अर्थ. मापट्याच्या बुडाला जर भोक असेल तर यांचं मापटं भरणार कधी? पूर्वी कुणी मूल्यमापन केलं की संताप यायचा, आता कीव येते.''

काहीतरी आठवल्याप्रमाणे नाना म्हणाले, ''परवाच कुणीतरी तुझा कुठेतरी उल्लेख केला होता. नटसम्राट केशवराव दाते ह्यांची म्हणे तू स्पष्ट न उमटलेली आठवी-नववी कार्बन कॉपी आहेस. म्हणजे नक्की काय म्हणायचं होतं त्याला?''

बंडोपंत म्हणाले, ''समीक्षाकार, कॉलमरायटर ह्या कळपांजवळ शब्दांची टांकसाळ असते. मोजकी नाणी त्यातून पडतात, त्यातली काही दोन्ही बाजूंनी

गुळगुळीत असलेलीही पडतात. कोणीही कुणाचीही कॉपी नसतो. परमेश्वर, निसर्ग पुनरुक्ती करीत नाही. त्याची प्रतिभा आटलेली नाही. एक माणूस एकदाच. माणसावरचा त्याचा विश्वास अजून उडालेला नाही. आणखी जास्त चांगला पूर्णपुरुष आपण घडवणार आहोत, असं तो प्रत्येक जीव जन्माला घालताना सांगतोय. पण ह्या टीकाकारांना, तुलना न करता प्रत्येक माणसाला त्याची निर्मिती म्हणून जोखताच येणार नाही. साध्या माणसांपर्यंत ज्याला पोहोचता येत नाही त्याला त्या महान जादुगाराच्या नखापर्यंत तरी पोहोचता येईल का?''

''खरं आहे, पण आपण लग्नाबद्दल बोलताना ह्या विषयावर कसे आलो?''

''सामर्थ्य आणि मर्यादा. टीकाकारांच्या ह्या पेटण्ट शब्दातून हे निघालं. त्यांचं सोडून देऊ. पण नान्या, पतिपत्नींचं नातं तसंच असतं बघ. अपेक्षा असो, उपेक्षा असो, दोन्ही अवस्थेत विचार एकमेकांचाच असतो. त्याचे चटके आणि चटकही लागते.''

''बंड्या, तुला लग्नच हवं आहे?''

''नाना, आता ती मजा नाही येणार.''

''का?''

''जिच्याशी लग्न करीन ती तिचा भूतकाळ जपत येणार.''

''भूतकाळ सगळ्यांनाच असतो.''

''नवराबायकोच्या भूतकाळावरही एकमेकांचीच नावं असतात. बालपणीच्याच वाटा काय त्या वेगळ्या. सप्तपदीनंतरची पाऊलवाट तर कॉमन असते की नाही?— आता दोन पाऊलवाटा एकत्र आल्या की पुढचा प्रवास केवळ दोघांचा नाही. तुलनेच्या काट्यांचा सडा चुकवत दोघांनी चालायचं. मुलीही आणखीन दुरावतील.''

''आत्ता कितपत ॲटॅच्ड आहेत?''

''बापाला विचारलं नाही तरी लोकलज्जेस्तव हॅलो तर म्हणतात? लग्न केलं तर आहे हे नातं तोडायला लोकांची मान्यताच मिळेल. सोन्याचं प्लेटिंग केलेले दागिनेसुद्धा खऱ्या सोन्यासारखेच चमकतात रे! पुन:पुन्हा प्लेटिंग करून घ्यायचं ते बापाच्याच पैशावर. डोळ्यांवर कातडं ओढून आपण देत राहायचं.''

''बंड्या, तू फार बिथरला आहेस.''

''कारण मुलींची माझ्याबद्दलची खरी मतं काय आहेत, ते मला माहीत आहे. दुसरी बायको ह्याचंच भांडवल करून मुलींना माझ्यापासून तोडेल. तिला तर जिव्हाळ्याचं नाटक करायचेही कष्ट नाहीत.''

दोघं गप्प बसले. कागदावर समस्यांची यादी करायचीही गरज नव्हती. 'पहिले तीन प्रश्न आवश्यक, उरलेल्या आठांतले कोणतेही पाच' असा सवाल पण उरला नाही. पहिल्याच प्रश्नातले, 'अ', 'ब', 'क' सुटत नव्हते.

बंडोपंत म्हणाले, "कलासंसार असो किंवा गृहस्थधर्म असो, प्रथम हौस संपावी, मग संसार."

"खरं आहे."

"आता तू सांग. तू तुझा एकटेपणा कसा घालवतोस?"

"मी एकटा नसतोच बंड्या. सगळ्या आवडत्या माणसांच्या सहवासात असतो. अर्थात तू आर्टिस्ट. तुझ्याइतका माझा परिवार मोठा नाही. तुझं अजून सगळीकडे भव्य स्वागत होत असेल."

"नान्या, तुझा भ्रम आहे. पंचवीस-तीस वर्षांची मैत्री असलेली मित्रमंडळी बायकोच्या आजारपणात फिरकलीसुद्धा नाहीत. वाढदिवसाला फुलांच्या करंड्या आणणाऱ्यांपैकी काहीजण मला आर्टिस्टही मानत नव्हते, असं अलीकडे समजलं आणि ज्यांचं आजही तेवढंच प्रेम आहे, त्यापैकी काही स्वत: आजारी आहेत, काहीजण सूनही नोकरी करते, म्हणून सहजी घर सोडू शकत नाहीत. चलता है!"

नाना म्हणाले, "बंड्या, खूप आधी भेटायला हवं होतंस. एकाकीपणा घालवण्याचा मस्तपैकी मंत्र दिला असता. अजून देतो. विश्वास ठेवशील?"

"अवश्य."

"मघाशी तू संतमहंतांची एवढी यादी ऐकवलीस मला..."

"बाबा रे, त्यानं मेंदूला झिणझिण्या येतात पण मनाचा आक्रोश संपत नाही. मनावर ताबा ठेवण्याचे जे बुद्धीकडून सारखे संदेश येतात ना, त्यापायी जास्त छळ होतो. दुसऱ्या माणसाच्या उपदेशापासून पळता येतं रे, पण आपलाच संयम, यमासारखा वाटतो. तू उपाय सांग."

नाना म्हणाले, "खरा उपाय लग्नच."

बंडोपंत निषेधाने मान हलवीत म्हणाले, "अशक्य."

"का?"

"पाऊलवाटा. हेच परत सांगावं लागेल. पतिपत्नीचं—स्त्री-पुरुषाचं नातं, हे एक वेगळंच तंत्र आहे. त्यात आकर्षण आहे, विकर्षण आहे. ओढ असते, चीडही येते. निमंत्रण असतं, अस्वीकारही असतो. स्वावलंबन मागणारं परावलंबित्व असतं. स्त्री-पुरुष नात्यातला हा एक मधुर तणाव असतो. म्हणूनच त्यांच्यातला विरोध टिकला पाह्यजे. बाईचं पुरुषीकरण होता कामा नये. निसर्गाच्या निर्मितीला तोड नाही. त्यानं स्त्री आणि पुरुष सवंगडी म्हणून

निर्माण केले. अनमोल नजराणा दिला. हा भाव मनात ठेवून दोघांनी एकमेकांना
'ठेव' म्हणून जपलं, तर स्वर्ग इथंच उतरतो.''

बोलता बोलता बंडोपंत हरवले. नानांनी पाठीवर पुन्हा थाप मारली. पण बंडोपंत
तंद्रीत गेले होते. त्यांना आता रस्त्यावरून अकारण कर्कश्श हॉर्न्स वाजवत
जाणारी वाहनं दिसत नव्हती. कानठळ्या बसत नव्हत्या. नानांनाही अस्तित्व
उरलं नव्हतं. मनात फक्त विराट आकाश उतरलं होतं. निळं निळं आकाश.
कृष्णासारखं. क्षणभर त्यांना वाटलं आपल्याच शरीराचं विराट आकाश झालंय.
त्याच तंद्रीत ते म्हणाले, ''रासक्रिडा म्हणजे शृंगार नव्हता. ज्या ज्या स्त्रीजवळ
गोपींचा समर्पणभाव होता त्या त्या संसारात परमात्माच नांदत होता. प्रत्येक
गोपीला स्वतःच्या बाहुपाशातच कृष्ण दिसला. एकाचवेळी असंख्य गोपींना
कृष्ण भेटला. ह्याचा अर्थ, तो चैतन्याचा विहार होता. शरीराचा विलास नव्हता.
त्याला संसार म्हणतात.''

नाना अवाक् होऊन ऐकत राह्यले. गहिवरले. त्यांनी न आवरून हुंदका दिला.
बंडोपंत भानावर आले.

''काय झालं रे नान्या?''

''तुम्हा कलावंतांना आम्ही थोर मानतो ते उगीच नाही. आम्ही सामान्य, पण
बंड्या म्हणूनच जास्त सुखी.''

बंडोपंतांनी नुसतं पाह्यलं.

नाना म्हणाले, ''आमच्या संसाराकडून एवढ्या अपेक्षाच नाहीत. आयुष्याकडूनही
नव्हत्या. कलावंतांचं तारुण्य आणि कर्तृत्वाचा काळ बहरलेला असतो. बारमास
वसंतऋतू असतो. सामान्य माणसं आयुष्यभर ग्रीष्मात जगतात. एखादी
झुळूकही आम्हाला महिनोन्महिने पुरते. पण आमचं वार्धक्य शांत, तृप्त असतं.
कलावंताचं वार्धक्य ग्रीष्मासारखं असतं. वलय जातं, प्रलय राहतो. तरी बंड्या,
एक शंका आहे. बोलू?''

''बोल, बोल. पुष्कळ वर्षांनी भेटतोयस्.''

''प्रत्येकाच्या बायकोला गोपी होता येत नाही. अशांनी काय करायचं?''

''उत्कटतेनं, निर्विष प्रेम करणारं विशाल मन लाभलेल्या...''

बंडोपंतांना मधेच थांबवित नानांनी विचारलं,

''निर्विष म्हणजे?''

''कुसुमाग्रजांची 'प्रेम कुणावरही करावं.' ही कविता वाच.''

''वाचेन. पुढे?''

''तर, तसं मन लाभलेल्या प्रत्येक पुरुषाला गोपी भेटतेच. अरे गोपी हे
कृष्णाचंच दुसरं रूप. कुणाचा तरी दुसऱ्याचा संसार ती जनरीत म्हणून करते.

पण मानसिक विश्वात तिचा संसार तिच्या कृष्णाशीच रंगलेला असतो.''
नानांचा चेहरा क्षणभर उजळून निघाला आणि दुसऱ्याच क्षणी उतरला, बदलला.
''काय झालं?''
''कलावंताचं वार्धक्य अतृप्त असतं म्हणालो, पण तुम्हा मंडळींजवळ विचारांचं न संपणारं धन असतं. त्यांची सोबत...''
''नाना, विचारांचं धन म्हणायचं पण ते शेवटी ट्रॅफिक आयलण्डसारखं असतं. त्या आयलण्डला आणि सुविचारांना सगळे वळसे घालून निघून जातात. ट्रॅफिक आयलण्ड फारच सजवलेलं असेल तर वाहनाची गती रात्री जरा कमी करायची. इतकंच. सुविचारांचा त्यापेक्षा जास्त सहवास फारसा कुणाला पेलत नाही आणि एकाकीपणाची पोकळी तर कधीच विचारांनी भरून निघत नाही. तू तुझ्या एकटेपणाबद्दल काहीतरी सांगत होतास.''
''मी एकटा नसतोच. हव्या त्या माणसाच्या सहवासात जितका वेळ घालवावासा वाटेल तो माणूस हजर होतो.''
''कसा?''
''विश्वास ठेवशील?''
''का नाही?''
''मग चल माझ्याबरोबर.''
''कुठे?''
''काहीही विचारायचं नाही. तुझं एकाकीपण मी संपवतो. चल, उठ. तुझ्या मोटारसायकलवर खूप दिवसांनी बसणार आहे.''

कुर्ला-अंधेरी रोडवर, दोन-तीन वेळा डावीउजवीकडे वळल्यावर, एका नगण्य केमिस्टच्या दुकानासमोर नानांनी बंडोपंतांना थांबायला सांगितलं.
गाडी स्टँडवर लावून बंडोपंत दुकानात गेले. नानांनी काऊण्टरपलीकडच्या एका वयस्कर माणसाला हाक मारून सांगितलं, ''मि. पटेल, मीट माय फ्रेंड बंडोपंत लेले, ए रिनाऊन्ड स्टेज आर्टिस्ट.''
बंडोपंतांना शेकहँड करीत पटेलने विचारलं, ''सेम डिसीझ ऑफ लोन्लीनेस?''
नानांनी मान हलवली. पटेलने खूण केली. काऊण्टरची एक फळी उंच करून नाना आणि बंडोपंत पलीकडे गेले. दुकानाच्या मागच्या भागातल्या जिन्याने वरच्या मजल्यावर पोहोचले.
पटेलने वरच्या मजल्याचा दरवाजा उघडला आणि बंडोपंतांची नजरबंदी झाली. सबंध हॉलभर, ज्याला 'वॉल टू वॉल' म्हणतात तसा गालिचा. हॉल वातानुकुलित. एका भिंतीला वीस फूट लांबीचं, सरकत्या काचांचं कपाट.

असंख्य औषधांच्या बाटल्या आणि मध्यभागी दोन-तीन कॉम्प्युटर्स.

पटेलने बंडोपंतांना एका कॉम्प्युटरसमोर बसवलं आणि ते नानांना म्हणाले, ''यू एक्सप्लेन हिम ऑल दॅट ही इज सपोज्ड टू डू.''

इतकं सांगून पटेल खाली गेला. नाना बंडोपंतांच्या शेजारी बसत म्हणाले, ''तू आता तुला आवडणाऱ्या सगळ्या नातेवाईकांची, मित्रांची, मैत्रिणींची, चाहत्यांची एक यादी तयार कर. आपल्याला एक संपूर्ण व्यक्ती जशी आहे तशी कधीच आवडत नाही. आपण ज्यांचा मनानं, म्हणजे हृदयापासून स्वीकार करतो, अशी माणसं वेगळी. प्रत्येक नव्या ओळखीनं आपण टवटवीत होतो. कारण तेव्हा मनाला भुरळ पडते. त्या व्यक्तीचे दोष प्रारंभी दिसत नाहीत. कारण बुद्धी तेव्हा मध्ये येत नाही. तर्क आणि बुद्धी ह्यांच्या इलाख्यात समोरचा माणूस गेला, की अंतर वाढत जातं. तेव्हा ज्यांनी ज्यांनी अधूनमधून भेटावं असं वाटतं, त्यांची यादी कर.''

''सगळं सविस्तर सांग ना.''

''गेलास तर्काच्या राज्यात? संशयाच्या राजधानीत? माझ्यावर विश्वास...''

''आहे रे!''

''मग सांगतो तसं कर. नाटकाचं कथानक अगोदर कळून चालतं का?''

बंडोपंतांनी कागद पुढे ओढून घेतला.

नाना म्हणाले, ''नाव लिहून झालं की त्या व्यक्तीचं थोडक्यात वर्णन : उंची, वजन, वर्ण, एखादी लकब. मुख्य म्हणजे तुला ती व्यक्ती कोणत्या कारणासाठी आवडली, तिची मतं, विचारसरणी, हे सगळं आठवेल तसं लिही.''

''बाप रे! हे प्रचंड काम आहे. रात्रीचे बारा-एक वाजतील.''

''जागरण प्रकार तुला नवा आहे का?''

''अरे नान्या, आपण दुकानात आहोत, थिएटरमध्ये...''

''बाबारे, तर्क-चर्चा नको. कामाला लाग.'' असं म्हणत नानांनी एक बाटली काढली. त्यातली एक गोळी घेतली आणि ते समोर सोफासेटवर बसले.

बंडोपंतांनी नानांकडे पाहिलं, तर नानांनी डोळे मिटलेले. डोळे मिटतामिटता ते म्हणाले, ''वेलकम!''

बंडोपंतांनी सगळीकडे नजर टाकली, पण कुणीही आलेलं दिसलं नाही. नानांनी डोळे मिटले होते ते उघडले. पण त्यांची नजर आता पूर्वीची नव्हती. त्या हॉलमधील एकही गोष्ट त्यांना जणू दिसतच नव्हती. ही अवस्था बंडोपंतांच्या पूर्ण परिचयाची होती. एखाद्या भूमिकेत शिरल्यावर, प्रेक्षकांना वाटतं की नाटकातला कलावंत आपल्याकडे पाहून सगळं बोलतोय. पण कलावंताला चेहरे हरवलेली माणसं दिसतात, हे प्रेक्षकांना कळत नाही. आज कोणताही

अलबत्या-गलबत्या नट, एक-दोन भूमिका मिळताक्षणी, 'मी ती भूमिका जगतो' असं खुश्शाल सांगतो, ते विसरा. ह्या माणसांनी केशवराव दाते ह्यांचा 'केशवशास्त्री', नानासाहेब फाटकांचा 'वृंदावन', दिनकर ढेरेचा 'कामण्णा', स्नेहप्रभा प्रधानची 'उमा' ह्या भूमिका पाह्यल्या नाहीत.

हे सगळं ठीक आहे. नानांचं काय?— ते हसत होते, कुणाला तरी टाळी देत होते, प्रश्नार्थक हावभाव करीत होते. अजब आहे! आत्ता आपण का हरवलो?

बंडोपंतांनी यादी लिहायला प्रारंभ केला. मध्ये एकदोनदा त्यांनी नानांना हाक मारली. ती त्यांना ऐकूच गेली नाही. यादी संपली तेव्हा रात्रीचे साडेबारा वाजले होते.

नाना त्याचवेळी 'ओके, फिर मिलेंगे' असं अज्ञातात कुणाला तरी म्हणत उठले. बंडोपंतांनी चार फुलस्केप त्याच्यासमोर ठेवत म्हटलं, ''आता?''

उत्तर न देता नानांनी इंटरकॉम उचलला. ''पटेलसाब, हां, इट इज रेडी. प्लीज कम. थँक्स!''

कोणतेही प्रश्न न विचारता, जे घडतंय ते आता फक्त पाहायचं असं बंडोपंतांनी ठरवलं.

पटेल आला. न बोलता कॉम्प्युटरसमोर बसला. नानांनी बंडोपंतांची यादी पटेलच्या हातात ठेवली.

''नान्या, मी मराठीत लिहिलंय.''

''त्याला चौदा भाषा येतात.''

पटेल डौलात हसला आणि सराईतपणे त्याने की बोर्डवर काम सुरू केलं. कॉम्प्युटरवर भराभरा नावं आणि काही आकृत्या उमटायला लागल्या. सुमारे अर्धा तास पटेलचं त्या यंत्राशी काहीतरी चाललं होतं. असंच कोणतं तरी एक शेवटचं बटण दाबून पटेल शांत बसला. मिनिट-दीड मिनिटानं त्या यंत्रातून एक कागद बाहेर आला. तो कागद हातात घेऊन, त्या वीस फूट लांबीच्या सरकत्या काचा मागेपुढे करीत पटेल औषधाच्या बाटल्या आणि खोक्याखोक्यांतून ठेवलेल्या स्ट्रीप्स काढत राह्यला. सुमारे वीस बाटल्या आणि बत्तीस स्ट्रिप्सचा एक छोटा डोंगर त्याने टेबलावर ठेवला.

यंत्रातून आलेली यादी नानाच्या हातात ठेवत पटेल म्हणाला, ''नाऊ, यू एक्सप्लेन द एन्टायर प्रोसीजर टू युवर फ्रेंड. गुड लक टू यू!''

इतकं सांगून पटेल गेलासुद्धा. बंडोपंतांनी नानांकडे पाह्यलं.

''आता इथं क्षणभर थांबायचं नाही. बाहेर पडल्यावर सगळं सांगतो.''

नानांना तिथली सगळीच माहिती असावी. एका टेबलाचा ड्रॉवर उघडून त्यांनी दोन-तीन प्लॅस्टिकच्या पिशव्या घेतल्या. त्यात त्या बाटल्या भरल्या आणि

बंडोपंतांचा हात धरून नाना बाहेर पडले. पटेलच्या नोकराने दार उघडून दिलं. मोटारसायकलपाशी आल्यावर नाना म्हणाले, "आता ऐक, ही सगळी औषधं संभाळून ठेव. तुझ्या प्रत्येक मित्राच्या नावासमोर औषधाचं नाव लिहिलं आहे. ज्याची आठवण होईल त्याच्या नावासमोरची गोळी घ्यायची. पंधरा मिनिटांत ती व्यक्ती हजर होते."

"काय सांगतोस? साक्षात ती व्यक्ती..."

"साक्षात् नव्हे, पण साक्षात्कार व्हावा तशी. प्रत्यक्षापेक्षा उत्कट."

"माझा गोंधळ उडालाय."

"ते स्वाभाविक आहे. पण कल्पिताहून अकल्पित आहे. आपल्याला जी व्यक्ती हवी आहे ती आली आहे, असा फील येतो. मी मुद्दाम 'फील' शब्द वापरतोय. भास नव्हे. एखादी व्यक्ती मेली तरी अजून ती आहे, आत्ता समोरच्या दारातून येईल किंवा आली आहे, ह्या वाटण्याला 'भास' म्हणतात. पण इथं तिची उपस्थिती जाणवते. ती मनसोक्त गप्पा मारते. फिरक्या घेते. जुन्या आठवणी सांगते. एकदा या अनुभवातून जा, मग आपण एका फ्रिक्वेन्सीवर येऊ. तोपर्यंत नाही."

"माझा तुझ्यावर विश्वास आहे."

"तो मैत्रीपोटी आहे. अनुभूती आणि अनुभवातून गेल्याशिवाय विश्वासाचं श्रद्धेत रूपांतर होत नाही. विश्वास प्रकट करण्यासाठी असतो. श्रद्धा हा अंतर्मनाचा भाव आहे."

"असं का म्हणतोस?"

"कारण अनुभव घेणारा प्रत्येकजण वेगळा असतो."

"नान्या, तुझे पाय धरावेसे वाटतात."

"पाय कृष्णाचे, ज्ञानेश्वरांचे धर. आणि तुझी हरकत नसेल तर एक गोष्ट सांग."

"जरूर."

"पहिलीवहिली गोळी कोणती घेणार?"

स्वप्नाळू नजरेने आकाशाकडे पाहत बंडोपंत म्हणाले, "मनोरमा!"

नानांना त्यांच्या घरापाशी सोडून बंडोपंत जेव्हा घरी परतले, तेव्हा रात्रीचे दोन वाजले होते. घरी येताक्षणी गोळी घ्यावी, असं त्यांना वाटलं. पण त्यांनी तो विचार खोडून काढला. मनोरमा आली आणि तिने 'इतक्या अपरात्री का बोलावलं?'— असा जाब विचारला तर? सकाळ होण्याची प्रतीक्षा करीत ते गादीवर तळमळत राह्यले.

आपण आपल्या मुलीकडून अचानक घरी आलो ते बरं झालं, असं बंडोपंतांना

रात्रभर वाटत राह्यलं. नान्याची म्हणूनच भेट झाली आणि आता ह्या
गोळ्यांच्यामुळे आयुष्यातलं एकाकीपण संपणार.
मनोरमेसाठी घेतलेल्या गोळ्यांची स्ट्रिप बंडोपंतांनी झब्ब्याच्या खिशात ठेवली.
खोलीतल्या खोलीत त्यांच्या येरझारा सुरू झाल्या.
वाट पाहण्याचा ताण असह्य होऊन त्यांनी नानांना फोन केला.
''मी बंड्या बोलतोय.''
''गोळी घेतली का?''
''पंधरा मिनिटांपूर्वी.''
''आता लक्षात ठेव. ह्या गोळीचा परिणाम, हवी ती व्यक्ती आल्यानंतर तास ते
दीडतास टिकेल. नंतर तिचा मुक्काम वाढावा असं वाटलं तर आणखीन एक
गोळी घ्यायची.''
''घ्यावीच लागेल. भरपूर बोलायचं आहे.''
''असं आपल्याला प्रथम वाटतं. पण ह्या वयात कंटाळाही पटकन येतो.
आपले तारुण्यातले, सळसळत्या रक्ताचे मित्र-मैत्रिणी वेगळे आणि
आपल्याइतक्याच थंड्या पाह्यलेले...''
''म्हणजे हिवाळे! माणसाचं वय 'इतके पावसाळे' असं पावसानंच का
मोजायचं? बायको हयात असेल तर पावसात काव्य आहे. विधुरांनी हिवाळेच
मोजावेत. हसतोस काय लेका?''
''नान्या, ह्या वयातलं हसणं हे रडण्याचंच देखणं रूप असतं, असं
नाटककार...''
''ते जाऊ दे. तर त्या गोळ्या...''
''थांब नान्या. बेल् वाजल्याचा आवाज येतोय्.''
''ऑल द बेस्ट!''

बंडोपंतांनी साशंक मनाने दरवाजा उघडला. दारात मनोरमा उभी! दार उघडलं
जाताक्षणी बंडोपंतांना कडकडून मिठी मारली. जे मनात होतं ते झालं. तरीही ते
अनपेक्षित होतं. निव्वळ स्वतःच्या भावनांना काय अर्थ आहे? साफल्याचं नातं
प्रतिसादाशी असतं. स्वप्नात प्रतीक्षा असते. तडफड असते. प्रतिसादात प्रसाद
असतो. 'ति' हे अक्षर तिरस्कारातलं नसलं तरच त्याचा नेवैद्य होतो.
तिची मिठी सोडाविशी वाटत नसूनही बंडोपंतांनी तिला बाजूला करीत म्हटलं,
''शांतपणे बसशील की नाही? जिने चढून केवढी धाप लागली आहे बघ
तुला?''
असं म्हणत बंडोपंतांनी तिला कोचावर बसवलं तर ती कोचावर आडवीच

झाली. तिचा पदर जमिनीवर लोळू लागला. तिने बंडोपंतांना बसण्यासाठी कोचावरच जागा केली. पण बंडोपंत समोर बसले. त्यांना तिला अगोदर नीट बघायचं होतं. थोडं बोलायचं होतं. आपण तिला तेव्हा का आवडलो होतो, हे प्रथम ऐकायचं होतं. आज इतक्या वर्षांनी, गोळी घेताक्षणी ती आली ह्याचा अर्थ ते आवडणं क्षणिक नव्हतं. इतक्या वर्षांत गाठीभेटी न होताही एखाद्या स्त्रीला एवढी ओढ वाटावी, ती टिकावी हे नवलच होतं.

बंडोपंतांना त्यांचा एके काळचा मित्र आठवला. कॉम्प्युटरला दिलेल्या यादीत नवलकर होताच. त्यानेही रंगभूमी गाजवली. आज तो खऱ्या अर्थाने 'नटसम्राट' पदवीपर्यंत पोहोचला असता. पण व्यवसायातल्याच दोन-तीन स्त्रियांनी त्यांची हौस पूर्ण होईपर्यंत नवलकरला नाचवलं आणि नंतर एखाद्या गारेच्या खड्यांप्रमाणे त्याला फेकून दिला. त्यातून तो सावरलाच नाही.

पुरुष बायकांना शरीरसुखासाठी नाचवून त्यांना नंतर सिगरेटच्या थोटकाप्रमाणे फेकून देतात, हा सर्वत्र असलेला समज, नवलकरच्या बाबतीत ओळीनं तीन स्त्रियांनी खोटा ठरवला होता. बंडोपंतांनी तेव्हा त्यावेळच्या एका थोर नाटककाराला, 'हे असं कसं?'— म्हणून विचारलं होतं. तेव्हा त्यांनी सांगितलं होतं, 'जी व्यक्ती विकली जाते, ती वापरली जाते. मग ती स्त्री आहे की पुरुष, ह्याला फारसा अर्थ नसतो.'

बंडोपंत सावध होते. मनोरमेने आपल्यात काय पाह्यलं हे त्यांना प्रथम जाणून घ्यायचं होतं. आपल्या पत्नीनेही न हेरलेला एखादा गुण मनोरमेने टिपला आहे का?

अगोदर हे समजलं पाह्यजे. परिवारातील एकूण एक मंडळी, अतिपरिचयामुळे नित्याची होतात, असतातच. कौतुकाचा मोहर त्या झाडांवर कधी फुलत नाही. सूर्यप्रकाश आणि पाणी या माफक गरजांवर झाड जगतं. पण बहरून, थोड्या काळातच सुकणाऱ्या मोहरासाठीच ते जगतं. तो मोहर आला की साध्या वृक्षालाही आपण कल्पवृक्ष झाल्यासारखं वाटतं.

आज तो कौतुकाचा मोहर हवा आहे. शृंगारभावनेपेक्षा अहंकार मोठा.

आज प्रथम क्रमांकावर अहंकार. शृंगार ह्या वयात फुलला तर फुलला.

इशारा करूनही बंडोपंत जवळ येऊन बसत नाहीत, हे पाहून मनोरमाच त्यांच्या शेजारी येऊन बसली. तिने त्यांच्या खांद्यावर, छातीवर डोकं घुसळायला सुरुवात केली. मग बंडोपंतांनी तिची हनुवटी उचलून तिला विचारलं, "तू माझ्याशी खूप काही बोलणार होतीस."

मनोरमा गप्प.

"बोल ना. माझ्यात तेव्हा तू काय पाह्यलं होतंस आणि इतके वर्षं काहीही

व्यक्त न करता ते जतन कसं केलंस?''

तिने फक्त बंडोपंतांचा हात हातात घेतला.

...हिला बोलतं करण्यासाठी आणखी एक गोळी घ्यावी लागेल की काय?

''बोल ना!''

तिने पुन्हा त्यांच्या खांद्यावर डोकं टेकलं. बंडोपंत फुलले नाहीत. ते स्तुतीच्या
मोहरासाठी जास्त हपापले होते. स्पर्श ही शेवटची भाषा. पण आज
अव्यक्तापेक्षा व्यक्ताची ओढ जास्त होती. स्पर्शापेक्षा शब्दांनी पुरुषत्वाचा जास्त
गौरव होणार होता.

''मला तुझा शब्द अगोदर हवाय.''

तिने डोळे मोठे करून पाह्यलं.

बंडोपंत घाईघाईने औषधाच्या स्ट्रिपवर हात ठेवत म्हणाले,

''तूसुद्धा हवीच आहेस. मी सोडल्याशिवाय आज तू जाऊच शकणार नाहीस.
पण अगोदर मला खूप बोलायचं आहे.''

त्यानंतर श्वासही न घेता, उसंत न शोधता बंडोपंत बोलत राह्यले. सुमारे पंधरा-
वीस मिनिटं ते आपल्या भूतकाळाबद्दल, संसाराबद्दल आणि आत्ताच्या
एकाकीपणाबद्दल सांगत होते.

शेवटी कंटाळून ते म्हणाले, ''मी स्वगत बोलतोय असं वाटलं का?''

मनोरमेनं बंडोपंतांना मांडीवर डोकं टेकून पडायला लावलं. ती त्यांना एका
हाताने थोपटू लागली. दुसऱ्या हाताने तिने पर्समधून एक चपटी बाटली
काढली आणि सरळ तोंडाला लावली. नंतर आलेल्या दर्पावरून तिने काय
घेतलं हे बंडोपंतांनी ओळखलं.

''मनोरमा, हल्ली तू ड्रिंक्स घेतेस, हे मी ऐकलं होतं, कदाचित वाचलं असेल.
ह्या सुंदर शरीराचा सत्यानाश...''

तिने त्यांच्या ओठावर तर्जनी ठेवली.

''मला बोलू दे. इतक्या वर्षांनी भेटलीस पण गप्प आहेस. मी खरंच आवडतो
ना?''

ती मानेने 'हो' म्हणाली.

''जिवापाड?''

''जानसे भी जादा.''

आत्ता पहिले शब्द फुटले. चाळीस मिनिटांनंतर.

''माझ्यासाठी काहीही करशील?''

''जान भी दूंगी.''

''हा सगळा हिंदी सिनेमा बोलतोय. प्रत्यक्षात सांगितलं, 'चल, दुसऱ्या

मजल्यावरून उडी मार!' तर...''

—बंडोपंतांचं वाक्य पूर्ण व्हायच्या आत मनोरमा गॅलरीकडे धावली. तिथल्या स्टुलावर उभं राहून तिने बाहेर शरीर झोकून दिलं.

बंडोपंत धावले. तळमजल्यावरच्या फरशांवर मनोरमा अस्ताव्यस्त पडली होती. ती डोक्यावर पडली नसावी. रक्तस्रावही झाला नव्हता. पण ब्रेनहॅमरेजची शक्यता नाकारता येत नव्हती.

भिंतीचा आधार घेत घेत बंडोपंत खोलीत आले. त्यांना दरदरून घाम फुटला. छातीचे ठोके कानांनी ऐकू येऊ लागले. कसं तरी बळ एकवटून त्यांनी मुलीला फोन केला. पण मुलीने तिकडून तो उचलायच्या आतच दारावरची बेल वाजली.

इतक्या तातडीने पोलिस येतील?

शेजारीपाजारी असतील. आता भवितव्य संपलं. फोन बंद करून त्यांनी दार उघडलं, तर दारात मनोरमा!

डोक्यापासून पायापर्यंत बंडोपंतांनी तिच्या सर्वांगावरून हात फिरवला.

''मुझे कुछ नही हुआ.''

पाच मिनिटं ती थांबली.

तिची पाठ वळताच बंडोपंतांनी मनोरमेच्या नावाच्या गोळ्या फेकून दिल्या.

तेवढ्यात फोन वाजला.

''हॅलो...''

''मी नान्या.''

''तुझा कापरा, एक्साइटेड आवाजच सांगतोय मनोरमा आलीए ना? आता मी तुला डिस्टर्ब करीत नाही. एन्जॉय कर.''

''जहान्नमध्ये गेली ती नान्या. मी एकूण एक गोळ्या फेकून देतोय.''

''ट्रिटमेंट अर्ध्यावर टाकू नकोस.''

''खड्ड्यात गेली...''

''ए... हॅलो, मनोरमा जहान्नमध्ये, ट्रिटमेंट खड्ड्यात मग नाना आकाशात की नरकात?''

''नान्या, तुला कसं सांगू?''— असं म्हणत जे जे घडलं ते ते सगळं बंडोपंतांनी सांगितलं. नाना मनसोक्त हसले.

''तुला मजा वाटते काय?''

''बाबा रे, आजचा पेपर वाच. तुझी मनोरमा नैनीतालमध्ये शूटिंग करतेय. तुझ्याकडे जी आली होती ती तिची डमी. डमीला डायलॉग नसतात, फक्त ॲक्शन. कड्यावरून उड्या, मोटार ॲक्सिडेंटमध्ये जखमी होणं, कळलं का?''

''माझं हार्ट फेल व्हायची वेळ आली होती.''

"तू ताबडतोब दुसरी कोणती तरी गोळी घे. तुझा उरलेला दिवस चांगला जाईल."

"नक्की?"

"हण्ड्रेड पर्सेंट!"

"बघ हं..."

"आणखी एकच ट्रायल घे. माझ्यासाठी. नाही, नाही, तुझ्याचसाठी."

"ओके!"

टेलिफोन बंद करून बंडोपंतांनी यादी वाचली. आणखी एक नाव पक्कं केलं आणि ते अधीर होऊन करमरकरची वाट पाहू लागले.

"सरप्राईज केलं की नाही?"— चपला काढता काढता करमरकर म्हणाला. बंडोपंतांना 'हो' म्हणण्यापुरतीही उसंत न देता तो पुढे सांगत राह्यला, "अर्ध्या तासापूर्वी माझ्याही ध्यानीमनी नसताना, एकदम तुझी आठवण झाली. 'माझी वाट पाहू नका' असं सांगून सरळ इथं आलो. एक फोन करतो मुलीला, मग मी मोकळा. तिला 'येत नाही' म्हणून सांगून टाकतो. अचानक आलो. पण तू भेटशील की नाही, असं मनाशी म्हणत..."

करमरकर फोनकडे वळला. बंडोपंतांनी प्रसन्न मनाने पटेलला नमस्कार केला. मग नानांना, कॉम्प्युटरला आणि औषधाच्या बाटल्यांना.

"नान्या, नान्या तुझे पांग कसे फेडू?"

"ते राहू दे. कोण आलं होतं?"

"करमरकर. माझा पुराणा दोस्त. चाहता."

"मी ओळखतो त्याला. आल्या आल्या फोन केला की नाही?"

"करेक्ट!"

"त्याची ती जुनी खोड. नेहमी दुसऱ्याचा फोन वापरायचा. बाकी लाख माणूस. तसं मनात कपट नाही. कधी गेला?"

"आत्ता एवढ्यात. दिवसभर होता. दुसरी गोळी घ्यावीच लागली नाही. त्याचं कोडं मात्र उलगडलं नाही."

"कसलं कोडं?"

"तू म्हणाला होतास, तासातासानं गोळी...हॅलो, तासातासानं..."

"बंड्या, भेटायला आलेल्या माणसाची वुईल पॉवर कमी असेल, तर एक गोळी पुरते. आणि..."

"तू तसं बोलला नाहीस."

"प्रचिती कशाला म्हणतात कळलं का? काय वाटलं ते सांग."
"तू म्हणालास ते पटलं. करमरकर सतत निकट आहे, हा 'फील' आला. तरी पण प्रॉब्लेमच!"
"कसला?"
"मी आर्टिस्ट. मला सवय झाली ती प्रेक्षकांना सतत—म्हणजे प्रत्यक्षात पाहण्याची. त्यामुळे..."
"ते सगळं गौण आहे. एकाकी वाटलं का सांग. आपण कुणाशीही बोलतो, म्हणजे नक्की काय करतो?—आनंदाच्या उर्मी येतात, व्हेवलेंग्थ जुळतात म्हणून आपण घरात एकटे आहोत, असं वाटलं का?"
"अजिबात नाही. दिवस संपला कधी कळलं नाही."
"दॅट्स फाईन."
"आता मी तुला बेचाळीस दिवसांनी फोन करीन."
"ऑल द बेस्ट."

बंडोपंतांनी असं सांगितलं खरं पण नवव्या दिवशीच त्यांना फोन करावा लागला.
"हॅलो, नानूशेट."
"बोला!"
"काय चाललंय?"
"माझा मावसभाऊ आलाय."
"कधी आला?"
"दोन दिवस राह्यलाच आलाय."
"म्हणजे प्रत्यक्ष..."
"नाही. संकेताप्रमाणे."
"म्हणजे दोन दोन तासानं एकच गोळी..."
"नाही. ज्याच्या सहवासाचा कंटाळा येणार नाही ह्याची गॅरंटी असते, त्याच्यासाठी 'इंट्राव्हिनस इंजेक्शन' असतं."
"पटेलच देतो."
"ॲम्प्यूल आणायची आणि फॅमिली डॉक्टरकडून घ्यायची. ते राहू दे. बेचाळीस दिवस झाले का?"
"नान्या, तू आता माझा बॅचलर डॉक्टर."
"हे काय नवीनच?"
"अरे, मला आता फॅमिली कुठाय? खरं तर विडोअर डॉक्टर म्हणायला हवं? मला गाईड कर. डायग्नॉसिस अचूक केलंस. ट्रिटमेंट योग्य, पण डोस वारंवार

ठरवावा लागणार.''
''तेही प्रत्येक पाहुण्याप्रमाणे. पहिल्या वेळेला प्रत्येक अनुभव नवा. पुढच्या वेळेला तुझा डोस तूच ठरवशील. आत्ता काय प्रॉब्लेम आहे?''
''तुझा माझा कॉमन मित्र शशी आलाय.''
''तो सगळ्यांचा मित्र असतो आणि मित्रच राहतो. स्नेही होत नाही. तू त्याला यादीत टाकायलाच नको होतंस. जिकडे सरशी तिकडे शशी. अकाऊण्टण्ट आहे. पार्टनर्स राबतात. हा क्रेडिट घेत भटकतो. यादी करताना मला का नाही विचारलंस?''
''तू तेव्हा पटेलच्या दुकानात होतास कुठे? जोरजोरात हसत काय होतास, टाळ्या देत होतास, मध्ये मी दोनदा हाका मारल्या, तुला त्या ऐकूच आल्या नाहीत.''
''अरे, माझ्याकडे तेव्हा भागवत आला होता.''
''इतक्या रात्री?''
''तो रात्रीच रिकामा असतो. तुला तास-दोन तास यादी करायला लागणार म्हटलं, मग त्याला बोलावलं.''
''गोळी कधी घेतली होतीस?''
''शिवाजी पार्कवरून निघालो तेव्हाच घेतली. तेव्हा तो मित्राकडे जेवायला चालला होता. मी त्याची बिनपाण्यानं केली. मग म्हणाला, 'हे शेवटचं आमंत्रण'.''
''मला समजलं नाही.''
''भागवतची आणि तुझी ओळख करून देतो म्हणजे आपोआप समजेल.''
''आत्ता बोल ना. बाहेर शशी बसलाय. एकेकाळच्या त्याच्या मित्राची टिंगलटवाळी करतोय. मला ते आता असह्य वाटतंय.''
''अरे, ह्या भागवतला डॉक्टरांनी कडक पथ्य सांगितलंय. वजन कमी करायला हवं त्यानं. तेलकट पदार्थ वर्ज्य. दुधाचे पदार्थ वर्ज्य. आणि हा प्राणी आईस्क्रीमची जाहिरात जरी पाह्यली तरी बर्फाच्या अगोदर वितळतो.''
''मुश्कील आहे.''
''पथ्य पाळायचं असेल तर मुश्कील. हा प्राणी भजी, बटाटेवडे, आईस्क्रीम आडवा पडून चापतो आणि उभं राहवत नाही म्हणून तसाच झोपतो, 'आईस्क्रीममध्ये तेल नसतं आणि भज्यांमध्ये दूध नसतं' म्हणत.''
बंडोपंत मनापासून हसले.
नाना पुढे म्हणाले, ''आणि झोपेवर प्रचंड प्रेम. दारावर सरळ 'डोण्ट डिस्टर्ब'चा बोर्ड लावून, मनापासून झोपतो. तू कदाचित त्याच्या बायकोला ओळखत

असशील.''

''कसा काय?''

''काही काही नाटकांतून छोट्या छोट्या भूमिका करते.''

''माझा नाट्यक्षेत्राशी आता संबंध कुठे उरलाय?''

''खरं आहे.''

''तुझा हा भागवत एरवी करतो काय?''

''बँकेत आहे. त्याशिवाय बॅडमिंटन कोच आहे. संगीताचा शौकिन आणि साहित्यवेडा आहे. घरात स्वत:ची लायब्ररी, अफाट मेमरी, बोलायची नॅक, मस्त प्राणी आहे. त्याने डाएटिंग करायला हवं.''

''नान्या, काही काही गोष्टी दुसऱ्यांनीच करण्यासाठी असतात.''

''कोणत्या कोणत्या?''

''पहाटे फिरणं, डाएटिंग, गुळण्या करणं...''

नाना मनसोक्त हसले.

''भागवतांचं हेच मत आहे. बंड्या, मी प्रतिभावंत नाही, तरीही मी भागवतावर एक विडंबन रचलं आहे. म्हणू?''

''अवश्य!''

''भागवतच्या दृष्टिकोनातून आदर्श घर कोणतं ते ऐक.''

''ऐकव.''

''असावे घरटे अपुले छान ।।ध्रु.।।
घरी असावी काजू बर्फी
रोज मिळावी पिस्ता कुल्फी
कुल्फीनंतर 'क्वालिटी'चे
उदरी कोन महान
असावे घरटे अपुले छान ।।१।।
नित्य असावी शय्या तत्पर
निद्रादेवी प्रसन्न आतुर
'डोण्ट डिस्टर्ब'चा फलक पाहुनी
दारी उभा मेहमान
असावे घरटे अपुले छान ।।२।।
आहाराचे पथ्य नसावे
नोकरीतही तथ्य नसावे
रंगमंचकी मग्न असावे
निज पत्नीचे ध्यान

असावे घरटे आपुले छान ॥३॥"
बंडोपंत न राहवून म्हणाले, "नान्या, ही तुझी रचना?"
"अर्थात!"
"अरे तो शशी ही कविता स्वत:च्या नावावर खपवतोय."
नाना काही वेळ गप्प.
"हॅलो, नान्या बोल ना."
"बंड्या, विचार करीत होतो. आयडिया! तूच आत्ता शशीकडे विषय काढ. तो आपोआप जाईल. जस्ट ट्राय."
"हॅलो, नान्या मी..."
"ओळखलं. आज कोण आलंय?"
"अरे आज वेगळीच समस्या उभी राह्यलीय."
"सांग."
"तळपदे म्हणून एक मित्र आहे. सकाळी मी गोळी घेतली. काही उपयोग झाला नाही. पण दुपारी माझी मोठी मुलगी अचानक आली. दोन-तीन तास चांगले गेले. ती गेल्यावर घर आणखीनच खायला उठलं. पुन्हा गोळी घेतली. तासभर वाट पाह्यली. मग डबल स्ट्राँग, पाचशे पॉवरची गोळी घेतली. तिथं चुकलं."
"का?"
"तळपदेसुद्धा पटेलची ट्रिटमेंट घेतो हे मला माहीत नाही. आज त्याच्याकडे कॉकटेल पार्टी होती. त्याने पाच-सहा गोळ्या फ्रेंडसर्कलच्या नावानं घेतलेल्या. मी हायर पॉवरची गोळी घेतल्यामुळे 'इंद्राय तक्षकाय स्वाहा:' सारखं झालं. तो त्याच्या मित्रांसहित आलाय बाहेरच्या खोलीत त्यांची पार्टी चालली आहे. मी ड्रिंक्स घेत नाही. तळपदे स्वत: होस्ट म्हणून तो बेतानं घेतोय. त्याचे मित्र चेकाळलेत. आता तळपदेला घालवू कसं सांग?"
"तळपदे एरवी काय करतो?"
"बडे बापका बेटा. गाड्या उडवतो. पार्ट्या देतो."
"दोन नंबर का?"
"भरपूर!"
"बंड्या, आयडिया! तुझे चाहते सगळ्या फिल्डमधले. त्यात कुणी इन्कमटॅक्सवाला आहे का?"
"सुपर्ब नान्या. इन्कमटॅक्स ऑफिसर कोल्हटकरच मित्र आहेत."
"त्यांच्या नावाचा डबलडोस घे. तळपदे काढता पाय घेईल आणि कोल्हटकर सीनियर ऑफिसर असतील तर तेही जास्त वेळ देऊ शकणार नाहीत."

त्या प्रसंगानंतर आठ-दहा दिवस बंडोपंतांनी कुठल्याच गोळ्या घेतल्या नाहीत. अजून बावीस मित्रांच्या, नातेवाईकांच्या गोळ्या पडून होत्या. आता गोळी घेण्यापूर्वी ते फार विचार करायला लागले होते. गोळी घेतल्यावर येणारी व्यक्ती निखळ आनंद देईल की आपली बेचैनी वाढवेल ह्याचा निर्णय लागेपर्यंत गोळी घ्यायची नाही, असं त्यांनी ठरवून टाकलं. त्या त्या वयात जे जे मित्र भेटले ते सगळे त्या त्या कालखंडातच लोभसवाणे का वाटले, ह्या प्रश्नाच्या उत्तरात ते हरवले. औषधं नक्कीच अलौकिक होती. ज्यांचा सहवास मिळावा असं वाटलं होतं, ते ते सगळे आले. काही एका गोळीतच आले, काहींसाठी तीन-तीन गोळ्या लागल्या. त्यांचा सहवास मिळाला पण तो लाभला नाही. असं का झालं?

बंडोपंतांना ह्याचं उत्तर अचानक मिळालं. त्यांची मोठी मुलगी वीणा अकल्पितपणे आली. तिने बंडोपंतांचा ताबा घेतला.

''आत्ताच्या आत्ता चला.''

''कुठे?''

''ज्या पिक्चरची तुम्ही गेली अठरा वर्षं वाट पाहत होतात, तो जुना पिक्चर लागलाय. कोरी कॉपी आहे.''

''अग पण...''

''मी तिकिटं आणली आहेत. गाडीतून जायचं-यायचं. आम्हा मुलींना तो चित्रपट पहायला मिळायला हवा म्हणून तुम्ही अनेकदा कासावीस झालात. आता चला.''

परतीच्या वाटेवर घराशी गाडी थांबेपर्यंत बंडोपंत गप्प होते. ते जुन्या आठवणींत हरवले असतील म्हणून वीणा शांत होती. तिला तो जुना चित्रपट आवडणं शक्यच नव्हतं.

गाडीतून उतरताना बंडोपंत म्हणाले, ''वर नाही आलीस तरी चालेल.''

''मला पिक्चर आवडलं नाही म्हणून म्हणताय का? अगदी टाकाऊ नाही वाटला.''

थोडा वेळ घुटमळत बंडोपंत म्हणाले, ''आज मलाही तो आवडला नाही. त्याचं मनावर जे इंप्रेशन होतं तेही मी घालवून बसलो. तेव्हा का आवडला हेही आता कळत नाही.''

वीणा गाडीतून खाली उतरली. गाडीला वळसा घालून ती बापाजवळ आली.

''बाबा, असं घडतं. कॉलेजमध्ये असताना आम्ही मैत्रिणी ज्या हॉटेलात जात होतो, त्याच हॉटेलात लग्न झाल्यावर मी मुद्दाम ह्यांना घेऊन गेले. आणि माझी मीच खट्टू झाले. त्यात भर ह्यांच्या नजरेची. तुमचा जावई, 'हाच का तुझा

चॉईस?'—अशा अर्थानं पाहत होता. मला तेव्हा कळलं की आपण रोज बदलतो. बाबा, सात वार, तीस-एकतीस तारखा आणि बारा महिने तेच पुन:पुन्हा येतात. पण एक दिवस दुसऱ्यांदा येत नाही.''

बंडोपंतांच्या डोळ्यांत पाणी आलं. वीणा पुन्हा मोटारीचा दरवाजा उघडीत म्हणाली, ''बसा गाडीत. आज मी तुम्हाला घरात एकट्याला राहून देणार नाही.''

''नको. मी येत नाही. माझ्या वाट्याला जे आयुष्य आलं आहे, जे कायमचं चित्र आहे, तेच मी माझं मानायला हवं. एकांताला वैरी न मानता त्याचा जोपर्यंत मला उपयोग करून घेता येत नाही तोपर्यंत शांती नाही.''

''तुम्ही कोणाकडे जात नाही. अनेक घरांतून तुमचं स्वागत होईल. एकटेपणानं तुम्हाला धरून ठेवलंय का तुम्ही त्याला सोडायला तयार नाही ह्याचा एकदा विचार करा.''

''मी कुणाकडेही गेलो तरी आपलं इथलं वास्तव्य काही तासांचंच आहे, हा विचार मनातून जात नाही. 'आता घरी वाट पाहायला कोण आहे? राहा दोन दिवस.' —असं बोलणारा निर्हेतुकपणे म्हणतो तेव्हा रिकामी जागा डंख मारत राहते. वीणा, फक्त शाळेत असतानाच 'रिकाम्या जागा योग्य शब्दांनी भरा' हा प्रश्न सोडवता येतो. का माहीत आहे?''

वीणाने मान हलवली.

''जेव्हा विस्तार माहितीचा असतो तेव्हाच संक्षिप्त म्हणजे काय ते समजतं. माझं एकटेपण हे सगळ्यांना फार मोठं संकट वाटत नाही. माझ्या आयुष्याचा विस्तार फक्त मलाच माहीत आहे. इतर सगळे 'हां—तो एकटा पडलाय' एवढ्या संक्षिप्तात गुंडाळतात. तेव्हा बेटा, तू जा. तुम्ही मुली आनंदात राह्यलात म्हणजेसुद्धा माझ्या पेपरमधल्या रिकाम्या जागा मला भरता येतात. तेवढं ओझं कमी.''

वीणा हिरमुसली होऊन गेली.

त्यानंतर चार दिवसांनी नानांचा फोन आला.

''हॅलो...''

''मी तुला फोन करणारच होतो.'' बंडोपंत म्हणाले.

''काही समस्या शिष्यवरा?''

''हो. कालच फाटक आला होता. तो तुला माहीत नाही. चेनस्मोकर. दोन तास थांबला. सिगारेटच्या धुरापायी मी हैराण झालो. त्याच्या अंगालाही सिगारेटचा वास येतो रे. मग मी त्याचा मुक्काम वाढवला नाही. तरी प्रश्न उरलाच.''

"काय झालं?"
"फाटक कधीच गेला, पण त्याचा सिगारेटचा वास मागं रेंगाळतोय."
"ॲलोपथी औषधांचा हा साईड इफेक्ट. बाकी वेळ कसा गेला?"
"फाटक त्याच्या नातवाला घेऊन आला होता. तीन तासांपैकी दोन तास नातवाचे हट्ट पुरे करण्यातच गेले. तो झोपला तेव्हा जरा शांतपणे गप्पा झाल्या. तरीसुद्धा नान्या..."
"बोल, बोल."
"जग बदललं आहे का माझ्यातच काही दोष निर्माण झालाय, कळत नाही."
"म्हणजे नेमकं काय?"
"मित्र येतात पण ते ओळखीच्या वळणावरचे वाटत नाहीत."
"बंड्या, आपण स्वत: तरी पंचवीस वर्षांपूर्वीचे राह्यलोत का?— आपण आपल्या आयुष्यातून लांब गेलेलो, त्यात एके काळचे मित्रही त्यांच्या भूतकाळापासून अंतरावर गेलेले. म्हणजे एकूण अंतर किती वाढलं?"
"तुला सध्याची ट्रिटमेंट कशी वाटते?"
"मस्त! मी मजेत आहे."
"मला तुझा हेवा वाटतो."
"आमच्यासारख्या सामान्यांची गोष्ट वेगळी. आम्ही पायथ्याशी राह्यलो, पायथ्याशी मरणार. सह्याद्री पायथ्यापाशी अखंड जोडलेला आहे. त्याची शिखरं उंच उंच होतात. जेवढी उंची वाढते तेवढं दोन शिखरातलं आडवं अंतरही वाढत जातं. मग शिखरं एकटी पडतात. तुझं तसं झालंय."
"पण त्या त्या काळात ती माणसं कशी आवडली?"
"ती तुम्हा कलावंतांची त्या त्या उंचीवरची बौद्धिक, भावनात्मक गरज होती. आम्ही पायथ्याची माणसं. आम्ही आटपलो तर ते जेमतेम पाच पंचवीस माणसांना समजणार. उंचावरचा माणूस गेला की अनेकांना समजतं. तुमचं वार्धक्य एकाकी असतं पण तुमच्या प्रेतयात्रा जंगी असतात."
नाना इतकं बोलून स्वत:शीच हसायला लागले. बंडोपंतांनी दोनदा 'काय झालं' म्हणून विचारलं तेव्हा नाना म्हणाले, "तुमच्यासारख्यांच्या अंत्ययात्रेत, शोकसभेत ऐन स्मशानात एखादा वक्ता म्हणतो, 'आज बंडोपंत आपल्यात असते तर एवढी गर्दी बघून त्यांना फार आनंद झाला असता.'"
प्रचंड हसत बंडोपंत म्हणाले, "नान्या, यू आर ग्रेट! मी सगळ्या गोळ्या बंद करतो. तूच मला अधूनमधून भेटत जा. बाकी कोणी नको."
"ट्रिटमेंट अर्ध्यावर टाकू नकोस. प्रत्येकाची ट्रायल घे. एक-दोन व्यक्ती कायमच्या आवडतीलसुद्धा."

"साईड इफेक्टसची भीती वाटते."
"मग चार-पाच परिचितांसाठी आयुर्वेदिक गोळ्या आण."
"कुठून?"
"पटेलकडूनच."
"ओके! आणतो. आणखी एक राह्यलं."
"काय?"
"पटेलचे औषधाचे पैसे?"
"ह्या बाबतीत त्याचं हे सोशल वर्क आहे. तो पैसे घेत नाही."
"का?"
"मानसिक आनंदाचा रेट ठरवता येत नाही म्हणून."

बंडोपंतांनी एकाच मित्राच्या आठवणीसाठी, सहवासासाठी, योग्य औषधं आणली. तीन दिवस सहा सहा तासांनी 'आसवं', 'अरिष्टं' घेतली. पण उपयोग झाला नाही. नान्याला फोन करण्यावाचून गत्यंतर नव्हतं. नानांनी सांगितलं, "आयुर्वेदिक औषधांचा गुण उशिरा येतो. आत्तापर्यंत जितकी माणसं तुला भेटून गेली, त्यांच्या 'टॉक्सिन्स' शरीरात राह्यल्या आहेत. पहिल्या तीन दिवसांत तुझं सगळं शरीर शुद्ध होईल. त्यानंतर दोन दिवसांनी औषधाचा परिणाम दिसेल. चौथ्या दिवशी त्या माणसाचे सगळे दुर्गुण आणि व्यसनं ह्याच्याच आठवणी येतील. पाचव्या दिवशी तू संपूर्ण निर्लेप होशील. मग ती व्यक्ती सहाव्या दिवशी येईल."
सहाव्या दिवशी सकाळी बंडोपंतांना, ज्याच्यासाठी गोळ्या घेतल्या होत्या त्या साळवीला भेटायचा मूड राह्यला नव्हता. त्यांनी अगतिकतेने नानांना फोन केला. "बंड्या, आता इलाज़ नाही. ॲलोपथीमध्ये ॲंटिडोटस् असतात. उपाय म्हणून इन्स्टंट पण साईड इफेक्टस्चा धोका. आयुर्वेद दुखण्याचं मूळ काढून टाकतं. आता साळवी येणारच. आणि त्याच्या मनात येईल तेव्हाच तो जाईल. तू म्हणशील तेव्हा नाही."
"म्हणजे नान्या, हे कठीण आहे."
"होय."
"मी मुलीकडे गेलो तर?"
"तो पाठोपाठ तिथं येईल."
"माय गॉड!"
"येणारी व्यक्ती फिजिकली आली तरच तिला चुकवता येतं. पण इथं ती भावरूपानं येते, म्हणून घालवण्याचा उपाय नाही. तुला आता साळवीचं

स्वागत करावंच लागेल.''

साळवी मुक्कामाला येऊन सहा दिवस झाले. बंडोपंतांना वेड लागायची पाळी आली. ह्याचा परिणाम जो व्हायचा तोच झाला. त्यांना एके दिवशी चक्कर आली. एक वेळ येऊन स्वयंपाक करून जाणारी बाई तेव्हा घरात होती. तिने बंडोपंतांच्या दोन्ही मुलींना फोन केले. बंडोपंतांची हॉस्पिटलमध्ये रवानगी झाली. बंडोपंतांचं ब्लडप्रेशर वाढलं होतं. त्यांना आय. सी. यू. मध्ये ठेवण्यात आलं. व्हिजिटर्सना भेटण्याची परवानगी नाकारण्यात आली. कोणत्या तरी उत्साही बातमीदाराने बंडोपंतांच्या आजाराचं वृत्त छापल्यामुळे त्यांच्या चाहत्यांनी रांग लावली. फक्त खासगीवाल्यांना परवानगी मिळाली. तीही ते स्वत:च डॉक्टर असल्यामुळे. बंडोपंतांपेक्षा ते बारा वर्षांनी मोठे. डोळ्यांचं ऑपरेशन अयशस्वी झाल्यामुळे एक डोळा गेलेला. बापाची प्रॅक्टिस लेकाने ताब्यात घेतल्यापायी खासगीवाले वाळीत पडलेले. सुनेपायी मुलगा स्वतंत्र झालेला आणि खासगीवाल्यांमुळे पुनर्जीवन मिळालं अशी श्रद्धा असलेल्या एका पेशंटनेच त्यांना निवारा दिलेला.

स्वत:चा इतिहास सांगून खासगीवाल्यांनी बंडोपंतांना विचारलं, ''तुम्हाला काय होतंय? तुम्ही तुमच्या अभिनयानं इतक्या जणांना आनंद दिलात, तुम्हाला खरं तर काहीही व्हायला नको.''

''नावावर बुकिंग होणाऱ्या कलावंतांपैकी मी नाही.''

''प्रत्येकजण आपापल्या पदावर अढळच असतो.''

''तुमच्या सौभाग्यवती केव्हा गेल्या?''

''नऊ वर्षं झाली.''

''ही नऊ वर्षं कशी काढलीत?''

''पहिली तीन वर्षं असह्य होती. एकाकीपणानं पिंजून गेलो. नंतर एक सिद्ध पुरुष भेटले. त्यांनी चार गोळ्या दिल्या. त्यातल्या दोनच गोळ्या मी घेतल्या आणि नावाप्रमाणे गुण आला.''

''महाराजांचं नाव काय?''

''महाराजांचं माहीत नाही. गोळ्यांचं नाव 'शांती'. सार्थ आहे. माणसाला सुख नको असतं. आनंदही नको असतो. त्याला हवी असते शांती. शाश्वत शांती.''

बंडोपंत अगतिकतेने म्हणाले, ''अगदी खरं आहे. ह्याच शांतीसाठी मी कमी गोळ्या घेतल्या नाहीत.''

''पटेलकडून का?''

बंडोपंत उडालेच. खासगीवाल्यांचा हात दाबीत ते म्हणाले, ''तुम्हाला पटेल

माहीत आहे?''

''मी त्या गोळ्या वर्षभर घेतल्या. आयुष्यभर प्रचंड धावपळ करतो. रिकामे क्षण ठेवतच नाही. म्हणून आपण अशांत आहोत ह्याचा पत्ताही स्वत:ला लागत नाही. अशांतीचे क्षण वाट्याला यावे लागतात. बेचैनीचं मूळ कारण अशांती आहे हा शोध लागावा लागतो. संपूर्ण शांती देण्याचं सामर्थ्य फक्त चैतन्यातच असतं. वरच्या शक्तीत असतं. त्या दोन गोळ्या मी घेतल्या आणि मला कळलं, शांती हा मनाचा धर्म आहे. आपण शांतीसहितच जन्माला आलो आहोत. आपण पहिला शब्द ज्या दिवशी बोललो त्या दिवसापासून मौन संपलं. अशांतीच्या राज्यात प्रवेश झाला. अशांत करणाऱ्या सगळ्या गोष्टी बाहेरच्या असतात. त्याचं व्यसन लागतं. मग जुने मित्र भेटेनासे झाले की पटेलच्या गोळ्या घेऊन पुन्हा अशांतीला आमंत्रण द्यायचं. ह्या दोन गोळ्यांनी मला शांतीच्या मार्गावर सोडलं. तेव्हापासून मी तृप्त आहे. आता उरलेल्या दोन गोळ्यांची, त्या शांतिदूताची गरजच पडली नाही.''

''खासगीवाले, ह्या तुमच्या आवडत्या कलावंतावर उपकार करा. मला त्या गोळ्या...''

''उद्या घेऊन येतो. डिसचार्ज मिळाला की घ्या. प्रत्यक्ष परमात्म्याच्या सहवासात आहात असं वाटेल. कुणाचीही गरज उरणार नाही.''

कबूल केल्याप्रमाणे खासगीवाल्यांनी बाटली आणून दिली. फोन नंबर आणि पत्ताही दिला.

डिसचार्ज मिळाल्यावर ते वीणाच्या घरी आले. जवळ शांतिदूत होता. आता कुठेही चैन पडणार होतं. पहिल्या सगळ्या बाटल्या फेकून देऊन, परमेश्वराचं नाव घेऊन त्यांनी गोळ्या घेतल्या. तास झाला, दोन तास गेले, सगळा दिवस संपला. रात्र तळमळण्यात गेली.

सकाळ होताक्षणी बंडोपंतांनी अधीरतेने खासगीवाल्यांना फोन केला,

''हॅलो, मी बंडोपंत. डॉ. खासगीवाले आहेत का?''

''मीच बोलतोय. गोळ्या घेतल्या?''

''घेतल्या. पण तेव्हापासून विलक्षण बेचैन आहे.''

''अस्सं? नवल आहे! बाटलीवरचं नाव वाचता का? कारण माझी नजर जरा अधू...''

''पाहतो—'' असं म्हणत बंडोपंतांनी टेबलावरची बाटली हातात घेतली. चष्मा लावला. नाव वाचलं—'शांतिदूत'.

नाव बरोबरच होतं. त्यांनी हातातली बाटली फिरवली आणि त्यांची बोबडीच

वळली. बाटलीवरच्या लेबरवर किंमत नव्हती. पण एक्सपायरी डेटप्रमाणे बाटलीची मुदत संपून दोन वर्षं झाली होती.

खासगीवाले 'हॅलो हॅलो' करीत राह्यले. बंडोपंतांची जवळजवळ वाचाच गेली होती.

रिसीव्हर लोंबत राह्यला.

◆

आकाश

दरवाजा उघडताच तो म्हणाला, ''मी देवेंद्र चितळे. तुम्ही मला ओळखणं शक्य नाही. मी ताईंकडून आलो. आत येऊ शकतो ना?''

ती पाहत राहिली. दोन पावलं मागे सरकली. तिला पटकन् 'या' म्हणायचं भान राहिलं नाही. ती त्याच्या कुरळ्या केसांकडे पाहत राहिली. पारशासारखं तरतरीत नाक, काळेभोर डोळे, गोरा वर्ण, सहा फूट उंची आणि मुख्य म्हणजे सरळ खांदे.

उतरते खांदे आदितीला आवडत नसत.

पेरू, चिंचा, आवळे ह्यांसारखी फळं उंचावरच हवीत. पपईच्या चवीपेक्षाही ती उंच असते म्हणून तिला प्रिय. उंचावरची फळं खुणावतात. आव्हान देत आमंत्रण देतात. वर गेलं की आभाळापर्यंतचं अंतर किंचित कमी होतं. जमीन प्रथमच नीट दिसते. आपण जेव्हा जमिनीवरून चालतो तेव्हा तिच्याकडे कधी बघतच नाही. अति सहवास, दुसरं काय? झाडावर चढलं की जमीन दिसते. आता आभाळाचं फार कौतुक करायचं नाही.

फळं उंचावरच हवीत. आणि पुरुष सरळ खांद्याचा आणि उंचही हवा.

''तुम्ही कितीही वेळ पाहत राह्यलात, तरी मला ओळखणार नाही.''

तो प्रसन्नपणे हसत म्हणाला.

ती कावरीबावरी झाली. 'मी तुमच्याकडे पाहत होते, पण मला तुम्ही दिसत नव्हतात' असं सांगितलं तर हा चितळ्यांचा देवेंद्र विश्वास ठेवेल का?

त्याला पाणी देण्यासाठी ती आत आली. फ्रीजमधून पाणी काढून तिने ग्लास भरला. ती थंड पाण्याची बाटली तिने गालाला टेकवली. सर्वांगावर आलेल्या शिरशिरीने ती सुखावली. तिने फ्रीज बंद केला. डबल डोअर असलेल्या उंच फ्रीजकडे तिने कौतुकाने पाहिलं. नेहमीप्रमाणे आता या फ्रीजवर उडी मारून बसावं, असं तिला वाटलं. तसं जर खरंच केलं तर तो सरळ खांद्याचा चितळे आत येईल. आपल्याला फ्रीजवर बसलेलं पाहून म्हणेल 'मार्व्हलस्!'

एम, ए, आर, व्ही, इ, डबल एल, ओ, यू, एस. मार्व्हलस.

मॅट्रिकला असताना सरांनी हा शब्द पन्नास वेळा लिहायला लावला.

चितळ्यांच्या झंप्याला स्पेलिंग येत असेल का?

बाहेर काहीतरी वाजलं तेव्हा आदिती भानावर आली. स्वत:च्या ह्या हरवणाऱ्या स्वभावाचा निषेध करीत ती बाहेरच्या खोलीत आली.

देवेंद्र खिडकीतून बाहेर पाहत होता. पाठमोरा. तो नक्की समोरच्या इमारतीकडे पाहत असला पाहिजे. तिसरा मजला. डावीकडून आठवी खिडकी. तिला वाटलं, त्याला सांगावं, 'दुपारी साडेतीन वाजता या. त्या खिडकीवर तेव्हा ऊन पडतं. अष्टपुत्रे आजोबा तेव्हा चहा पीत तिथं बसतात. त्यांना सणसणीत, व्हिमच्या पावडरने घासल्याप्रमाणे स्टेनलेस स्टीलचं टक्कल आहे. उन्हात ते इतकं चमकतं की त्याचा कवडसा बरोब्बर आपल्या अंगावर पडतो.'

आदितीने तो विचार झटकला. पण त्याच्याचमागे दुसरा व्रात्य विचार उभा होता. हातातल्या गारेगार पाण्याचा चटका देवेंद्रच्या मानेला मागच्या बाजूने द्यावा असं तिला वाटलं. तेवढ्यात देवेंद्र वळला. दोन पावलं पुढे आला. ग्लास हातात घेत म्हणाला,

"थँक्स."

त्याचं पाणी पिऊन होताच त्याने ग्लास टी-पॉयवर ठेवला आणि ब्रीफकेस उघडली. आदितीला हसायला आलं. काहीसं गोंधळून जात देवेंद्रने विचारलं,

"काय झालं?"

"तुमचं दप्तर चांगलं आहे."

"दप्तर?"

"आनंद असाच चक्रावून जायचा. त्याच्या ब्रीफकेसला मी असंच दप्तर म्हणायचे."

देवेंद्र आदितीकडे बघत राहिला. तिच्या बोलण्यात कमालीची निरागसता होती. डोळे तर एखाद्या इम्पोर्टेड बाहुलीसारखे होते. पापण्यांचे मोठे मोठे केस आणि नजर विलक्षण कुतूहलाने भरलेली. जादुगाराने रुमालातून अचानक दोन कबुतरं काढून दाखवल्याबरोबर टाळ्या पिटण्यापूर्वी सगळ्या बाळगोपाळांच्या नजरा जशा चमकतात, तश्शीच चमक इथंही. ह्या अशा नजरा त्रयस्थ, परक्या माणसाला घाबरत नाहीत. जग चांगलं आहे. त्याला वाईट असायचं कारण नाही. छोट्या मुलांना फसवायला जगाला काय वेड लागलंय का?

देवेंद्र तिच्याकडे पाहत असतानाच आदितीने विचारलं, "तुम्ही चहा घेणार का?"

"इतक्या उकाड्यात?"

"मग दोन मिनिटं थांबा. मी एक गंमत आणते."

बोलता बोलता तिने पायात चपला सरकवल्या.

"तुम्ही बाहेरून काही आणणार आहात का?"

"हो."
"कशाला त्रास..."
"कारण तो पदार्थ घरी करता येत नाही. ओळखता?"
"उसाचा रस."
"चूक."
"गोल्डस्पॉट, थम्सअपपैकी काही?"
"तेही चूक. आता आणखी एक चान्स."
"आइस्क्रीम."
"चूक. तेही चूक. आता मी आणीन ते चेष्टा न करता घ्यायचं. कबूल?"
त्याने मान हलवली.
"प्रॉमिस?"
"शंभर टक्के."
"तुम्ही आईंचा शब्द उचललात."
"तुमची आई?"
"माझी आई कशी असेल? मग मी 'अहोजाहो' करीन का? आई म्हणजे सासूबाई. म्हणजेच ताई. पण मी आई म्हणते. त्यांनी मला मुलीसारखंच सांभाळलं आहे."
देवेंद्र आदितीकडे बघत राहिला. एका परीसारख्या मुलीची फक्त उंची वाढत गेली तर काय होईल? आज वारंवार हिच्याकडे थक्क होऊन आपण बघत आहोत, हे हिला समजत असेल का?
बहुधा नाही.
ही तर स्वत:तच दंग आहे. गारुड्याच्या खेळात दोरीवरून चालणाऱ्या मुलीकडे सगळ्यांचं लक्ष असतं. ती कुणाकडेच बघत नाही. म्हणून दोरीवरून न पडता चालू शकते. आपण जमिनीवरून चालताना शंभर ठिकाणी पाहतो. म्हणून आपल्याला धक्के लागतात, आपणही धडका देतो. केव्हा केव्हा पडतोही. पण आज ह्या दोरीवरून चालणाऱ्या पोरीला एक जबर तडाखा आपण देणार आहोत. ती येण्यापूर्वी इथून नाहीसं व्हावं का?—नाही—तसं करता येणार नाही. पत्र—नव्हे—नोटीस मिळाल्याची तिच्याकडून सही घ्यायची आहे. ताईंनी पाठवलेली नोटीस. सासूला ही पोरगी 'आई' म्हणते.
आई अशी असते?
होय. असते. आई, बाप, भाऊ, बहीण, नवरा, बायको, नातू, आजी, आजोबा...म्हणजे ज्या ज्या नात्यांनी, कुटुंबातील व्यक्ती असं समजलं जातं, ते ते हे सगळे शब्द. बाहेरून चिकटलेले, लावलेले, लादलेले. नणंद, दीर,

भावजय, सून, सासू, सासरा हे शब्द तर कोसळणारे. मुलगा-मुलगी हे शब्द आपल्याबरोबर जन्माला येणारे. ही सगळी नाती जोडणारी शब्दयोजना एकेक काम आणि कर्तव्य आपापल्याबरोबर घेऊन येतात. आई म्हणजे क्षमा, शांती, वात्सल्य. बाप म्हणजे पालनकर्ता, कर्तृत्ववान, कुटुंबाचं रक्षण करणारा. भाऊ म्हणजे पाठीशी उभा राहणारा. बहीण म्हणजे दुसरी आईच. नवरा म्हणजे नातिचरामी शपथ पाळणारा तर बायको म्हणजे सीताच. सांभाळली जाणारी किंवा टाकली जाणारी वस्तू. आजी-आजोबा ही आता अडगळीची गोष्ट असून माळ्यावर टाकता न येणारी संस्था. दमा, हृदयविकार, मधुमेह, गुडघ्यांच्या बिजागऱ्या सांभाळणारी, निद्रानाश, गॅस्ट्रिक ट्रबल बाळगणारी व्याधींची कोठारं, नणंद टोमणे मारणारी शाळा, दीर म्हणजे तकतकणारं तकदीरच, सासू म्हणजे पुष्कळदा रॉकेलचा टँकरच आणि सासरा म्हणजे गृहीत धरलेला एक प्राणी. हे सगळे शब्द. बाहेरचे.

भाव असतो तो अंतरात. शब्दांची शान अबाधित ठेवणारा भाव आणि शब्द ह्यांचा संगम क्वचितच एखाद्या कुटुंबात दिसतो. अशी तीर्थक्षेत्रं जर घराघरातून निर्माण झाली तर? जिथं ती निर्माण होतात तिथली माणसं काशी-पंढरपूर तर सोडाच, पण गावातल्या देवळातही जात नसावीत. घराचंच देवालय झालं तर देवळात मूर्ती कशाला शोधायची?

खरंच.

माणसांनी नाती निर्माण करण्यात खूप धोरण दाखवलं आहे. माणूस माणसासारखाच वागणार हे पूर्वीच्या ऋषीमुनींना माहीत होतं. म्हणून जन्म देणाऱ्या बाईला त्यांनी 'आई' म्हटलं. बाईने कसंही वागायचं ठरवलं तरी आईने, त्या शब्दाबरोबर जे भाव जोडले आहेत त्यासहित वागावं. बाई स्वतंत्र असते. आई बांधलेली असते. आईचे भाव ती विसरली की कुटुंब आणि समाज 'तू प्रथम आई आहेस' ह्याची तिला जाणीव करून देत राहतो. तसंच इतर नात्यांचं. सासू हेच एक नातं, खरा माणूस कसा असतो ते सांगणारं असतं. ते खरं लादलेलं नातं. आपल्या स्वरात स्वर मिळवणारा मुलगा दुसऱ्या बाईच्या तालावर नाचणार हे समजलं की आईचं आईपण संपलं. ती 'सासू' होते. 'माय म्हनता म्हनता ओठ ओठालागी भिडे' म्हणणारी बहिणाबाई सासूच्या बाबतीत सांगते, 'सासू म्हनता म्हनता गेला तोंडातून वारा.'

विचार करता-करता देवेंद्रला आणखी हसायला आलं ते वेगळ्या कारणाने. साहेबाने सासरच्या सगळ्या माणसांसाठी रास्त शब्दयोजना केली आहे, ह्या कारणाने. 'मदर इन लॉ', 'फादर इन लॉ' खरं आहे. हे सगळे कायद्याने झालेले नातेवाईक आणि कोर्टाच्या आवारात एकही नातेवाईक भेटत नाही. भेटतो तो

नाती झुगारून दिलेला माणूस. न्याय मागणारा माणूस. न्याय म्हणजे तरी काय? तर फिर्याद करणाऱ्याच्या स्वार्थाला कौल. तो कौल मागायचा कुणाकडे? तर माणूसच असून 'लॉर्ड' म्हणवून घेणाऱ्याकडे. परमेश्वराने किती निरपराध्यांना न्याय दिला?
आता हेच पाहा ना! गडगंज संपत्ती असलेल्या ह्या ताई अभ्यंकरांनी निर्व्याज, निराधार सुनेला नोटीस पाठवावी?

तेवढ्यात आदिती आली. एक मोहक फुलपाखराने बागडत यावं, तशी ती आली. त्याहीपेक्षा तिच्या हातातली वस्तू पाहून देवेंद्र चक्रावला. तिच्या हातात चक्क काडीवर लावलेले, बाटलीतले लाल रंगाचे सरबत ओतलेले बर्फाचे गोळे होते. त्यातला एक देवेंद्रसमोर धरीत आदितीने विचारलं, "आता सांगा, मी असा काही पदार्थ आणणार आहे ह्याची तुम्हाला कल्पना होती?"
"कशी असणार?"
आदिती खाता-खाता बोलू लागली, "मला हे असं काहीतरी खूप आवडतं. कऱ्हाडला तर कॉलेजात असतानाही मला सणक यायची. इतर मैत्रिणींना आइस्क्रीमचं वगैरे वेड होतं. म्हणजे मला आइस्क्रीम आवडतं, पण ह्या बर्फाची वेगळीच मज्जा वाटते. आइस्क्रीम शिष्ट असतं. काही काही पाहुण्यांसारखं. ह्या गोळ्याचं तसं नाही. तो तुमच्याशी एकरूप होण्याची वाट पाहत असतो."
"तुमच्या कॉलेजपाशी बर्फाची गाडी येत होती?"
"आमच्या शाळेपाशी होती ना!"
"तुम्ही तिकडे मुद्दाम जात होता?"
"कॉलेज सुटल्यावर शाळेकडूनच जायचं. तो मला बेबी म्हणायचा. त्यालाही व्हिम पावडरने घासल्याप्रमाणे स्टेनलेस स्टीलचं टक्कल होतं."
मनसोक्त हसत देवेंद्रने विचारलं, "त्यालाही म्हणजे?"
मग आदितीने अष्टपुत्र्यांच्या आजोबांची गंमत सांगून टाकली. 'त्याचा कवडसा पडतो' ह्या वाक्याने तो पुन्हा मनसोक्त हसला.
हसणं थांबवत तो म्हणाला, "आमच्या शाळेतल्या गोखल्यांना पण असंच टक्कल होतं पण ही स्टेनलेस स्टीलची कल्पना माझ्या मनात कधी आली नाही."
"अय्या, आमच्याही शाळेतल्या गोडसे सरांना टक्कल होतं. सारखे वेताची छडी घेऊन फिरायचे."
"मारकुटे होते?"
"अजिबात नाही. त्यांच्या पाठीला सारखी खाज सुटायची. शर्टाची कॉलर

उचलून धरायची आणि मानेच्या बाजूने छडी उभी आत घालून पाठ खाजवायचे, तशी तंद्री लागायची त्यांची. डोळे जडावल्यासारखे अर्धे मिटून घ्यायचे.''

इतकं बोलून आदिती पुन्हा हसायला लागली.

''काय झालं?''

''एकदा किनई मी आणि आनंद फिरायला चाललो होतो. वाटेत आमची मोटरसायकल बंद पडली. आनंद स्पार्क प्लग काढून बसला होता. ताई म्हणाल्या होत्या, पावसाचा भरवसा नाही. गाडी घेऊन जा. पण मला गाडी आवडत नाही. ती आइस्क्रीमसारखी शिष्ट असते. ती जगाशी नातं नसल्यासारखी जाते. काचा वर केल्या की आजूबाजूची पळणारी झाडं, वारा, आकाश, पाऊस सगळ्यांशी फटकून वागते. मोटारसायकल कशी? सगळ्यांशी दुवा सांधत जाते. खरं की नाही? गाडी सुरू झाली. आनंदने विचारलं, 'कंटाळलीस का?' मी नाही म्हणाले. माझा वेळ तर मस्त गेला होता. कसा? विचारा ना!''

''सांगा.''

''आम्ही जिथे उभे होतो ना, त्या फूटपाथवर एक माणूस आपल्या कानातला मळ काढून घेत होता. त्या मळ काढणाऱ्या भय्याने, त्याच्या फेट्यात खोचलेली एक दाभणासारखी काडी घेतली. त्याला कापूस गुंडाळला आणि त्या माणसाचा कान खेचून तो ती काडी कानात गोलगोल फिरवायला लागला. त्या कान साफ करून घेणाऱ्या माणसाचा चेहरा काय तृप्तीने न्हायला होता. उन्मनी अवस्थेत डोळे कसे अर्धे मिटतात, तश्शी तंद्री! त्याच्या चेहऱ्यात मला गोडसे सर भेटले. तेसुद्धा तसेच दिसायचे.''

''इतकं साम्य होतं?''

''चेहऱ्यात नव्हतं, तंद्रीत होतं. दिंडीतले सगळे वारकरी बघा, एकमेकांसारखे दिसतात. भाव एकच असतो ना? — म्हणून. आषाढी एकादशीला पंढरपूरला जाणारी दिंडी कधी पाह्यलीत का?''

''नाही बुवा!''

निरागसपणे टाळी वाजवत आदिती म्हणाली, ''अय्या! मग टीव्हीवरचं समूहगान कधी पाह्यलंत का? सगळ्यांचे चेहरे तिथं सारखे दिसतात. ठोकळ्यासारखे. पिठाचा गिरणीवाला कसा असतो? गव्हावर गहू टाकायचे, एवढंच तो ओळखतो. तसे ते समूहगानवाले. शब्दावर शब्द टाकतात.''

देवेंद्र आता अस्वस्थ व्हायला लागला. तिच्या बोलण्यात आपण गुंतत चाललो आहोत, हे त्याला जाणवत होतं. केव्हातरी त्याने टीव्हीवर 'अनारकली'तलं गाणं पाहिलं होतं. विटेवर वीट चढवीत त्या हिरॉईनला भिंतीत चिणायचा देखावा होता. तसे आपण ह्या अजाण आदितीच्या निरागस वलयात चिणले जात

आहोत. आता शेवटच्या विटांची ओळ रचली जायच्या आत आपण कोणत्या कामासाठी आलो आहोत हे सांगायला हवं. हिचा पत्त्याचा बंगला एका क्षणात कोसळणार आहे. आनंदच्या आकस्मिक मरणाने त्या नियतीने, हिच्या बंगल्याचं असंच फुंकर मारून घरकुल उद्ध्वस्त केलं होतं. आता ताईंनी पाठवलेल्या ह्या नोटिशीने त्या बंगल्याचं आधाराचं पान काढून घेतलं जाणार आहे.

"तुमचा चेहरा एकदम बदलला खरा."

"म्हणजे?"

"आमच्या गोडसे सरांसारखा दिसायला लागलाय. मला तेव्हा काय वाटायचं सांगू? त्या काडीवरच्या गोळ्यातलं सरबत संपलं की राहिलेला बर्फाचा एक खडा त्यांच्या कॉलरमधून पाठीवर सोडावा."

गोडसे सरांचं शरीर कसं वाऱ्याने हेलकावणाऱ्या सुरूच्या झाडासारखं हलेल ह्या कल्पनेने ती आत्ता हसली. देवेंद्र हसला नाही. मनाचा हिय्या करून तो म्हणाला, "मी अभ्यंकरांकडून नोटीस घेऊन आलोय."

ती कोमेजली.

त्याच दमात तो म्हणाला, "ताईंनी तुम्हाला ही जागा सोडायला सांगितली आहे."

गांभीर्य न जाणून ती म्हणाली, "मी परवाच ताईंना म्हणणार होते, मला हा फ्लॅट काय करायचा आहे? सारखी आनंदची आठवण येते. मी वाळकेश्वरला रहायला येते."

"ही कायदेशीर नोटीस आहे."

"ती ताईंनी पार्टनर्सच्या समाधानासाठी पाठवली असणार. थांबा, मी ताईंना फोन करते."

ती फोनकडे वळलीसुद्धा.

"हॅलो, ताई मी आदिती."

पलीकडून कोरडा प्रश्न आला, "नोटीस मिळाली?"

"हो."

"वाचलीस?"

"जागेबद्दलच आहे ना? त्यात काय वाचायची? मला इथं एकटीला कधीचाच कंटाळा आलाय. मी वाळकेश्वरलाच येणार आहे. कधी येऊ?"

त्याच कोरड्या आवाजात ताई म्हणाल्या, "इकडे यायचं काही कारण नाही. तू फक्त तुझं सामान आवर आणि माहेरी जा."

"ताई..."

"तुमचं आमचं नातं, आनंद गेला त्या दिवशी संपलं."

"ताई..."
"तेव्हा माहेरी जा. तुझ्या बाबांना मदतीला बोलावून घे. सहा महिने मी काही बोलले नाही. पण आता नाइलाज आहे. तुला जड जाईल, पण ते माहेरच आहे."
"ताई, हे सगळं तुम्हीच बोलताय?"
"रडायचं कारण नाही. शेवटी व्यवहार महत्त्वाचा. मला तो फ्लॅट विकायचा आहे. नोटीस वाच आणि डुप्लिकेट कॉपीवर सही करून दे."
फोन बंद झाला. आदितीच्या हातून रिसीव्हर गळून पडला. तो जाग्यावर ठेवायचंही भान तिला राहिलं नाही. देवेंद्र उठला. त्याने रिसीव्हर नीट जाग्यावर ठेवला. ती कटू हकीगत स्वत:ला सांगावी लागली नाही, ह्याचं त्याला समाधान वाटलं. टेबलावर डोकं टेकून रडणाऱ्या आदितीकडे तो पाहत राहिला आणि तिचं रडणं बघवेना तेव्हा तो गॅलरीत जाऊन उभा राहिला. एका क्षणात सगळा रागरंग बदलला होता. प्रखर, अमानुष व्यवहारी जगाची आदितीला इतक्यातच ओळख होणं आवश्यक होतं का?
ताई अभ्यंकरांना आज काय कमी आहे? नवऱ्याच्या पाठीमागे त्यांनी नवऱ्याचा व्यवसाय नुसता सांभाळला नव्हे तर वाढवला. त्या शिस्तप्रिय आहेत, करारी आहेत, ह्यात वादच नाही. आपल्याच वडिलांकडून त्यांनी मार्गदर्शन मिळवलं. 'चितळे नसते तर मी उभी राह्यले नसते' असं त्या पुष्कळदा मान्य करतात. 'आदितीला तुम्ही नोटीस देऊ नका'—असा सल्ला आपल्या बाबांनी दिला असता तर तो डावलण्याची ताईंची हिंमत नव्हती.
देवेंद्रचा हा तर्क चुकीचा नव्हता. आदल्याच रात्री त्याने बाबांना विचारलं होतं,
"ह्याची आवश्यकता आहे?"
"ताईंच्या ऑर्डर्स आहेत. कंपनीच्या मीटिंग्जसाठी बाहेरगावची माणसं येतात. एअरपोर्टजवळ हा फ्लॅट आहे."
"ती सगळी माणसं सेंटॉरमध्ये उतरत होती की."
"कंपनीच्या खर्चात बचत करायला हवी, हे मीच त्यांना ट्रेझरर ह्या नात्यानं सांगितलं. ह्या फ्लॅटचा उपयोग गेस्ट हाऊससारखा..."
"सुनेला घालवून..."
"ॲटॅचमेंट आली की एफिशियन्सीवर परिणाम होतो. ज्याला उंच व्हायचंय त्याने गुंतायचं नसतं. म्हणून तर आदितीची रवानगी माहेरी करायची आहे."
"तिला हाताशी धरून तयार केली तर?"
"वाढत्या वयात तेवढी एनर्जी नसते, हे एक आणि ताई आता अमेरिकेला जाणार आहेत. कॉम्प्युटर्स घ्यायचे आहेत. तेव्हा कुटुंबात गुंतायचं नाही."

"घरातलीच व्यक्ती व्यवसायासाठी उभी केली तर जास्त फायदा नाही का? तुम्ही नाही का मला तयार केलंत?"

"देवलू, मी ताईंच्या बाबतीत, त्यांच्या स्वभावाचा अंदाज आल्यावर एक गोष्ट ठरवून टाकली. त्यांच्या कौटुंबिक व्यवहारात लक्ष घालायचं नाही. जेणेकरून, अभ्यंकर आणि चितळे ह्यांच्या व्यावसायिक नात्याला धक्का लागेल, असं काहीही सांगायला जायचं नाही. समोर ठेवतील ती केस आपली. अभ्यंकर आपल्या सर्वांत मोठ्या क्लायंट आहेत. पुढचे व्यवहार आता तुला सांभाळायचे आहेत. तेव्हा तूही तेच धोरण ठेव."

"पण बाबा..."

"आणि तू आदितीला अद्याप पाहिलं पण नाहीस, तेव्हा..."

तीच आदिती विचारीत होती, "नोटीस द्या. माझी सही हवी आहे ना?"

देवेंद्र भानावर आला. त्याने आदितीकडे पाहिलं, पण तिला ओळखलं नाही. ही तीच आदिती? गोडसे मास्तरांच्या पाठीवरून बर्फाचा खडा सोडावा म्हणणारी? तो मुकाट्याने आत गेला. आदितीच्या भाषेत त्याने दप्तर उघडलं. लिफाफा तिच्या हाती दिला. कार्बन कॉपीवर सही घेतली.

शांत स्वरात तिने विचारलं, "जागा कधी सोडायची?"

आणि अगदी त्याच क्षणी देवेंद्रच्या मनात काही वेगळी कल्पना आली. पक्ष्याच्या घरट्यातून एखादं पिल्लू पंखात ताकद येण्यापूर्वी जर घरट्यातून जमिनीवर, उंचावरून पडलं तर त्याची जशी अवस्था होते, तशी त्याला आदिती वाटली. ह्या पिल्लाला स्वत:च्या घरट्यात राहण्याचा पूर्ण अधिकार आहे. तो तिला मिळवून दिला पाहिजे. अर्थात हे करणं सोपं नाही. पहिलं वैर अभ्यंकरांशी. म्हणजे घरात संघर्ष. कदाचित घर सोडावं लागेल. छे! काय करावं?

आज ऑफिसातून बाहेर पडता-पडता बाबा म्हणाले तेच खरं. न पटणाऱ्या अनेक गोष्टी ह्या व्यवसायात कराव्या लागतात.

"कधी जाऊ?" आदितीने पुन्हा विचारलं.

"नक्की जाणार?"

"तशी ताईंची इच्छा आहे. मी त्यांचं मन मोडणार नाही. वाईट एकाच गोष्टीचं वाटतंय. त्यांनी मला जवळ बसवून घेऊन, आनंदानं निरोप घ्यायला लावला असता तर ते बरं झालं असतं. ते त्यांनी केलं नाही, म्हणून मी रडले. ताईंनी मला तू आता आनंदाच्या मागे का जगतेस, असं विचारलं असतं तरी मी आपण होऊन यात्रा संपवली असती इतकं ताई माझ्याशी चांगलं वागलेल्या आहेत. मग असं असताना..."

"माझ्या अनुभवाप्रमाणे त्या फार धोरणी आहेत.''
"म्हणून इतका डोलारा त्यांनी सांभाळला ना?''
"तरीही कुणाशी किती कठोर व्हायचं...?''
"त्यांचा विचार बदलेल. त्या आपण होऊन मला न्यायला येतील.''
"लेट अस होप सो.''
"त्यांनी मला पसंत केलं त्या क्षणापासूनचं त्यांचं वेगळं रूप मनावर कोरलं
गेलंय.''
"त्या कमालीच्या चिकित्सक आहेत. कमालीच्या म्हणजे किती?—
दिवाळीसाठी फटाके घेताना प्रत्येक फटाका उडतो की नाही हे पाहता येत नाही
म्हणून केवळ गप्प बसतात.''
देवेंद्रच्या ह्या विधानावर, स्वतःवर आलेल्या आपत्तींचा विसर पडून आदिती
एकदम तिच्या मूळ स्वभावाकडे वळली. मोकळं होत तिने देवेंद्रला विचारलं,
"मला त्यांनी पसंत कसं केलं माहितेय का? एका मिनिटात. प्रश्नबिश्न कुछ
नही. मला त्यांनी पाहिलं आणि म्हणाल्या, मी हिला सून केली.''
"खरं?''
"मग? मी तेव्हा चिंचेच्या झाडावर चढले होते. ताईंनी म्हणे सांगितलं होतं की
मुलगी पाहायला मी पूर्वसूचनेशिवाय येईन. तशा त्या आल्या. मी झाडावर
चढून बसलेली. बाबांनी ताईंना झाडाखाली आणलेलं. त्या कोण आहेत हेही
मला माहीत नाही. मी सरड्यासारखी खाली आले. पदरात बांधलेल्या चिंचा मी
ताईंसमोर धरत म्हणाले, 'चिंचा हव्यात?'
तर ताई म्हणाल्या, 'तुझ्यासकट हव्यात' आणि मग त्या माझ्या आईला
म्हणाल्या, 'ही माझी मुलगी आजपासून.' तेव्हा मला समजलं की आपला
दाखवण्याचा सोहळा आटपला. आनंद तर चांगला होताच. खांदे मात्र उतरलेले
होते. मला सरळ खांद्याचे पुरुष आवडतात. अर्थात ती एकदम स्वतःची
आवड. बाकी सगळं मस्त होतं. ताई तर मला आवडल्याच. आमचं लग्न
झालं. वाळकेश्वर आणि मुंबई एकदमच पाहिलं. पहिले दोन दिवस तर माझा
मुक्काम माहेरीच होता.''
"माहेरी म्हणजे?''
"म्हणजे बागेत. ताईंचा बंगला तुम्ही पाहिलात ना?''
देवेंद्रने मान हलवली.
"आणि बाग?''
"पाहिली ना!''
"झोपाळा पाहिलात?''

“नाही.”
“म्हणजे मुख्य तेच राहिलं. मागच्या बाजूला एक मोठं झाड आहे. उंचच उंच. पण त्याला एक आडवी फांदीसुद्धा आहे. मी त्या घरात जाईपर्यंत त्या आडव्या फांदीकडे कुणाचंच लक्ष गेलं नव्हतं. ती आडवी फांदी म्हणजे झाडाचं आमंत्रण असतं.”
“म्हणजे काय?”
“जी झाडं जास्त प्रेमळ असतात त्यांना अशी एखादी आडवी फांदी असते. अशा झाडांना वाटतं, माणसांना कडेवर घ्यावं. मी त्या फांदीला, लग्न झाल्याबरोबर आठ दिवसांत झोपाळा बांधून घेतला. का? काय झालं? असं काय पाहताय?”
“तुम्ही खरंच, फार छान बोलता. कविता ऐकतोय असं वाटतं.”
“मला कविता खूप आवडतात. पण करता येत नाहीत.”
“तुम्हाला कवितांची आवड कशी निर्माण झाली?”
“आमच्या शुक्ल मास्तरांच्यामुळे.”
“आणि झोपाळ्याची आवड?”
“ते नाही सांगता येणार. तो आवडतच होता. पण शुक्ल सरांनी एक अप्रतिम विचार ऐकवला तेव्हा जास्त आवडायला लागला. ‘माझा छंद’ ह्या निबंधात मी सगळं झोपाळ्याबद्दल लिहिलं. मला दहांपैकी नऊ मार्क मिळाले आणि मार्कापेक्षा जास्त महत्त्वाचं म्हणजे शुक्ल सरांच्या हस्ताक्षरातील शेरा. त्यांनी लिहिलं होतं—भूत, वर्तमान आणि भविष्य—तिन्ही काळांत विहार घडवतो तो झोपाळा.”
“म्हणजे काय?” देवेंद्रने मुद्दाम विचारलं.
“आपली नजर जमिनीकडे वळली की भूतकाळ. समांतर झाली की वर्तमान. झोका आकाशात झेपावल्याने नजर वर झाली की भविष्य.”
देवेंद्र एकाएकी गंभीर झाला.
“काय झालं?”
“मी तुम्हाला वर्तमानात आणणार आहे. नोटीस नीट वाचलीत का?”
“मी मुळीच वाचणार नाही. कारण ताई माझ्याशी अशा वागणारच नाहीत. त्या आज भेटायला येतील किंवा रखमाबरोबर पत्र पाठवतील.”
“कोण रखमा?”
“आनंद गेल्यापासून रोज माझ्या सोबतीला येते ती. संध्याकाळची येते. आम्ही फिरायला जातो. इथंच ती झोपते. सकाळी आम्ही स्वयंपाक करतो. कधीकधी इथं जेवते, नाहीतर आम्ही दोघी तिकडे जातो. एकटीसाठी स्वयंपाक करायचा

कंटाळा येतो. आणि त्या प्रेशर कुकरची मला भीती वाटते.''
''प्रेशर कुकरची भीती?''
''मग? तस्साच असतो तो. वाफेच्या इंजिनासारखा अंगावर धावून येतो मेला! आमच्याकडे कऱ्हाडला आम्ही अजून मोदकपात्रात भात करतो.''
सांगता-सांगता टाळी वाजवून आदिती एकदम हसायला लागली. देवेंद्रने काहीही न विचारता पुन्हा ती उत्साहाने सांगायला लागली,
''लग्नानंतर मज्जाच झाली. एकदा वाळकेश्वरच्या बंगल्यावरच सगळ्या डायरेक्टर्सची मिटिंग होती. आईंनी मला कुकरकडे लक्ष ठेवायला सांगितलं. तर त्या दिवशी शिट्ट्या झाल्याच नाहीत. तो व्हॉल्व्हच गेला होता म्हणे. तिथून जोरजोरात वाफ येत होती आणि त्या वाफेबरोबर सगळे तांदूळ वर छताला चिकटत होते. मी खूप मजेने ते पाहत होते. नंतर मला बेदम हसायलाच यायला लागलं. वाटलं, छताला उलटं मांडी घालून कुणी जेवू शकेल का? तेवढ्यात आई आल्या. त्यांनी गॅस बंद केला आणि शांतपणे म्हणाल्या, 'खुळाबाई, गॅस बंद नाही का करायचा?''
''बाकी काहीही बोलल्या नाहीत?''
''ऊं हूं!''
''मग आता इतक्या का बिथरल्या?''
''बिथरल्या नाहीतच.''
''तुम्ही हे सगळं इतकं लाइटली घेऊ नका. नोटीशीप्रमाणे तुम्ही आवश्यक ती हालचाल केली नाहीत तर कोर्टाचा माणूस येईल. आनंदराव गेल्यापासून ताई पूर्वीच्या राहिलेल्या नाहीत. त्या अजून सावरलेल्या नाहीत.''
देवेंद्रच्या ह्या विधानावर एकाएकी उन्मळून जाऊन आदिती हुंदके देत म्हणाली,
''मी सावरले आहे, असं वाटतं का त्यांना? त्यांच्यामागे गुंतवून घ्यायला व्याप आहेत. मिटिंग्ज आहेत. फॅक्टरी वाढवताहेत? इथं कोण आहे? मी एकटी आहे. वरवर हसायचं. सगळा मुलामा आहे.''
''तुम्ही माहेरी जा.''
''विधवा म्हणून? शून्य किंमत असते बाईला त्या अवस्थेत. कुमारी मुलीपेक्षा भयानक अवस्था. परवाच एका कादंबरीत मी वाचलं. 'लग्न होणाऱ्या मुलीकडे सगळे पुरुष, ती कुणाची तरी होणार आहे ह्या नजरेनं पाहतात आणि विधवेकडे आता ती कुणाचीही होईल म्हणून वाट बघतात.' इथं मी एकटी असले तरी मानानं जगत आहे.''
काही वेळ शांत राहून देवेंद्रने तिला मनसोक्त रडू दिलं. मग त्याने हळूच विचारलं, ''कायम इथंच राहायचं आहे का?''

"कसं?"
"ही जागा कुणाच्या नावावर आहे? आनंदच्या आहे का? तेवढं सांगा."
"आत्तापर्यंत तसा विषयच निघाला नाही."
"आपण ताईंना नोटीस पाठवू."
देवेंद्रच्या ह्या ठाम विधानाने आदिती थरारली. तिला ती कल्पना पेलेना. ती थरथरू लागली. देवेंद्र भराभरा बोलू लागला, "तुम्ही माहेरी गेलात तरी ताई तुम्हाला महिना दोन हजार रुपये पाठवणार आहेत. आज ह्या फ्लॅटची किंमतच आठ लाखांपर्यंत आहे. कमीत कमी दहा टक्के व्याज मानलं तर त्यांना दरमहा सहा हजारावर व्याज मिळेल. त्यातले तुम्हाला फक्त दोन हजार. तुम्ही उपकाराच्या जाणिवेने..."
"नाही, मला कुणाचेही उपकार नकोत."
"मग हक्कासाठी भांडा."
"ताईंशी?"
"त्यांनी नातं तोडलं आहे. तुम्ही तुमच्या बाबांना बोलावून घ्या. त्यांचं मत घ्या. मी नोटीस तयार करतो. जागेचे पेपर्स कुणाच्या नावावर आहेत, त्याची चौकशी करू. आनंदच्या नावावर जागा असेल तर तुम्हाला इथून कोणीही घालवू शकणार नाही. मी येऊ?"
आदितीने मानेनेच संमती दिली.
"जाण्यापूर्वी एक सुचवू?"
तिने नुसतं पाहिलं.
"तुम्ही नोकरी करा."
"साध्या बी. ए. ला कोण विचारतंय?"
"टायपिंग येतं?"
"नाही. अशी वेळ परत येईल..." तिला पुढे बोलवेना.
"टायपिंग शिका. शॉर्टहॅण्ड शिका. मी नोकरी पाहतो. आता डोळे पुसा. थँक यू. आता हसा. गोडसे सरांच्या पाठीवर बर्फ सोडलाय अशी कल्पना करा."
सरळ खांद्याच्या देवेंद्रने तसं सांगताक्षणी आदितीच्या डोळ्यांसमोर सुरूचं झाड हलायला लागलं. ती हसायला लागली. देवेंद्र हुरूपाने म्हणाला, "पुन्हा झोका उंच चढलाय समजा आणि आता खालून आणखी एक बर्फाचा गोळा आणा."

दोनच दिवसांनी आदितीचे बाबा आले. देवेंद्रचं आणि बाबांचं एकमत झालं. नोटीस पाठवण्यात आली. ते काम अर्थातच देवेंद्रने आपल्या एका वकील मित्राच्या नावाने केलं. नोटीस मिळाल्यावर ताईंच्या अंगाचा भडका उडाला.

त्यांनी फोन करताक्षणी आदिती सवयीने म्हणाली, ''आई, मी आदिती.''
''खबरदार मला आई म्हणून हाक मारलीस तर.''
आदितीने हुंदका देताक्षणी बाबांनी फोन घेतला.
''नमस्कार ताई.''
''कोण बोलतंय?''
''मी आदितीचे बाबा.''
''वा! लेकीला छान सल्ला दिलात. पण लक्षात ठेवा. माझ्याशी वैर फार महागात पडेल.''
''ताई, ह्या मार्गानं जाण्याची माझीसुद्धा वृत्ती नाही. तुमचा आदितीवर किती लोभ होता, ते तिनं मला वारंवार सांगितलं आहे.''
''हो ना, पण ती केलेले लाड विसरली आहे.''
''तसं नाही ताई. आम्ही दोघं तुम्हाला भेटतो. आपण सगळं बोलू. आनंदराव गेले तेव्हाच मी आदितीला न्यायला आलो होतो. तुमच्या देखत ती म्हणाली होती, ताईंना सोडून मी येणार नाही. त्यांना माझी गरज आहे. हे आठवतं का?''
''मला कुणाचीही गरज नाही. यजमान गेल्यावर पंचवीस वर्षं त्यांचा व्यवसाय मी माझ्या हिंमतीवर सांभाळलाय.''
''त्याबद्दल वादच नाही. आपण एकदा भेटू या.''
''तुमच्या मुलीला नोटीस मागे घ्यायला सांगा, तरच मी भेटेन. तिचा प्रत्येक हट्ट मी पुरवला आहे, ह्याची तिला आठवण द्या.''
ताईंनी फोन ठेवला. फोनवरचा संवाद बाबांनी आदितीला ऐकवला. आदिती दिवसभर बेचैन होती. त्यात दुपारी नेहमीप्रमाणे आलेल्या रखमाने भर घातली. तिने बातमी पुरवली—
'ताईसाहेब म्हनत्यात् सुनंला वाजतगाजत वरातीमधून त्या जागंतनं भाईर घालिवत्ये बग. तिला ब्यांड आवडतो. त्योबी आनते बग.'
आदिती गप्प झाली. ताईंनी सगळे लाड केले होते ह्यात शंकाच नाही. एकदा ताईंची गाडी घेऊन ती समुद्रावर केवळ भरती पाहायला गेली होती. अर्ध्या तासात गाडी परत बंगल्यावर पोहोचायला हवी होती. 'यू टर्न' घेऊन गाडी बिर्ला क्रीडा केंद्राजवळ आली. बॅण्डचा आवाज ऐकून आदितीने गाडी तिथेच उभी करायला लावली.
त्या बॅण्डवाल्यांच्या युनिफॉर्मवर ज्या पट्ट्या बसवल्या होत्या, त्यामुळे त्या सगळ्यांचे खांदे सरळ दिसत होते. एकीकडे ती आवडती गाणी ऐकत होती आणि एकीकडे ते सरळ खांद्यांचे पुरुष पाहत होती. किती वेळ गेला समजलं नाही. त्यानंतर भरतीच्या लाटा.

आदिती घरी परतली तर गुडघ्यापर्यंत साडी भिजलेली आणि चेहऱ्यावर भरतीच्या लाटा. ताईंनी प्रथम तिला गुडघ्यापर्यंत गरम पाण्याने पाय धुवायला लावले. ती बाथरूममधून बाहेर आली तर ताई शोफरला झापत होत्या.
''बाई बॅण्ड ऐकत राहिल्या...''
''ती बॅण्ड ऐकू दे नाहीतर स्वत: वाजवू दे. ती पोर आहे अजून. मुंबई तिला नवीन आहे. गाडी वेळेवर आणणं ही शोफर म्हणून तुझी जबाबदारी आहे.''

त्याच रात्री आदिती आनंदला म्हणाली, ''तुम्ही नेव्हीत किंवा एअर इंडियात कॅप्टन वगैरे का झाला नाहीत? मला तो ड्रेस आवडतो.''
''ड्रेस का खांद्यावरच्या पट्ट्या...''
''हां, तेच ते.''
''त्याला एपोलेट्स म्हणतात.''
''मला ते आवडतात.''
''नशीब माझं! तुम्ही बॅण्डवाला का झाला नाहीत, असं विचारलं नाहीस ते.''
ताईंनी तर कमालच केली. चार दिवसांनी सकाळी आदितीला जाग आली ती बॅण्डच्या आवाजाने. ती बेडरूममधून धावत खाली आली. तर अंगणात एक बॅण्डवाल्याचं पथक. अर्धा ते पाऊण तास त्यांनी दहा-बारा गाणी सादर केली. एखादं लहान मूल आल्यावर, तोंड वगैरे न धुता पलंगावरच खेळतं किंवा बसून राहतं, झोपेला डोळ्यांच्या उंबऱ्याबाहेर काढण्याच्या प्रयत्नात असतं, तशा चेहऱ्यानं आदिती बंगल्याच्या पायरीवर बसून बॅण्ड ऐकत होती आणि बॅण्डवाले पाहत होती.
बॅण्डवाले गेल्यावर स्वयंपाकघरात जाऊन तिने पाठीमागून ताईंना कडकडून मिठी मारली होती.

आपण खरंच नोटीस मागे घ्यावी, असं तिला वाटायला लागलं. पण रात्री गप्पागोष्टी आणि नोकरीची बातमी आणणाऱ्या देवेंद्रने तो विचार खोडून काढला. एका खाजगी सॉलिसिटरच्या ऑफिसात त्याने तिच्यासाठी नोकरी आणली होती. आदितीचा नोकरीत जम बसेपर्यंत बाबांनी तिथंच राहायचं ठरवलं होतं. ताईंकडून आदितीचा फ्लॅट कुणाच्या नावावर आहे ती कागदपत्रंही बघायची होती. जागा आनंदरावांच्या नावाने असेल तर जागा सोडायची वेळ येणार नाही, असं जाधवराव वकील सांगत होते. जाधवराव जवळजवळ बाबांच्याच वयाचे होते. त्यांच्या आणि आदितीच्या वतीने सगळी धावपळ देवेंद्रच करीत होता. तो सगळा मदतीचा मामला चोरीचा होता. पण देवेंद्र त्या

बाबतीत फारशी पर्वा करीत नव्हता.

त्याने आदितीला नोकरी मिळवून दिली. शॉर्टहॅण्ड-टायपिंगच्या क्लासमध्ये तिला नाव घालायला लावलं. पहिले तीन-चार दिवस तिला बस आणि लोकलचे लहरी स्वभाव समजेपर्यंत त्याने तिला ऑफिसपर्यंत सोबतही केली. दुपारचे लंच तिने कुठे घ्यावं, कोणतं हॉटेल चांगलं आहे ह्याची माहिती दिली. नंतर अधूनमधून तो तिला स्वतःच्या गाडीतून कधी सकाळी तर कधी संध्याकाळची लिफ्ट देऊ लागला.

अशीच एकदा लिफ्ट देताना आदिती गप्पगप्प होती. देवेंद्रने कारण विचारलं. आदिती म्हणाली, "टायपिंगच्या क्लासमध्ये फक्त अर्धा-पाऊण तासच प्रॅक्टिस होते. ह्या गतीनं माझं टायपिंग कसं सुधारणार? टाइपरायटरला किती पडतात?"

"मी कुणाचा तरी, काही दिवसांसाठी मिळतो का बघतो. विकत कशाला घ्यायचा?"

त्यानंतर दोनच दिवसांनी एक कोरा करकरीत टाइपरायटर घेऊन देवेंद्र घरी हजर. आदिती आणि बाबा बघतच राहिले. बाबांकडे पाहत देवेंद्र म्हणाला, "तुमची आदिती भाग्यवान आहे. माझ्या एका मित्राच्या ऑफिसात त्याने इलेक्ट्रॉनिक टाइपरायटर घेतला. हा पडून होता म्हणून मी सरळ उचलून आणला."

त्यानंतर सुमारे दहा-पंधरा दिवसांनी देवेंद्रने शॉर्टहॅण्डच्या सरावासाठी डिक्टेशनच्या कॅसेट्स आणून दिल्या. आदितीने मग चंग बांधला. दिवसभरात दुसरा विचार नाही. रात्री एक एक वाजेपर्यंत टाइपरायटर आणि ती. तिने बाबांनाही वेठीला धरलं. एका ठराविक पण हळूहळू वाढत्या गतीने ते पिट्समनच्या पुस्तकातले उतारेच्या उतारे वाचत असत. आदिती वह्यांमागून वह्या लिहू लागली.

ताई जागेचे कागदपत्र पाठवत नव्हत्या. नोटीस आली की त्याला तसंच खणखणीत उत्तर जात होतं.

शेवटी ताईंनी कोर्टात दावा लावला. सासू-सून समोरासमोर आल्या. कोर्टाने पुढची तारीख दिली. सॉलिसिटर वाघमारे ह्यांच्याबरोबर आदितीला कोर्टाच्या वाऱ्या घडू लागल्या. अधूनमधून देवेंद्र तिला आपल्याबरोबर न्यायला लागला. ताईंनी लावलेल्या दाव्याच्या बाबतीत, एकदा ताईंच्या वकिलानेच तारीख पुढे ढकलली तेव्हा तिने देवेंद्रला विचारलं, "तारखा का मागून घेतल्या जातात? कोर्ट तरी वर्षा न् वर्ष खटले का चालवतं?"

"सत्य कधी मुदत मागत नाही आणि सवलतही. सत्याला पूर्वतयारीही लागत नाही. आणि कोर्टात 'ईश्वरसाक्ष' शपथ घ्यायची असते ती खोटं बोलण्यासाठीच. एका तरी खटल्यात आत्तापर्यंत स्वतःची साक्ष वर्षानुवर्षं

काढली जाते म्हणून परमेश्वर खाली आलाय का? छपन्न कोटी देव आहेत म्हणतात. एकानं एकदा तरी का कोर्टात येऊ नये?''
''हे कायम असंच होणार का हो?''
''जग जाऊ दे खड्ड्यात. जागेचे कागदपत्र मागताक्षणी ताईंनी का देऊ नयेत? हे सगळं पाहिलं की वाटतं, माणसाला न्याय नकोच असतो. त्याला निकाल पण नको असतो. त्याला अडवणुकीतला आनंद हवा असतो. त्याला नेहमी दुसऱ्याचं काही ना काही हवं असतं. त्याला वाकडं चालण्यातला आनंद मिळवायचा असतो. आणि फिर्यादी आणि आरोपी दोघंही आम्ही सरळ मार्गाने जाणारे आहोत हे वर्षानुवर्षं सांगतात. कोर्ट कधीच सरळ मार्गावर लागत नाही.''
''आपण मग काय करायचं?''
देवेंद्र म्हणाला, ''बर्फाची गाडी दिसली की थांबायचं.''
आदिती पटकन् म्हणाली, ''नको. आता त्याची आठवणही होत नाही.''
देवेंद्र उदासीनतेने काहीतरी पुटपुटला ते आदितीला ऐकू आलं नाही.
''काय म्हणालात?''
''न्यायालयं, न्यायाधीश, वकील, वीस-वीस वर्षं चालणारे खटले, वरच्या कोर्टात अपील करायची सोय, ह्या सगळ्यांनी हेच केलंय. ह्या सगळ्या अनागोंदी कारभाराकडे डोळेझाक करणारी देवता निवडली. आंधळ्या देवतेच्या हातात तराजू देऊन काय फायदा? लाच, असत्य, दडपशाही ह्यांचा वापर करून कोण आपलं पारडं जड करीत आहे हे तिने डोळे उघडून पाहायलाच हवं.''
त्याला शांत करीत आदिती म्हणाली, ''शांत व्हा.''
''नफ्फड माणसं आणखी नफ्फड झाल्याचं दुःख नाही. बर्फाचा गोळा खाण्याचं बालपण जपणारी माणसं ह्या व्यवहाराचं वारं लागून सुकतात, त्याचं दुःख.''

बेल वाजली म्हणून बाबांनी दार उघडलं. दारात एकदम पाच-सहा माणसं उभी राहिलेली पाहून ते दोन पावलं मागे सरकले.
'आम्ही फ्रीज न्यायला आलो आहोत, ताईंकडून'— असं म्हणत त्या सहा माणसांनी ताबाच घेतला. त्यांनी फ्रीज रिकामा केला आणि पंधरा मिनिटांत ते फ्रीज घेऊन गेलेसुद्धा. इतकंच नव्हे तर आता त्यांच्यापैकी एकाचं लक्ष त्या कोऱ्या टाइपरायटरकडे गेलं. त्याने बाबासाहेबांना बाजूला लोटून तो टाइपरायटरसुद्धा उचलला. बाबांनी तातडीने ताईंना फोन केला.
ताई शांतपणे म्हणाल्या, ''ती जागा आणि तिथल्या वस्तू—सगळंच माझं आहे, हे लक्षात ठेवा.''
''ताई, ह्याचे परिणाम वाईट होतील. इतके दिवस मी आदितीला विरोध करीत

होतो. दर महिन्याला मी कऱ्हाडच्या वाऱ्या करतोय. आदितीची आई आजारी आहे. तिलाही सांभाळावं लागतं.''

''ते मला कशाला सांगता? जागा रिकामी करा. तुमच्या पोरीला घेऊन जा. सगळं सोपं होईल.''

''तसं केलंही असतं; पण आता मलाही ह्या केसमध्ये उभं राहावं लागेल.''

''ते खूप अवघड आहे. तेव्हा कराडला जा आणि केस लढवण्यासाठी घर विकून या.''

ताईंनी फोन ठेवला.

बाबांनी लगेच आदितीला फोन केला. आदिती म्हणाली, ''हे फार छान झालं. त्यांना आता हे फार महागात पडेल. क्रिमिनल केसच करीन, ट्रेसपासिंगची.''

''हे बघ आदिती...''

''बाबा, तुम्ही विचार करीत, त्रास करून घेऊ नका. वाघमारे आणि त्याशिवाय जाधवराव गाइड करतील. तुम्ही शांत राहा. देवेंद्रना भेटून मी संध्याकाळी येते. काळजी करू नका.''

''तुला काहीही वाटलेलं नाही?''

आदिती शांतपणे म्हणाली, ''फ्रीज नेला तर नेला. त्यानं काही आयुष्य थांबत नाही. पण ताईंच्या माणसांनी टाइपरायटर नेऊन आपल्याला मदतच केली आहे. मला कायद्यातलं तसं कळत नाही तरी वाटतं, क्रिमिनल केस करता येईल. झालं हे छानच झालं.''

बाबांनी फोन ठेवला. आदिती मुळीच विचलित झाली नव्हती. एक वर्षात ही मुलगी इतकी बदलली? छे! ही बदललेली आदिती नाही. ती आदिती वेगळीच होती. ती गेली. ही नवीनच मुलगी जन्माला आली आहे. ती तश्शीच दिसते, चालते, हालचाल करते, हसते, बघते. सगळं तसंच आहे. पंचेंद्रियांनी जे जे साकार झालेलं इतरांना जाणवतं, ते सगळं तेच आहे. पण ती आता वेगळी बोलते. ती बोलायला लागली म्हणजे जिची ओळख होते, ती आदिती आता वेगळी आहे. कोर्ट-कचेऱ्या करून आणि एरवी अशाच व्यवसायात नोकरी करून करून एक भाबडी, भोळी, फुलपाखरासारखी आयुष्याचा गंध चाखणारी एक बाहुली हरवली.

हे चांगलं झालं की वाईट?

आपल्याला कोणतीही व्यक्ती आवडते, नावडते ती वृत्तीसाठी की केवळ तिच्या अस्तित्वासाठी? पारिजातकाचं फूल आठ-आठ दिवस टवटवीत राहिलं तर आपल्याला ते आवडेल का?

ठरवणं अशक्य आहे.

आदिती भोळी-भाबडी होती तेव्हा 'हिचं कसं होणार' असं म्हणत होतो. आता ती जरा, 'जशी व्हायला हवी होती तशी' झाली आहे तर तिच्यात आपण जुनी आदिती शोधत आहोत.

खरंच, आपल्याला नक्की काय हवं आहे?

आदिती पुढे काय करणार?

क्रिमिनल केसची नोटीस वकिलातर्फे गेल्यानंतर आठव्या दिवशी ताईंना हृदयविकाराचा सौम्य झटका आला. मग सगळेच गडबडले. फोन येताक्षणी बाबा म्हणाले, "ताईंना भेटायला चल."

"डॉक्टरांची परवानगी घ्या. मग जाऊ."

ही चर्चा चालू असतानाच देवेंद्र आला.

"कशी आहे परिस्थिती?"

"अॅटॅक सौम्य आहे. कामाचा ताण तर त्यांचा वाढलाच होता. त्यात थोडीशी भर आपल्या नोटीशीची."

"सुरुवात त्यांनीच केली. आणि घरात घुसून वस्तू नेणं, तेही मालक घरात नसताना—पाहुण्यांच्या उपस्थितीत, हे सगळं अति झालं."

देवेंद्र आदितीकडे बघत राहिला. ती खूपच बदलली होती ह्यात शंकाच नव्हती. नोकरी करायला लागल्यापासून तिने अमाप कष्ट घेतले होते. दोनच महिन्यांपूर्वी ती स्टेनोग्राफर झाली होती. अजून ती रात्री एक वाजेपर्यंत शॉर्टहॅण्डचा सराव करीत होती. कष्ट, कष्ट आणि कष्ट. व्यवहारी जगातले सगळे रीतिरिवाज म्हणण्यापेक्षा विपरीत रिवाज तिच्या पूर्ण परिचयाचे झाले होते. चेहऱ्यावर आत्मविश्वास आणि करारीपणा दिसत होता.

"ताईंना भेटायला कधी जायचं?" देवेंद्रने तोच प्रश्न विचारला.

"त्यांना पुन्हा अॅटॅक आला तर मला पाहून?"

"नाही, तसं होणार नाही. त्यांना उद्या संध्याकाळपर्यंत घरी जायची परवानगी मिळेलसुद्धा."

"इतक्यात?"

"बेडरेस्टच आवश्यक आहे. किमान एक महिना बेडरूम सोडायची नाही."

आदितीचं स्वरूप इतकं बदललेलं बाबांनाही बघवेना. त्यांची बदललेली चर्या पाहून आदिती म्हणाली, "बाबा, गेली दोन वर्षं ताई कशा वागल्या आहेत हे तुम्हाला माहीत आहे. माझी नोकरी जावी म्हणून त्यांनी निनावी पत्रं लिहिली. ती पत्रं त्यांच्याच ऑफिसमधून आली हेही सिद्ध झालं. देवेंद्रचे आणि माझे संबंध आहेत, ह्या वावड्या त्यांनीच विचार न करता पिकवल्या. आनंदचा

आणि माझा संसार जेमतेम दीड वर्षांचा. पण तो मी कधीच विसरू शकणार नाही. माझ्या आणि देवेंद्रच्या संदर्भात त्यांनी तुम्हालाही पत्रं लिहिली.''
देवेंद्र तिला थांबवीत म्हणाला, ''नाऊ शी इज अ पेशंट. त्यांना खरोखरच आता तुमची गरज आहे. नातं ते नातंच. घराकडे प्रेमानं पाहणारं माणूस पगारावर मिळत नाही. आणि नुसत्या घरकामाचा प्रश्न नाही. रोजची औषधं...''
आदिती फाटकन् म्हणाली, ''ते तर मी मुळीच करणार नाही. नैसर्गिकरित्या त्यांना दुर्दैवाने काही झालं तर मीच चुकीचं औषध दिलं किंवा ओव्हरडोस दिला असा बभ्रा होईल.''
''कोण म्हणेल असं?''
''त्यांचेच नातेवाईक.''
''ते तुम्हालाही चांगलं म्हणतात. त्यांनी तुम्हाला जवळून पाहिलंय.''
''नातेवाईकांच्यात सगळेच परिपक्व नसतात. आपल्या जाता-जाता केलेल्या मूर्ख विधानानं समोरचा माणूस किती उद्ध्वस्त होतो हे जवळच्या माणसांना कळत नाही.''
''तरीसुद्धा...''
''त्यात इथं अगोदरच कोर्टदरबार चालू आहे. प्रश्न जागेचा आहे. साधासुधा नव्हे. मी ताईंना मारलं, इथपर्यंत...''
''ओके! मी माझी रिक्वेस्ट मागे घेतो. तिथं राहू नका. पण नुसतं भेटायला काय हरकत आहे?''
''देवेंद्र, एक सांगू का? मी ताईंना अक्षरश: फुलासारखं सांभाळीन. नॉर्मल कोर्समध्ये त्यांना बरं व्हायला दोन महिने लागणार असतील तर प्रेमाच्या आधारावर मी त्यांना तीन आठवड्यांत खडखडीत बरं करीन. त्यांना आता कायमच जपावं लागणार आहे. पण दुर्दैवानं खरंच त्यांना पुन्हा ॲटॅक आला तर मी स्वत:चा बचाव कसा करू? जवळच्या नातेवाईकांनी असे अकलेचे दिवे पाजळले तर तुरुंगातसुद्धा जायची पाळी येईल.''
''आदिती, तू किती टोकापर्यंत जातेस?'' बाबा न राहवून म्हणाले.
आदितीने लगेच विचारलं, ''मला इतकी कठोर कुणी केली? कोर्टदरबारची कामं मी फक्त दोनच वर्षं केली, पण एक गोष्ट जरूर शिकले की समाज भावनांचा लिलाव करणारा घाऊक बाजार आहे.''

'खूप भेटावंसं वाटतंय, पाच मिनिटं नुसती ये आणि जा' अशी ताईंच्या हस्ताक्षरातच चिठ्ठी आली. मग आदितीचा नाइलाज झाला.
बाबांना घेऊन ती ताईंकडे आली. तिला पाहताच, तिला मिठीत घेण्यासाठी

ताईंनी दोन्ही हात उंचावले. आदितीलाही क्षणभर गलबलून आलं. आपण एकदा त्यांना आपणहोऊन पाठीमागून मिठी मारली होती, हे तिला आठवलं. तिचे डोळे भरून आले. ती पुढे झेपावली आणि त्याच वेळेला तिला समोरचा टेबलावरचा तिचा टाइपरायटर दिसला. ममतेची जागा क्षणात क्रोधाने घेतली आणि पापणीवर जमू पाहणाऱ्या अश्रूंची एकदम वाफ झाली. षड्‌रिपूंच्या यादीत पहिल्या क्रमांकावर 'काम' आहे. त्याऐवजी 'क्रोध' हवा, असं तिला वाटलं. पुढे होता होता ती थबकली.

भरून आलेल्या आवाजात ताई म्हणाल्या, "ये जवळ ये. मी आता बदलले आहे."

"ताई, मीसुद्धा बदलले आहे."

"तरी बस इथं."

आदिती नाइलाजाने बसली. ताईंनी तिचा हात हातात घेऊन, आवेगाने दाबला. त्यांना हुंदके येऊ लागले. देवेंद्रचे वडील पुढे झाले.

"ताई, त्रास करून घेऊ नका. शांत राहा."

"माझी मुलगी मला परत मिळाली. आता मला काही होणार नाही."

आदिती तरीही तटस्थ राहिली. जरा वेळ ताई डोळे मिटून पडून राहिल्या. त्यांचा हात आदितीच्या मांडीवर होता म्हणून तिला काही करता येत नव्हतं. त्यांचा हात बाजूला करण्यासाठी तिने तो हातात घेताक्षणी, डोळे उघडत ताई म्हणाल्या, "तो ड्रॉवर जरा उघडतेस का?"

आदितीने तो उघडला.

"ती जी वरचीच फाईल आहे, ती जरा उघड."

आदितीने फाईल उघडली.

"काय आहे?"

"तुम्ही पाठवलेली नोटीस. त्याबद्दलच बोलायचं आहे का? मग मी जाते. जे होईल ते कोर्टात."

"नाही ग बेटा! इतकी उतावीळ होऊ नकोस. त्यातली दुसरी फाईल घे आणि पाहा."

ती फाईल पाहून आदिती चमकलीच. ती गोदरेज टाइपरायटरची फाईल होती. ऑर्डर तिच्या नावाने होती. सही ताईंनी 'फॉर' म्हणून केली होती. तिला ज्या दिवशी देवेंद्रने टाइपरायटर आणून दिला, त्याच्या दोनच दिवस अगोदरची तारीख होती. आदितीने मग त्या पेपर्सच्या खालचे कागद पाहिले तर ताईंच्या सहीचं एक पत्र सॉलिसिटर वाघमारेंना लिहिलेलं. आदितीला नोकरी द्यावी इथपासून सुरुवातीला पगार किती द्यावा, टायपिंग शिकल्यावर किती, शॉर्टहॅण्ड जमायला लागल्यावर किती...त्यात काय नव्हतं?

आदितीचे डोळे भरून आले.

ताई म्हणाल्या, ''फ्लॅट आनंदच्या, म्हणजे आता तुझ्या नावानेच आहे.''
हुंदके देत ताईंच्या छातीवर डोकं टेकीत आदिती म्हणाली, ''ताई, हे सगळं काय आहे?''
''तुला केवळ 'टफ' बनवायची, इतकाच हेतू होता. बाकी काही नाही. आहे हे सगळं तुझंच आहे.''
''आई...'' आदितीला स्वतःला आवरणं मुष्किल झालं.
ताई हलके हलके म्हणाल्या, ''बाबासाहेब, तुम्हाला त्रास झाला, पण इलाज नव्हता. तुमची ही पोर, प्रौढ व्हायलाच तयार नाही. जगाच्या चांगुलपणावर किती विश्वास टाकायचा? आनंदनं तिच्या पंखावरचा वर्खही उडू दिला नसता. हिला जाग कशी आणायची सांगा.''
''पण आई, तरीसुद्धा तुम्ही माझ्याशी अशा वागलात?''
''बाई ग! सर्वांत जवळच्या माणसानं दगा दिल्याशिवाय जाग येत नाही.''
''पण तेवढ्यासाठी देवेंद्रचे आणि माझे संबंध, इथपर्यंत तुम्ही...''
''नातेवाईक त्याच्याचसाठी असतात. हे सगळं ऐकून तू केव्हातरी खवळून येशील असं वाटलं, पण तू कोर्टाचा रस्ता धरलास. तेव्हाच मी निश्चिंत झाले. पण तरीही तो दिवाणी दावा. तो वर्षानुवर्षं चालणार. मग म्हटलं क्रिमिनल ऑफेन्स करावा...भेट लवकर होईल.''
''आई, आता काही बोलू नका. मी चुकले. तुम्ही जसं सांगाल तसं, म्हणाल ते ऐकेन.''
''देवेंद्रशी लग्न कर.''
''आई...''
ताईंचा आवाज आता बदलला, ''माझं ऐक. मलाही संसाराचं सुख मिळालं नाही. आनंदच्या वडिलांनी धंद्यासाठी खूप कर्ज काढलं होतं. ते कर्ज माफ व्हायला आपण काही शेतकरी नव्हतो. आपल्या ह्या देशात फक्त शेतकरीच प्रामाणिक असतो. इतर व्यावसायिकांनी धंदा नेकीने करण्यासाठी रक्त ओकलं, तरी त्यात सवलती मिळायच्या नाहीत. मग ठरवलं, उभ राहायचं. आनंद तेव्हा चार वर्षांचा होता. मीही सुरुवातीला तुझ्यासारखीच होते. ह्या देवेंद्रच्या वडिलांनी आणि इतर माणसांनी मला घडवली. मी धंदा सांभाळला. वाढवला. सगळं छान आहे. पण आदिती, लक्षात ठेव, कुटुंब आणि परिवार कितीही मोठा असला तरी विधवा आणि विधुर हे एकटेच असतात. भोवतालची माणसं वर्तमानात असतात. विधुर आणि विधवा कायम भूतकाळात वावरतात. माझ्यावर आनंदची जबाबदारी होती. तू एकटी आहेस आणि देवेंद्र अगदी मस्त सांभाळेल तुला. आणि उगीच नवरेशाही करायला लागला तर मी आहे लक्ष

ठेवायला. काय?''

आदिती गप्प होती.

ताई हसत-हसत म्हणाल्या, "कमीत कमी खांदे चांगले सरळ आहेत ना?''

ह्या प्रश्नाने सगळे ताण सैल झाले.

अष्टपुत्र्यांच्या टकलाचा कवडसा पडला.

गोडसे सर सुरूच्या झाडासारखे थरथरले.

झोका आकाशाकडे झेपावला.

◆

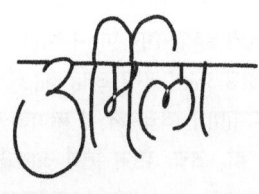

उर्मिला

बेल वाजली. मनीषाने दार उघडलं. दारात एक विलक्षण देखणी स्त्री. पस्तिशीच्या घरातली. राजघराण्यातल्या किंवा एखाद्या संस्थानिकांच्या सिंहासनावरून अथवा अंतगृहातून बाहेर पडावी इतकी देखणी. गोरीपान. नितळ मखमली, छे, सॅटिनसारखी कांती. इतक्या मोहक लावण्यावर सेल्सगर्लची नोकरी करण्याची पाळी विधात्याने का आणली असावी? रणरणत्या उन्हात नक्की कोणता तरी साबण किंवा बायकांना लागणाऱ्या काही तशाच वस्तू घेऊन आली असणार. कालच सगळं आणलंय, असं सांगावं का?

तसंही करवेना.

तेवढ्यात नमस्कार करीत तिने विचारलं,

"आपण मनीषा देऊस्कर का?"

"हो."

"मी उर्मिला सौमित्र. आपल्याला साठ्यांनी माझ्या संदर्भात फोन केला होता का? त्यांनी मला तसं कळवलं म्हणून..."

म्हणजे सेल्सगर्ल नाही तर—

"या ना, आत तर या."

ती आत आली. सोफ्यावर बसली. मनीषाने पंखा लावला.

"पाणी आणू?"

"चालेल. फार शीतल नको."

तिच्या 'शीतल' शब्दावर स्वतःशीच हसत, मनीषाने पाणी आणलं.

"आता बोला."

"साठेसाहेबांचा फोन आला नाही, त्यामुळे आता मी काय बोलू?"

"त्यांना आपण आत्ता फोन करू. साठे म्हणजे...?"

"साठेकाकांना फोन लावायचाय? घरचा फोन देऊ?"

"मला माहीत आहे." असं म्हणत मनीषाने फोन नंबर फिरवला. पंधरा-वीस वेळा बेल वाजली, फोन कुणी उचलला नाही.

उर्मिलाकडे बघत मनीषा म्हणाली, "घरात कुणी नसेल. तुम्ही मला कामाचं स्वरूप तर सांगा."

उर्मिला सांगू लागली, "मी बिकानेरला राहते. मुंबईत पहिल्यांदाच येतेय. हे

अवाढव्य नगर पाहून माझी छातीच दडपून गेली. ह्या मुंबईसारखी 'नवी मुंबई' असं काही नगर आहे का?"
मनीषाने विचारलं, "म्हणजे वाशी का?"
"हां, तेच. मला तिथं जायचंय. साठेकाका म्हणाले, त्यांच्या घरापासून जायचं म्हणजे मला पत्ताच लागणार नाही. चेंबूरहून सोपं आहे. त्यांनी तुमचा पत्ता दिला. बाबू स्टेशनवर आला होता. त्याने इथपर्यंत सोडलं. मी त्याला म्हणाले, 'असाच वाशीपर्यंत चल.' त्याला वेळ नव्हता. आणि काकासाहेबांनी आपलं नाव..."
"इतकंच ना? काही बिघडलं नाही. आपण दोघी चहा घेऊ. मग सगळी सोय करते. चालेल ना? तोपर्यंत जरा ऊनही कमी होईल. मला संध्याकाळी एके ठिकाणी जायचं आहे. नाही तर मीही वाशीला आले असते."
उर्मिला आणि मनिषा ह्यांचा चहा संपेसंपेतो मुलं शाळेतून परतली. अंजू मजेत होती. अजय काहीसा खट्टू होता. मनीषाने चौकशी करायच्या आत तो म्हणाला, "आई, संस्कृतचा पेपर अवघड होता."
उर्मिलेने उत्स्फूर्तपणे विचारलं, "मला पेपर दाखवतोस?"
प्रश्नांकित चेहऱ्याने अजयने पेपर दिला. नजर फिरवीत उर्मिला म्हणाली, "एकदम सोपा आहे."
आणि नंतर ती संस्कृतमध्येच सगळी उत्तरं देऊ लागली. मुलं आणि मनीषा ह्यांचे चेहरे पाहून ती म्हणाली, "मला संस्कृत लहानपणापासून येतं."
अजयने कुणीही न सांगता विचारलं, "मावशी, मला तुझ्यासारखं बोलायला शिकवशील?"
"मुंबईत आहे तोपर्यंत तुला नक्की तयार करीन."
मनीषा म्हणाली, "चला, हातपाय धुऊन घ्या. खायला देते. मला बाहेर जायचं आहे. घर नीट सांभाळा. भांडू नका आणि दाराला साखळी लावा. अनोळखी माणसाला दार उघडू नका."
"मावशी आमच्या सोबतीला आहे."
"त्यांनाही कामाला जायचं आहे. तुम्हाला खायला दिलं की मी सुटले."
"खायला काय आहे?"
"सकाळचंच."
दोन्ही मुलांनी तोंडं वाकडी केली.
"रोज रोज तुमच्यासमोर नवं काय ठेवणार?"
उर्मिलाने पटकन विचारलं, "तुमची तयारी होईपर्यंत मी तुम्हा तिघांसाठी काहीतरी बनवते."

मुलांनी टाळ्या वाजवल्या. तिलाही भूक लागली असेल ह्याची जाणीव होऊन आणि स्वयंपाकघरापासून तेवढीच एक वेळ सुटका, ह्या विचाराने मनीषाने मूक संमती दिली. त्या तिघांनी एकमेकांचा आणि स्वयंपाकघराचा ताबा घेतला. नव्या कोऱ्या सहवासासाठी आपल्याप्रमाणेच मुलंही किती हपापलेली होती ह्याची मनीषाला गंमत वाटली.

तोंडावर पाणी मारता मारता मनीषा स्वत: विचारात पडली....

'अनोळखी माणसाला दार उघडू नका' असं मी मुलांना बजावलं आणि स्वत: साखळी न लावता दार उघडलं. इतकंच काय, दुपारचं खायला करायचं काम एक दिवस तर टळलं, इतक्या छोट्या स्वार्थासाठी ह्या अनोळखी उर्मिलेला मी थेट स्वयंपाकघरापर्यंतचा व्हिसा दिला. इतर घरांतल्या चोऱ्या-मारामाऱ्यांच्या, फसवणुकीच्या कहाण्या आपण ऐकतो तेव्हा त्यांना आपण मूर्खात जमा करतो. आपण इतक्या सहजी हिला सगळा ताबा कसा दिला?—जाऊ का पुढे?— तिला बाहेर काढू का?—साठेकाका नंतर रागवले तर?— साठेकाकांची आणि हिची खरंच ओळख आहे का?— नसली तर प्रथम साठेकाकाच म्हणतील, 'कुणीही माझं नाव सांगतो आणि तुम्ही विश्वास ठेवता?'

छे! काय करावं?

तेवढ्यात उर्मिला समोर येऊन म्हणाली, "तुम्ही म्हणत असाल, कोण ही बिकानेरची उर्मिला! आली आणि स्वयंपाकघरापर्यंत घुसली."

"छे, छे! मला वाटलं तुम्ही म्हणाल की 'आली भेटीला आणि धरली वेठीला'..."

"मी असं मुळीच म्हणणार नाही. मी एरवीही घरातच रमणारी आहे."

मुलांचं खाणं-पिणं आटोपल्यावर उर्मिला-मनीषा दोघी बाहेर पडल्या. मनीषाने उर्मिलेला बसस्टॉपपर्यंत सोडलं. 'मी जाईन व्यवस्थित' असं उर्मिलेने सांगितल्यावर मनीषा आपल्या कामाला गेली. एकदा मनीषाला वाटलं, आपण उर्मिलेला वाशीपर्यंत सोबत करावी. ती ज्या कामासाठी बाहेर पडली होती ते काम आजच्या आज करण्याची मुळीच आवश्यकता नव्हती. पण वाशीला आपला वेळ किती मोडेल, हेही सांगता येण्यासारखं नव्हतं. असा सगळा उलटसुलट विचार करून मनीषाने उर्मिलेचा विषय डोक्यातून काढून टाकला.

रात्री नऊ वाजता बेल वाजली तेव्हा मनीषाने काहीशा कुतूहलानेच दार उघडलं. पाहते तो दारात उर्मिला.

"झालं काम?"

"नाही हो! काका भेटले नाहीत. गावाला गेलेत. उद्या येतील."
उर्मिलेचा आवाज ओळखून मुलं धावली. त्यांनी उर्मिलेचा हात धरून तिला खोलीत ओढून सोफासेटवर बसायला भाग पाडलं.
"तुमचा आता काय विचार आहे?"
उर्मिला म्हणाली, "जवळपास एखादं हॉटेल असेल तर सांगा. मी तिथं रात्र काढीन. सकाळी पुन्हा वाशीला जाईन."
"मावशी, हॉटेल कशाला? इथं राहा ना एक रात्र. तुम्हाला आमचं घर आवडलं नाही का?" अजयने गळ घातली.
अंजू म्हणाली, "मावशीला आपण दोघं आवडलो नसलो तर?"
उर्मिलेनं दोघांना जवळ घेत म्हटलं, "तुम्ही दोघं कुणालाही आवडाल."
"कुणालाही म्हणजे तुला नाही?"
"अजय, मोठ्या माणसांना 'ए-जा' करायचं नाही. इतकं कळत नाही?"
मनीषाने दटावल्यावर अजय आईला म्हणाला, "मावशीला कुणी 'अहो' म्हणतं का?"
"बरोबर आहे!" उर्मिलेनं पसंती दर्शवली.
"मग राहा. उद्या आमचा शेवटचा पेपर मराठीचा. आमचा अभ्यास घे."
उर्मिलेचा हा उपयोग करून घेता येईल हे ध्यानी येताच मनीषा म्हणाली, "मुलं म्हणताहेत तर राहा. एकट्या कुठे राहता हॉटेलमध्ये? त्यात तुम्हाला मुंबईची फारशी माहिती नाही. लांबून झकपक दिसणाऱ्या हॉटेलमध्ये काय काय चालत असेल, हे कधी कळायचं पण नाही."
आईची संमती पाहून दोन्ही मुलांनी उर्मिलेची छोटी बॅग सरळ आत नेऊन ठेवली.

उर्मिलाने दोन्ही मुलांचा पटापट अभ्यास घेतला. मुलं जेवून झोपली.
"चला, आपणही जेवून घेऊ." मनीषा म्हणाली.
"तुमचे यजमान...? म्हणजे त्यांच्या अगोदरच जेवायचं?"
"त्यांची वाट पाहायची नाही."
"आपण अगदी पहिला घास घ्यायला आणि ते यायला..."
"तसं कधीकधी घडतं, ते मनावर घ्यायचं नाही."

उर्मिला म्हणाली तसंच झालं. घास संपायच्या आतच उमेश आला. त्याने येताक्षणी मनीषाकडे पाह्यलंही नाही. तो फोनकडे धावला.
"हॅलो, मी उमेश, एवढ्यात येतोय...ते राहू दे...तू बोल...कल्याणी स्टील

दीडशे आहे...ओह, इटस् स्टुपिड...गॅमन इंडिया...नको...बरोज वेलकम...कीप इट पेंडिंग...टाटा स्टील...नंतर सांगतो...किर्लोस्कर कमिन्स...वर्थ थिंकिंग...तू असं कर ना त्यापेक्षा, सेन्टॉरवर ये...आत्ताच ये...अरे बाबा, मीसुद्धा थकलोय. सेन्टॉर म्हणजे ऑल द वे फ्रॉम चेंबूर...ओ.के. प्रीतम चालेल. सगळ्यांना आत्ताच्या आत्ता कळवायची जबाबदारी तुझी. ओ.के.!''

फोन संपवून उमेश आत आला. बूट न काढता स्वयंपाकघराच्या दारात उभं राहून तो म्हणाला, ''मी जरा जाऊन येतो.''

''ह्यांची ओळख करून देते. ह्या उर्मिला...''

''नमस्कार! उद्या बोलू. आत्ता जरा गडबडीत आहे.''

दोघींच्या प्रतिक्रियेची वाट न बघता उमेश घरातून बाहेर पडलाही.

''त्यांना बेदम काम असतं का?''

उर्मिलाच्या ह्या प्रश्नावर मनीषा गप्प राहिली.

लगेच सावरून घेत उर्मिला म्हणाली, ''क्षमा असावी. मला हे असं विचारणं शोभा देत नाही.''

पुन्हा तिच्या वाक्यरचनेची गंमत वाटून मनीषा ओठातल्या ओठात हसली.

उमेश नेहमीप्रमाणे आजही गेला ह्याची बोच काही प्रमाणात कमी झाली.

तेवढ्यात अंजू आत येत म्हणाली, ''आई, बाबा आले आणि पुन्हा गेले?''

''त्यांना जरा तातडीचं काम होतं.''

''फुस्! माझा पेपर कसा गेला हे पण त्यांनी विचारलं नाही.''

''उद्या सांग सकाळी.'' मनीषा शांतपणे म्हणाली, पण तिचा चेहरा बदलला होता.

''तुम्ही चिंताग्रस्त दिसता. हरकत नसेल तर मजपाशी दुःखभार हलका करावा. उमेशना खूप कामं करावी लागतात, त्याचं वाईट वाटतं का?''

मग गप्प राहणं मनीषाला अशक्य झालं.

ती पटकन् म्हणाली, ''ही सगळी अनावश्यक कामं आहेत.''

''असं का म्हणता?''

''वाजवीपेक्षा जास्त प्राप्ती असताना, शेअर्स-डिबेंचर्स आणि त्याच प्रकारच्या उचापतीत किती आयुष्य घालवायचं? इतर कोणतेही आनंद नसतात?''

''त्यात त्यांना काही ना काही, आव्हान वाटत असेल. ईर्षा असेल.''

''आले किती– गेले किती, हे वर्षो न् वर्षं? संसार, बायको—ठीक आहे, नसेल रस. मुलं आहेत ना?''

''नुसती आहेत असं नाही, लाघवी आहेत.''

उर्मिलाचं वाक्य संपता संपता अंजू पुन्हा आली. उर्मिलेच्या पाठीवर डोकं घासत

आणि मग खांद्यावर टेकवीत ती म्हणाली, "मावशी, मला झोप येत नाही."
"तुम्ही दोघं मगाशी छान झोपला होतात ना?" मनीषाने विचारलं.
"मी नुसती पडले होते. बाबांची वाट बघत होते. मला पेपर चांगला गेला, हे
त्यांना सांगायचं होतं. आमची परीक्षा असते, तेव्हाही बाबा भेटत नाहीत."
"तुझी तक्रार मी नक्की त्यांना उद्या सांगेन. तू आता झोप. मला जरा
मावशीबरोबर बोलू दे ना."
मनीषाने जाणीवेने विनवणीच्या स्वरात सांगितलं. अंजू समजुतीने झोपायला
गेली. आता सारवासारवी करायला, सुखी संसाराचं चित्र रंगवायला सवडच
नव्हती. अंजू जाताक्षणी मनीषा सांगू लागली,
"सुरुवातीला आमचे खूप संघर्ष झाले. मुलं झाल्यानंतर ते बदलतील असं
वाटलं होतं. तो अंदाजच ठरला. स्वभावात बदल होणार नाही, त्यांचे आनंद
वेगळे आहेत, हे ध्यानात आल्यापासून मी गप्प बसायला लागले. पण त्यांनीच
जन्म दिलेल्या छोट्या जिवांना काय सांगायचं? ह्या वयातली मुलं त्यांना
नंतरच्या आयुष्यात पुन्हा पाहायला मिळणार आहेत का?"

बाहेरच्या जिन्यासमोरच्या दारातून वारं चांगलं येतं म्हणून नीलम दार उघडं
ठेवून कोणतं तरी साप्ताहिक वाचत होती. सिलिंग फॅनचा हवा कापल्याचा जो
आवाज येतो, त्यानंही शिणवटा येतो. कामात व्यग्र असताना ते जाणवत नाही.
मन उदास असलं म्हणजे सुखद सोयीतल्या उणिवाच बोचायला लागतात.
फ्रीज असला की तो डी-फ्रॉस्ट करावा लागतो. पाटा-वरवंटा गेला पण
मिक्सरचा आवाज सहन होत नाही. टीव्हीवरच्या मिक्सरच्या जाहिरातीत,
चमचमीत खाद्यपदार्थांनी भरलेलं रंगीबेरंगी डायनिंग टेबल, तोंडाला पाणी
सुटलेला परिवार आणि 'दोन मिनिटांत सगळं तयार' असं म्हणत हात पसरून
नाचणारी, गार्डन सिल्कमधील छबकडी दाखवली की व्यापाऱ्यांचं काम होतं
आणि सरकारी तिजोरी चाळीस चाळीस सेकंदांनी फुगत जाते.
त्या सटवीला मिक्सरची भांडी स्वच्छ करताना दाखवा आणि हिंमत असेल तर
वॉशर बसवूनही, मिक्सरमधून ओघळणाऱ्या धारा दाखवा. एकाही कंपनीचा
मिक्सर विकला जाणार नाही. तसंच, स्वयंपाक करताना गार्डन सिल्क
वापरणाऱ्या त्या सटवीला ती साडी स्वतःच्या पैशांनी विकत घ्यायला लावा,
मग ती बया नाचते की ती साडी सांभाळते ते बघू.
फटकन् येणाऱ्या गॅसच्या शेगड्या आल्या तर गॅस लायटर टिकत नाही.
'क्रिस्टल' असं निव्वळ नाव देऊन त्याचा स्फटिक होत नाही. स्फटिकासारखं
निर्मळ मन लागतं. मग कोणतीही वस्तू मार्केटमध्ये विका. ती मग

जाहिरातीशिवाय खपेल.
'माझ्याच चांदण्यात फिरा, ते मन प्रसन्न करणारं आहे.' हे चंद्राला सांगावं लागत नाही. आपणच मन प्रसन्न होताक्षणी हात जोडतो. आपला देश असाच! आणि जोपर्यंत विषाच्या बाटलीवर अमृताच्या चिठ्ठ्या चिकटवून व्यापारी जनतेच्या जिवाशी खेळत आहेत आणि राज्यकर्त्यांचा पान-पराग रंगतोय तोपर्यंत असंच चालणार. शम्मी कपूरनं वाट्टेल ते करावं, त्याला स्टेटस आहेच कुठे? — पण अशोककुमार—दादामुनीसुद्धा विकले जावेत...?
— नीलमचं मन आज भरकटलं होतं. हातात साप्ताहिक होतं पण मजकूर कळत नव्हता. ती पानं उलटीत होती. पुन्हा कोणत्या तरी कुकिंग रेंजची जाहिरात आली आणि नीलमला अकारण आजीची आठवण झाली.
आजीने कधी गॅस वापरला नाही. तिचा स्टोव्हवर विश्वास. पण तिची वेगळी व्यथा. रॉकेलमध्ये पाणी मिसळतात हे तिचं गाऱ्हाणं. मग ती सांगायची,
'माझ्या आईनं कध्धी स्टो वापरला नाही. चुलीवर जास्त भरवसा.
पणजी तरी सुखी होती का? नाही लाकडंही ओली मिळायची.
संसार सुखासाठी करावा तर तो दुःखाने व्यापलेला. मॉडर्न सोयी कराव्यात तर पोटात गैरसोयी. सोयींची किंमत जाहिरातींच्या खर्चासकट भरूनही वर मनस्तापाचं चक्रवाढ व्याज भरायचं.
कुणी?— फक्त बायकांनी. का? तर संसार सुरक्षितता देतो आणि नवरा म्हणे प्रेम देतो?
नीलमचं लक्ष दारात उभ्या राहिलेल्या एका स्त्रीकडे गेलं. ह्याला निसर्गदत्त सौंदर्य म्हणतात. साधी वेणी. लिपस्टिक नाही की कोरलेल्या भुवया नाहीत. साडी साधी पण नीटनेटकी. पौर्णिमेचा चंद्र दारात उभा आहे, असं नीलमला वाटलं...ही बया काय विकायला आली? ती जे नाव घेईल ती वस्तू कालच घेतली म्हणून सांगायचं.
"आपण नीलम कुंटे का?"
"हो!"
"मी उर्मिला सौमित्र. आपल्याला कारखानीसांचा फोन आला होता का?"
"नाही बाई!"
उर्मिलेचा चेहरा चिंताग्रस्त झाला.
"आत तर या. सविस्तर काय ते सांगा. कारखानीस कोण?"
"आर्किटेक्ट. तुमच्या सदनाची रचना त्यांनीच केली, असं कानी आलं."
नीलमला गंमत वाटली. ती हसून म्हणाली, "बरोबर! कारखानीसांनी तुमच्याही घराचं डिझाईन केलंय का?"

"नाही. त्यांचा आणि माझ्या वडिलांचा जुना स्नेह. मी भडोचला असते. मुंबईत प्रथमच आले आणि ठाण्याची तर मला काहीच माहिती नाही. कळवा कुठे आहे?"

"इथून रिक्षानं जाता येतं."

"मला कारखानिसांनी तेच सांगितलं. तेवढ्यासाठी तुम्हाला ते फोन करणार होते."

"अहो, आमचे ठाण्याचे फोन! काही विचारू नका. आमचा हा फोन तर विकतचं श्राद्ध आहे. गेला महिनाभर ह्याची बेल एखादं टिंब द्यावं तशी वाजते. आपण फोनजवळ असलो तरच समजतं. तेही घारीसारखी झडप घातली तर. परवा माझ्या मैत्रिणीने ठाण्यातल्या ठाण्यात पोस्टकार्ड पाठवून मला कळवलं, 'मी तुला फोन करणार आहे, फोनजवळ थांब.' "

उर्मिलाला गंमत वाटून तिने टाळी वाजवली आणि 'मग?' अशा अर्थाने पाह्यलं.

"मी गळ टाकून फोनजवळ उभी. तिच्या फोनचा पत्ता नाही. पुन्हा पत्र वाचलं. तर पत्रच मला तारखेनंतर तेरा दिवसांनी मिळालं होतं. टेलिफोन निगम आणि पोस्टखातं, दोन्हींचं 'तेरावं' केलं आणि गप्प बसले."

उर्मिला पटकन् म्हणाली, "सुवासिनींनी स्वगृही असं अमंगलसूचक बोलू नये."

"जाऊ दे. मी तुमच्यासाठी काय करू?"

"कारखानीसांनी मला इथपर्यंत सोडलं आणि ते मुलुंडला मीटिंगला गेले. मीटिंगनंतर पार्टी आहे. 'काक, काक' असं कायसं म्हणत होते."

"कॉकटेल!"

"हां, तेच. देवीजींना हे नाव कसं माहीत?"

नीलम काही बोलली नाही.

"कारखानीस पार्टी संपल्यावर न्यायला येतो म्हणाले. पण आता फोन..."

"तो तसाच आहे. कारखानीसांनी केलाही असेल. त्यांचा ऑफिसचा ऑपरेटर वैतागला असावा. एम.टी.एन.एल.—म्हणजे 'माझा टेलिफोन नाही लागत!' "

उर्मिला मनापासून हसली. तिच्या प्रतिसादाने नीलमचं मळभ दूर झालं. ती पुढे म्हणाली, "टेलिफोन निगमची 'यलो पेजेस'ची टिमकी ऐकत राहायची. अर्धा अर्धा पान जाहिराती पाहून चेहरा पांढरा पडतो. म्हणे 'यलो पेजेस!' त्या जाहिरातीचे पैसे आम्ही ऑनरेबल कस्टमर्स भरतो. तेव्हा फोनचं राहू दे. आपण चहा घेऊ."

"मी कळव्याचं काम करून येते अगोदर. मला जरा तेवढी माहिती द्या."

नीलम उर्मिलाबरोबर बाहेर पडली. तिने एक रिक्षा थांबवली आणि उर्मिलेला एका बाजूला घेऊन तिने सांगितलं,

"आपण जरी नवख्या असलो तरीही चेहऱ्यावर तसं दाखवायचं नाही. कळव्यात पोहोचलात की तुम्हाला जिथं जायचं आहे..."
"माझ्या आत्याकडे. तिने नवं घर घेतलंय. पत्ता दिलाय."
"त्यातून घर नाही सापडलं तर ही रिक्षा सोडू नका. तशाच परत या. म्हणजे माझं घर पटकन मिळेल. मला तुम्ही आवडलात. मी बरोबर यायला हवं. पण..."
"नाही, नाही. तशी आवश्यकता नाही. मी जाईन एकटी. आत्यानं सोडलं नाही तर उद्या कारखानीसांची गाडी मागवीन."

साडेनऊच्या सुमाराला उर्मिला जेव्हा परत आली तेव्हा अभिजीतचा तिसरा पेग चालला होता. नीलमने ओळख करून दिली.
"नमस्कार! मी अभिजीत. कंपनी देणार का?"
"मी घेत नाही."
"तुम्ही नीलमच्या जातीतल्या म्हणजे. एकदा घेऊन बघा. सगळी दुःखं विसराल."
उर्मिला हसत म्हणाली, "सकाळ होईपर्यंत ना?"
अभिजीत म्हणाला, "आयुष्यातल्या सगळ्याच गोष्टी तात्पुरत्या असतात म्हणून तर रोज प्यावं लागतं."
"जेवायला कधी येताय?" मध्येच नीलमनं विचारलं.
"आज तुला कंपनी आहे, तुम्ही जेवून घ्या. माझं झाकून ठेव. जेवण झाल्यावर गप्पा माराव्याशा वाटल्या तर वेलकम. निंदागेम खेळायचा असेल तर नो प्रॉब्लेम!"
"निंदागेम?" उर्मिलाने आश्चर्याने विचारलं.
"इसका मतलब, नवऱ्याबद्दल सुखसंवाद करणं."
"तुम्ही त्यांचं ऐकू नका. आपण आत जाऊ."
"हे पिणं कधीपासून?" जेवताना उर्मिलाने विचारलं.
"आठ वर्षं झाली."
"काही तसंच कारण?"
"मूल होत नाही म्हणून."
"हेच कारण असेल तर तुम्हीही घ्यायला हवी."
"करतात आग्रह. मी ऐकत नाही."
"ह्यापेक्षा एखादा छंद..."
"त्यात कष्ट आहेत."
"आनंद नाही का?"

"मग लोकांची सहानुभूती मिळणार नाही. आता कसं, 'पुरुष असून धक्का पेलत नाही, पण नीलमला काही आहे का बघा' असं कानावर आलं म्हणजे ते श्रेष्ठ ठरतात ना?"
"त्याऐवजी तुम्हाला घेऊन नातेवाईक, मित्र ह्यांच्याकडे जावं, सहल काढावी. एरवी तुम्ही घरी एकट्या असता, मग कामावरून आल्यावर तरी..."
"मी कायम एकटी असते. आज तुम्ही आलात, मला आवडलात, बंद आहे म्हणून टेलिफोनचे आभार मानले पाह्यजेत."
"नको. तसं करू नका. फोन बंद पडल्याचा आनंद झाला तर त्याचंही बिल पाठवतील."

उर्मिला आली आणि गेली हे मनीषा कधीच विसरली. मुलं क्वचित मावशीची आठवण काढीत, पण तेवढ्यापुरतीच.
उर्मिलेचं अचानक पत्र आलं. तिने मनीषाचे आभार मानले होते. तिचं वाशीचं काम झालं ते मनीषाच्या सहकार्यामुळे. तिने सेन्टॉरमध्ये डिनर ठेवलं होतं. मनीषाने यायलाच हवं असा तिचा हट्ट होता.
'उभ्या आयुष्यात पुन्हा भेट होईल की नाही सांगता येत नाही. तेव्हा यायलाच हवं'— ह्या वाक्याने पत्राचा शेवट होता.

सेन्टॉरमध्ये कोणत्या हॉलमध्ये जायचं हा मनीषाला प्रश्न पडलाच नाही. 'उर्मिला सौमित्रांच्या अतिथी' आणि त्याच्यासमोर दालनाचं नाव असा फलक तळमजल्यावर काऊन्टरपाशीच झळकत होता. आपल्या एकटीसाठी उर्मिलेने इतकं का करावं?—असा विचार करीत मनीषा लिफ्टकडे वळली.
तिने हॉलमध्ये प्रवेश केला. आठ-दहाजणींसाठी टेबल सजवून सज्ज होतं. प्रत्येकीचं नाव त्या खुर्चीसमोर झळकत होतं. ग्लासात पांढरेशुभ्र नॅपकिन्स मोरपिसासारखे खोचले होते. फ्लॉवर ॲरेंजमेंट तर नजर फिरवणारी होती. वसंतराव देशपांड्यांचं 'बगळ्यांची माळ' जीव कासावीस करीत होतं. ह्याच गाण्यासाठी वसंतरावांचा जन्म झाला होता असं मनीषाला नेहमी वाटायचं. एखाद्याच गायकाचा आर्त, उत्कट, जखमी सूर ती माळ किती उंच नेऊ शकते, ते फक्त ह्या गाण्यात कळतं. कवी अनिल आणि वसंतराव, दोघांनाही चरणस्पर्श करायचं राहून गेलं.
उर्मिलेनं स्वागत केलं.
"बसा! सगळ्या जमल्या की परिचय करून देईनच. पण ह्याचा अर्थ तोपर्यंत एकमेकींत बोलायचं नाही, असं नाही."

आपली खुर्ची ओढून घेत मनीषा शेजारच्या बाईला म्हणाली, “मी मनीषा देऊस्कर.”
“मी विभावरी रानडे.”
“कुठे राहता?”
“चिंचवडला.”
“चिंचवडहून खास पार्टीसाठी आलात?”
“माझं माहेर मुंबईचंच. मी माहेरी पळण्यासाठी निमित्त शोधत असते. पण ह्या वेळेला उर्मिलेनं भुरळ घातली.”
“ती वेगळीच वाटते, इतकं नक्की.”
तिसऱ्या बाईने न राहवून मध्येच बोलायला सुरुवात केली.
“सौंदर्य अनेकजणींपाशी असतं. उर्मिलेपाशी एक तेजस्वीपणा आहे.”
“अगदी मनातलं बोललात. तुम्ही मुंबईतल्याच ना?”
“मी नाशिकरोडला राहते. उर्मिला चंद्रपूरहून आली...”
“चंद्रपूर? अय्या, मला सांगितलं भडोच...”
“मला म्हणाली बिकानेर.”
“मला अमरावती...” आणखी एकजण म्हणाली.
तोपर्यंत इतर खुर्च्या भरल्या होत्या. उर्मिला वेटर्सशी बोलण्यात दंग होती. तेवढ्यात हॉटेलच्या स्टुअर्डने तिला बाहेर बोलावलं. सगळ्याजणी मग एकत्र जमल्या. कुणीतरी म्हणालं, “ती आता इथं नाही तोपर्यंत पोलिसला फोन करू या का?”
“तिने तुमच्या-आमच्यापैकी कुणाला फसवलं का?”
“गावाची नावं वेगवेगळी सांगितली ना?”
“त्यानं आपलं काही नुकसान तर झालं नाही? तिने काही चोरलं नाही, लुबाडलं नाही, शिवाय आज एवढी जंगी पार्टी देते आहे. तिच्यावर कोणता आरोप ठेवायचा?”
त्या कुणा बाईचं बोलणं संपेसंपेतो आत येत उर्मिला म्हणाली,
“तुमच्या सगळ्यांच्या घरी एकेक रात्र राहून, तुमच्या संसारातल्या व्यथा ऐकल्या हा गुन्हा असेल तर तो मी जरूर केला आहे. तुम्ही पोलिसांना जरूर फोन करा पण त्यापूर्वी हा मेजवानीचा कार्यक्रम हसतखेळत होऊ द्या. आपली खरोखरच पुन्हा भेट होणार नाही. तेव्हा...”
“उर्मिला, तू जे आम्ही बोललो ते विसर. तू आणि मी एक रात्र ज्या जिव्हाळ्याने बोललो ती रात्र मी कधी विसरणार नाही. माझ्या माहेरच्या माणसांपासून मी माझी संसारगाथा लपवली होती. आतल्या आत मी कुढत

होते. सारखी आजारी पडत होते. पण त्या रात्रीनंतर माझी अमृतांजनाची बाटली सुटली.''

जिने पोलिसांचा प्रस्ताव मांडला होता ती पटकन म्हणाली, ''आय प्लीड गिल्टी.''

सगळ्यांना बसायची विनंती करून उर्मिला म्हणाली, ''तुमच्यापैकी कुणाचंही काहीच चुकलं नाही. मी जर माझ्या सौंदर्याच्या जोरावर...क्षमा असावी, मी माझी स्तुती करते,''

एकीला न राहवून ती म्हणाली, ''तू मला हिप्नोटाईझ केलंस.''

उर्मिला गोंधळली.

नीलमने खुलासा केला, ''म्हणजे मोहिनी घातलीस. संमोहित म्हणतात तसं. माझं तेच झालं.''

उर्मिलाने प्रारंभ केला, ''माझ्या सौंदर्याच्या आणि मार्दवतेच्या आधारानं तुम्हाला जिंकल्यानंतर, मी काही धन उसनं मागितलं असतं, चोरलं असतं तर तुम्ही गप्प बसला असतात. शेजारणीजवळ चर्चा केली असतीत. क्वचित नवऱ्याला सांगितलं असतंत. आपण अजागळासारख्या फसलो कशा, असं म्हणत तुम्ही माझ्या बाबतीत मौन बाळगलं असतंत. कदाचित 'वाचकांच्या पत्रव्यवहारातून' इतरांना सावध...''

''नाही ग उर्मिला...''

''हे सगळं स्वाभाविक आहे. सध्याच्या ह्या परिस्थितीत, बनवाबनवीच्या राजवटीत, एक बाई संबंध नसताना चांगली वागते, ह्यावर विश्वास बसणं अशक्य आहे. आम्हाला हल्ली चांगुलपणामागेही योग्य कारण हवं असतं. इतका आमचा त्याच्यावरचा स्वातंत्र्य मिळाल्यापासून विश्वास उडाला आहे. तुमचं काहीही चुकलं नाही.''

''उर्मिला...''

''मी सगळं सांगणार आहे. सविस्तर बोलणार आहे. तुमच्या घरांतून मी एकेक रात्र मुक्काम केला. तुम्हा सगळ्यांचा एकमेकींशी परिचय नाही, हे मला माहीत आहे. म्हणूनच मी कुणाच्या संसारात काय पाह्यलं, त्यांची नावं सांगणार नाही. व्यक्तीपेक्षा वृत्ती महत्त्वाची. मी तुमचे संसार पाह्यले आणि व्यथित झाले. कुणाच्या वाटेला सोमरसाचं यथेच्छ सेवन करणारा पती, कुणी शेअर्सच्या मागे, काहींना फक्त युनियनचं वेड. फोनवर वीस-वीस मिनिटं चर्चा, ऑफिसातून घरी पोहोचेपर्यंत, तासाभरात असं काय घडतं की पुन्हा त्याच विषयावर फोनवर बोलावं, मला कळलं नाही. जीवनावश्यक गरजा भागल्या, भरपूर पैसा आहे, तिथं शांती असावी. मला तर सुबत्ता आणि स्थैर्य ह्याच व्याधी वाटायला

लागल्या. फक्त एकाच घरी मी पाह्यलं की त्या नवऱ्याला दांडगा उत्साह आहे, कधी एकदा सगळं बायकोला सांगता येईल ह्याबद्दल कासाविशी आहे, तर तिथं त्या बाईलाच नवऱ्यात रस नाही. नवरा बोलायला आतूर तर तिला झोपायची घाई. मग तो पहाटे तीनपर्यंत मलाच सगळं सांगत राह्यला.''

चित्राने शुष्क स्वरात सांगितलं,

''लग्नाच्या पहिल्या रात्रीसुद्धा आमचे साहेब रात्री एक वाजता आले. सगळ्या आयुष्याची इतिकर्तव्यता सोशल वर्कमध्ये. त्यात बाधा येऊ नये म्हणून चिरंजिवांची रवानगी पाचगणीच्या शाळेत. ज्यांच्यासाठी जीव टाकला ती माणसं जेव्हा उलटली तेव्हा ते सावध झाले. पण तोपर्यंत मध्ये अकरा वर्षं गेली. मी प्रतीक्षा करून संपूर्ण कोरडी झाले तेव्हा त्यांना वाटलं, बायकोवर अन्याय झाला. आता मलाच रस राह्यला नाही. उर्मिला, तुला आमची सगळ्यांची ओळख व्यथेसकट झाली. तुझी आम्हाला काहीच माहिती नाही. आमच्यापैकी प्रत्येकीला तू वेगवेगळ्या गावांची नावं सांगितलीस. आता सगळ्यांना काय जे आहे ते सांगायला हवंस तू.''

''हां, सांगाच. उर्मिला सौमित्र म्हणजे नक्की तुम्ही कोण?''

''मी खरोखरीची उर्मिला. कौसल्या, कैकयी, सुमित्रा ह्या तीन सास्वांची सून. पतिदेव लक्ष्मण ह्यांची पत्नी.''

सगळ्या अवाक् झाल्या.

''मी एक उपेक्षित स्त्री. रामायणकारांनी गृहीत धरलेली एक व्यक्ती. लक्ष्मणाचा उर्मिलेशी विवाह झाला ह्या एका विधानापलीकडे उर्मिलेला अस्तित्व नाही. लक्ष्मणाच्या मागे चौदा वर्षं उर्मिलेनं कशी काढली, ह्याचा पुसट उल्लेख नाही.''

''अगदी खरं! ती बिचारी एकटी, त्यात भर म्हणजे एक नव्हे, दोन नव्हे तर तीन सास्वा! आम्हाला एकीला तोंड देताना नाकात दम येतोय. त्या तिघींनी तुला सळो का पळो केलं असेल.''

''तसं नाही झालं.''

''नवल आहे!''

''नवल नाही. ते स्वाभाविक आहे. दुसऱ्याचा छळ करण्यासाठी स्वतःचं आसन स्थिर लागतं. निरुद्योगी आणि स्वास्थ्य लाभलेली व्यक्तीच उपद्रवी बनते. मामंजींच्या निधनामुळे माझ्या तिन्ही सास्वा दुःखी होत्या. मग माझा छळ त्या कधी करणार? वाल्मिकींनी मला अस्तित्वच ठेवलं नाही. उर्मिला कधी मेली, ह्याचासुद्धा निर्देश नाही. आज मला, तुमच्याकडे पाह्यल्यावर, सगळ्यांच्या संसारात राह्यल्यावर समजतंय, उर्मिला अमर आहे. आपण सगळ्या लक्ष्मणाच्या बायका. आमचा लक्ष्मण रामाच्या मागोमाग गेला. तुमच्या सगळ्यांचे लक्ष्मण

त्यांना ज्याच्यात 'राम' वाटतोय, त्यांच्यामागे ते धावताहेत. चित्रा, तुझं काहीच चुकलेलं नाही. चौदा वर्षांनी लक्ष्मण जेव्हा वनवासातून परत आले, तेव्हा प्रतीक्षा करून करून, मीही तुझ्यासारखीच आटून गेले होते. स्त्रियांचं असंच होतं. त्या आटून जातात, विटून जात नाहीत म्हणून लौकिक अर्थानं संसार चालू राहतो. वाल्मिकींना दोष देण्यात अर्थ नाही. ते खरे द्रष्टे आहेत. उर्मिला फक्त जन्माला येते आणि तिचा विवाह होतो. संसार होईलच ह्याची शाश्वती नाही. राम आणि लक्ष्मण ह्यांना काही ना काही जीवितकार्य-विहितकार्य होतं. ते कार्य सफल झालं. दोघांच्या जीवनाची अखेर कशी झाली त्याचा निर्देश आहे. ज्यांना आयुष्यात जगण्यापलीकडे प्रयोजनच ठेवलेलं नसतं अशा माणसांची 'जयंती' आणि 'पुण्यतिथी' कोण लक्षात ठेवतो?''

''तरीसुद्धा लक्ष्मणानं तुमचा विचारही करू नये?''

''सत्कार्य आणि संसार ह्यात सत्कार्य श्रेष्ठ. राजवैभव सोडून रानोमाळ हिंडणं, तारुण्यात स्त्री-सुख डावलणं, हे सगळं सोपं नव्हतं. तुम्हा सगळ्याजणींचे लक्ष्मण केवळ स्वत:चा जीव रमवताहेत. म्हणूनच वाटतं उर्मिलेला मरण नाही.''

''हे असले सगळे पुरुष मग लग्न तरी का करतात?''

''त्याला पर्याय नाही म्हणून. आपण सांकेतिक पद्धतीवरच जगतो आणि आत्ताचे दिवस आणि प्रत्येकाचं आयुष्य, आनंद आणि शांती ह्यांचा बळी देऊनच सगळे घालवताहेत. मूल तीन वर्षांचं झालं रे झालं की त्याला शाळेत अडकवायचं. शाळेच्या बससाठी दोन वेळा सोसायटीच्या फाटकात 'टाटा, बिर्ला' केलं की आया 'फेमिना' वाचायला मोकळ्या! का?—त्या लेकरांच्या पाठीवर त्यांच्याच वजनाची दप्तरं का द्यायची?— त्यांना मनसोक्त खेळू दे, बागडू दे. राज्यकर्त्यांना नाही अक्कल! पण पालकांनी ह्या रेसमध्ये भाग का घ्यायचा? मूल पाच वर्षांचं होईपर्यंत घरातल्या घरात त्याला काहीही शिकवण्यासारखं नसतं का? सगळ्यांना घाई झाली आहे. त्याच न्यायानं लग्नाचं वय झालं की लग्न लावायचं. साधं बी.
कॉम. व्हायचं ठरवलं तर आयुष्याची वीस-बावीस वर्षं शिक्षणात जातात. संसारात आदर्श पती आणि पिता होण्याचं शिक्षण कधी कुठे मिळेल का?''

सगळ्या गप्प होत्या. वातावरण गंभीर होणं अपरिहार्य होतं.

''ह्याच्यावर कधीच उत्तर सापडणार नाही का?''

उर्मिला म्हणाली, ''पुरुष वाईटच असतात असं नाही. स्त्री आणि पुरुष ह्यांच्यातला हा निसर्गदत्त गुणधर्म आहे. पुरुष संकल्प करू शकतो आणि स्त्री समर्पण!''

"स्त्रियांना संकल्प करता येत नाही म्हणून कुणी सांगितलं?"

"ती जितकी संकल्पाकडे वळते तितकी समर्पणापासून दूर जाते. समर्पणाची शक्ती असेल आणि वृत्ती पण त्याला साथ देणारी असेल, तर उर्मिलेचं आयुष्य जगावं लागतं. आपण सगळ्या उर्मिलाच. लक्ष्मणाच्या बायका. उर्मिलेला मरण नाही."

◆

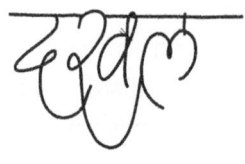

दखल

हातात पत्रं देऊन पोस्टमन निघून गेला. मरगळलेलं त्याचं मन जरा टवटवीत झालं. संपूर्ण दिवस कसाही गेला तरी एक-दोन क्षण असे असायचे, की फणा वर करावा. टोपलीचं झाकण फण्यानेच वर करावं. फटीतून बाहेरच्या प्रकाशाकडे बघावं, पुन्हा वेटोळं करून टोपलीत पडून राहावं. निसर्गाने कोणतीही गोष्ट एकटी ठेवलेली नाही. प्रकाशाबरोबर अंधार, जन्माबरोबर मृत्यू, आरोग्यापाठोपाठ व्याधी, पुरुषाच्या जोडीने स्त्री. भक्ती-आसक्तीपासून ब्रह्म-मायेपर्यंत सगळीकडे जोड्या.
ह्या सातत्याला तो कंटाळला होता. सगळ्यातलं चैतन्य हरपलं होतं. तरीही थोडी ऊब देणारे, मनाचं कंपन वाढवणारे एक दोन क्षण वाट्याला येत होते. त्यापैकी एक क्षण, कोणते तरी महाराज आणि कृष्णमूर्ती म्हणतात त्याप्रमाणे साक्षीभावाने जगण्याचा होता आणि दुसरा अहंकाराने.
उरलेला सबंध दिवस निष्क्रियतेत घालवावा. अतिविचाराने जशी निष्क्रियता येते त्याप्रमाणे प्रचंड प्रमाणात वैचारिक गोंधळ वाढला म्हणजेही शिथिलता येते.
कोणतंच चित्र उमटत नाही.
एकही शिल्प भावत नाही.
आवडते सूरही झिरपत नाहीत. भरतीच्या लाटांवर जसं कोणतंही प्रतिबिंब ठरत नाही, तसं होतं.
प्रकाश-अंधार, जन्म-मृत्यू, ब्रह्म-माया ह्या शब्दांतलं सातत्यही नकोसं होतं. हे सगळं फार 'मोनोटोनस' आहे. आणि तरीही—
ह्या मोनोटोनस आणि पुनरुक्तीने भरलेल्या आयुष्यात दोन तीन क्षण जरा शिडकावा करणारे होते.
पत्र आणि वर्तमानपत्र.
वर्तमानपत्र साक्षीभावाने वाचायचं.
खून, हत्या, जाळपोळ, अपघात, मंत्र्यांची अपघातस्थळी भेट, रुग्णांची चौकशी, त्यांच्या अपघातानं गमावलेल्या अवयवांची पाचशे ते हजार रुपये केली गेलेली किंमत, आपापले झेंडे देशावर फडकवण्यासाठी, वेगवेगळ्या पक्षनेत्यांनी केलेली साठमारी, लोकसंख्येचा मूळ प्रश्न डावलून सवलती जाहीर करणारं राज्य, स्मगलर्स, हे सगळं 'साक्षी' भावानं वाचलं तरच उद्या ह्याच

स्वरुपाचा मजकूर वाचण्यासाठी 'वाचणं' शक्य आहे.

तो भाव त्याला साधला नाही. अजून असं काही वाचलं तर असंतोषाची ठिणगी पेटते. शरीरातील नसानसांच्या वाती होतात. रक्ताऐवजी ज्वालाग्राही द्रव त्या वातीतून वाहतो आणि कातडीला ऊब देऊन जातो.

पाच-दहा मिनिटं चर्चेत जातात. एकदोनदा टेबलावर मूठ आपटायला मिळते. टेबलावरची धूळ वीतभरच उडते आणि 'सुजलां सुफलां'च्या स्वप्नाच्या मूठमातीसहित धूळ टेबलावर उतरते. चहाचा दुसरा कप प्यावासा वाटतो.

पत्राची नशा किंचित जास्त काळ टिकते. रसिक वाचकाने पतंग जितका वर चढवला असेल, त्याच्यावर ते अवलंबून.

कधी कधी वाचकांची पत्रं ग्लायडरला हवेत फेकणाऱ्या 'टो-केबल' आणि 'विंच'सारखी असतात. तुम्हाला अहंकाराच्या 'थर्मल'पर्यंत पोहोचवायचं त्याचं काम. 'थर्मल' जितका वेळ टिकेल तितका वेळ तुम्ही आकाशात. त्यातली भ्रामकता जाणवली की तरंगणं संपलं. आजकाल 'थर्मल'ही फार काळ टिकू नये, अशा अवस्थेला तो पोहोचला होता. केव्हातरी एका मैत्रिणीनं अचानक त्याला फोनवर विचारलं होतं,

'कलावंतानं किती काळ जगावं?'

त्याने तात्काळ सांगितलं होतं, 'पाण्यावर तरंग उठतात तोपर्यंत. तरंगांचा तवंग व्हायला लागला की त्याने जगू नये.'

आपल्याही आयुष्यावर आता तरंग उमटत नाहीत, हे त्याला जाणवत होतं. कथासंग्रह, कादंबऱ्या, पटकथा, ज्युबिली साजरे करणारे चित्रपट, पुरस्कार ह्या सगळ्या तरंगांचे तवंग होऊन शोकेसमध्ये पडलेले होते. तरीही, पत्रवर्तमान आणि वर्तमानपत्र, एक-दोन क्षण तवंग दूर करीत होते. ती अवस्था क्षणभंगुर असायची तरीही त्या क्षणांना, क्षण म्हणून अस्तित्व होतंच. पाणी भरायला नदीच्या काठावर येणाऱ्या बायका, हातातल्या घागरींनीच पृष्ठभागावरचं पाणी इकडे तिकडे लोटून त्या खालचं पाणी भरून घेतात. त्याप्रमाणे वाचकांची खुषीपत्रं त्याला क्षणभरच, तवंग दूर करून जलाशयाचं दर्शन घडवीत असत.

हातात पत्रं ज्या क्रमाने पडली त्या क्रमाने त्याने ती वाचली. शेवटचं पत्र लालन् चौधरी ह्या अपरिचित व्यक्तीचं होतं. पत्त्यावरचं अक्षर नीटनेटकं होतं आणि पत्ता 'पिन कोड'सहित लिहिलेला होता. पत्र अकोल्याहून आलेलं होतं. पोस्टाचा शिक्का पत्त्यावर न पडल्यामुळे लालन् चौधरीचा पत्ता नीट वाचता येत होता. त्याने पत्र फोडलं. पहिल्याच वाक्याला त्याला ठेच लागली. 'टो-केबल'चा हुक ग्लायडरमधून निसटला. 'थर्मल'मध्ये गेल्यावर जो सोडवून

घ्यावा लागतो तो जमिनीवर असतानाच सुटला.

ज्या काही कथा मी नाइलाजाने वाचल्या त्यात तुमच्याही काही होत्या. हाताला येईल ते वाचायची सवय गप्प बसू देत नाही. तुमचं लेखन अगदीच सुमार नसलं तरी अलौकिक म्हणता येणार नाही. ह्याला अपवाद तुमचा 'शापित' हा कथासंग्रह.
ह्यातील काही कथांनी मला नक्कीच अस्वस्थ केलं. माझं पहिलं वाक्य वाचून तुम्ही म्हणाल, 'ही आगाऊ मुलगी कोण?' तर त्या आगाऊ मुलीचं नाव तुम्हाला 'भेजनेवालेका पता'ने सांगितलं आहेच. मी लालन् चौधरी. पाळण्यातलं नाव पौराणिक. चक्क 'लीला'. ज्या नावापुढे 'ताई, बाई' अशी नावं लागू शकतात, ती नावं मला आवडत नाही. कळायला लागल्यापासून मी 'लीला'चं 'लालन्' केलं. मी एम. ए. आहे. एम. ए. विथ मराठी. जर्नालिझमचा कोर्स करीत आहे. कळायला लागल्यापासून हेही कळलं की, बायकांच्या जन्माला यायचं असेल तर बाईनं कंपलसरी देखणंच असायला हवं. त्यामुळे लग्न झटपट होतं. नंतर जे कळलं ते हे की सौंदर्य नसेल तर बाई किमान अंगाने भरलेली हवी. म्हणजे दळवींच्या कोणत्यातरी कथेतला नायक जसं म्हणतो, 'येस, आय लाईक फ्लेश' तसं बोलणारा एखादा लंपट भेटला तर प्रश्न नाही.
सुदृढ विचारांचा पुरुष शोधावा तर एक मिळत नाही. लंपट शोधायला जावं तर अवतीभवतीच असतात.
मी देखणी नाही. मिडीऑकरपेक्षाही कमीच. पण अंगानं चांगली आहे. आणि पुरुषांच्या वृत्तीची तिडीक आलेली आहे. खेड्यापाड्यात आणि तालुक्याच्या गावी राहणाऱ्या मुलींचं आयुष्य तुमच्यासारख्या शहरातल्या लेखकांना कधीही कळणार नाही. अनेक ठिकाणी नोकऱ्या केल्या आणि सोडल्या. सर्वत्र एकच अनुभव. पुरुषांना टाळणं अशक्य. सगळीकडे एकच अपेक्षा. लग्नाचं वय हळूहळू ओसरतंय. त्यात थोडे स्वतंत्र विचार असले की संपलं. झुंजार स्वभाव तर आणखीन घातक. सुंदर मुलींच्या जातीला हे खपतं. माझ्यासारख्या मुलीच्या अभिमानाला गर्व म्हणतात, मी 'कुरुप' ह्या वर्गात मोडते. माझ्यासारख्या उच्चशिक्षित, चांगल्या घराण्यातल्या मुलीनं, शरीर पणाला न लावता ह्या देशात स्वाभिमान जतन करीत जगायचंच नाही का?
आईवडिलांनी माझ्या लग्नाचे प्रयत्न सोडून दिले आहेत. स्वाभिमान संभाळायचा आणि त्यासाठी जगणंच नाकारायचं की समाजातल्या बुभुक्षितांना जे हवंय ते द्यायचं ह्याचं समाधानकारक उत्तर तुमच्यासारख्यांच्या

साहित्यातून मिळेल का?

आपली
लालन् चौधरी.

त्याने पत्र बाजूला ठेवलं. लालन्ने पत्र अपुरं लिहिलं होतं. त्याच्या लेखनावरचे तिचे नाराजी व्यक्त करणारे आरोप मोघम होते. 'सुमार पण नाही, अलौकिक पण नाही', 'काही कथांनी मला फार अस्वस्थ केलं' ह्यासारख्या विधानातून काहीच स्पष्ट होत नव्हतं. मोघम आणि दुसरी बाजू ऐकून न घेता, वाचणाऱ्याचा गोंधळ उडवणारी पत्रकारिता हिला आत्तापासूनच जमतेय, असं त्याला वाटलं. हा असा संभ्रम अनेक वाचकांचा होतो. त्याने लालन्च्या पत्रातल्या त्या मजकुराला जास्त प्राधान्य दिलं नाही. तिच्या पत्रातला उर्वरित मजकूर बेचैन करणारा होता. संपूर्ण पुरुषजातीच्या नजरा, मनातले हेतू, तो सगळं जाणून होता. तोही एक पुरुष असल्यामुळे पुरुषांचे डावपेच त्याला माहीत नाहीत असं कसं होईल?

लालन्च्या पत्रातल्या काही वाक्यांनी त्याला त्याच्या स्वतःच्या अंतरंगात डोकवायला लावलं होतं. अशाच एका मिडीऑकर म्हणता येईल अशा नात्यातल्याच एका बाईत त्याने काय पाह्यलं, हा प्रश्न त्याच्या पत्नीने विचारला होता. त्याच्या पत्नीची ती लांबची बहीण. ती घटना अकरा वर्षांपूर्वीची. दोनच दिवस ती त्यांच्याकडे मुक्कामाला होती. पण तेवढ्या मुक्कामात तिने त्याची सात पुस्तकं वाचून काढली. रात्री दोन वाजेपर्यंत तिने त्याच्याशी हिरीरीने चर्चा केली. ती खरोखरच फार सामान्य होती. पण 'येस, आय लाईक मीट' असं म्हणणाऱ्या दळवींच्या नायकाप्रमाणे, त्या दिवशी त्यालाही वेगळं वाटलं होतं. पण तरीही ते नुसतंच शरीराचं आकर्षण नव्हतं. आज अकरा वर्षांनंतर अद्यापि मागे रेंगाळलं होतं ते दुर्गाचं शरीर नव्हतं. मोटारीतून रात्री प्रवास करताना आपल्या गाडीचे हेडलाईटस समोर येणाऱ्या बैलगाडीच्या बैलाच्या डोळ्यांवर पडले म्हणजे एका विशिष्ट अँगलने जसे उजळतात तशी निळी, हिरवी चमक दुर्गाच्या डोळ्यांत होती. वेगवेगळ्या कथाकल्पनांवर चर्चा करीत असताना ती नजर सतत चमकत होती. तिच्या साऱ्या शरीराची एक कथा झाली. टाळी देता देता तळव्यात हात रेंगाळू लागले. केव्हा तरी त्या स्पर्शानं, वाणीवर मौनाची शाल पांघरली. त्या क्षणी वाणीने जिव्हा सोडली. ती स्पर्शाच्या आश्रयाला आली. स्पर्शातून प्रगट झाली. मिठीच्या लिपीत लुप्त झाली. चर्चेला कंटाळलेली पत्नी त्याचक्षणी खोलीत आली. दूर व्हायला पुरेसा अवसर मिळाला नाही.

दुर्गाचं त्या घरातलं ते शेवटचं वास्तव्य. मागे राह्यला, 'त्या दुर्गात तुम्ही काय पाह्यलंत?'— हा पत्नीचा सवाल आणि दुर्गाचे चमकणारे निळे-हिरवे डोळे. आता कधीही रात्रीच्या प्रवासात समोर बैलांचे डोळे चमकले की दुर्गा भेटते. अंग सरसरून येतं ते नजरेच्या आठवणींनी. त्या स्पर्शाने नव्हे.

लालन्‌बाई, पुरुषाला केव्हा, कधी, काय-काय भावतं, हे खरंच बायकांना कळणार नाही. त्या कोण्या नायकाला खुशाल 'फ्लेश किंवा मीट' आवडू दे. तो त्याचा चॉईस झाला. त्याच्या लेव्हलप्रमाणे. पण चेतवणारं, मोहवणारं इतर खूप असतं. दुर्दैवाचा भाग इतकाच की चैतन्य कोणत्याही रूपात प्रकट झालं, तरीही शरीराच्याच टोलनाक्यावरून जावं लागतं. बायकांना हे कळणार नाही. कदाचित बायकांना कळेल, बायकोला कधीच उमगणार नाही.

बायकोने त्याचे अकरा वर्षं वाभाडे काढले. वार करण्यासाठी त्याच्या उपस्थितीची, अगदी समोरच असण्याचीही तिला गरज वाटली नाही. तो त्याच्या व्यवसायात मग्न असायचा. त्याच खोलीत पत्नी कुणाशी तरी, कधीकधी गप्पा मारीत बसायची. गप्पांच्या ओघात तसा विषय निघाला तरी ती हेल काढीत म्हणायची,

'काऽऽही नाही. सगळे पुरुष सारखेच.'

त्याला ठेच लागत असे.

एकाच पुरुषाचा अनुभव गाठीशी असताना जेव्हा ती सगळ्या पुरुषांना एकाच टोपलीत टाकत होती तेव्हा तो वार फक्त त्याच्यावरच असे.

"कुणाचं पत्र?" पत्नीने विचारलं.

त्याने लालन्‌चं पत्र तिच्यासमोर ठेवलं. पत्र वाचून तिने विचारलं, "उत्तर पाठवणार आहात का?"

"काय लिहायचं, विचार करतोय."

पत्नी म्हणाली, "तिला लिहून टाका, आम्हा पुरुषांना कोणतीही बाई चालते."

पत्नी समाधानाने निघून गेली. त्याचं एक आलिंगन तिला अकरा वर्षं पुरलं. त्याचा शहारा कापरासारखा कधीच उडून गेला होता. कदाचित आता तो दुर्गाला पटकन ओळखणारही नाही. पण पत्नी नव्या हुरुपाने डंख करीत होती.

शृंगार क्षणभंगुर असतो.

अंगार शाश्वत असतो.

त्याही मन:स्थितीत एक क्षण चमकला. कोणत्या तरी कथेत ही दोन वाक्यं टाकायचा त्याने विचार केला.

आतल्या खोलीत जाऊन तो पत्नीला म्हणाला, "थँक्स!"

"कशाबद्दल?"

"एका वाक्याच्या डिक्टेशनबद्दल."

"खुश्शाल चिडा!"

तो न बोलता बाहेर आला. दोन नवीन सुचलेल्या वाक्यांनी त्याच्या जखमेवर फुंकर घातली. लालन्ला पत्र पाठवलं का म्हणून पत्नी पुन:पुन्हा आठवण करून द्यायला लागली. ह्या रागास्तव त्याने पत्र पाठवलं नाही. त्यानंतर आठच दिवसांनी तिचं पत्र आलं—

मी आता नागपूरला आले आहे. पहिल्या पत्रावर तुमचं पत्र आलं नाही. त्यातल्या एक-दोन वाक्यांचा तुम्हाला राग आला असावा. तरीही उत्तर पाठवणार असाल तर नागपूरच्या पत्त्यावर पाठवा. तात्पुरती नोकरी पत्करली आहे. चांगली मिळाली तर हवी आहे.

लालन् चौधरी

मग त्याने लिहिलं—

तुमची दोन्ही पत्रं मिळाली. पत्रात तुम्ही मांडलेली समस्या गहन आहे. संपूर्ण समाजमन प्रगत झाल्याशिवाय प्रश्न सुटणं कठीण आहे. महात्मा फुले, थोर समाजसेवक आंबेडकर आणि महर्षी कर्वे ह्यांच्या स्मृतिदिनादिवशी टाळ्या घेण्यासाठी अशी वाक्यं वापरतात हे मला माहीत आहे. संपूर्ण समाजमन वगैरे विधानं थोतांड आहे. वैयक्तिक पातळीवर, प्रत्येक व्यक्तीला स्वत:लाच झगडा द्यावा लागतो. स्त्री अबला नाही. पुरुषांना अंतरावर ठेवणं अवघड नाही.

पाप डरपोक असतं. भयभीत असतं. भयभीत गोष्टी कमजोर असतात.

नागपूरमध्ये माझा एक मित्र आहे. त्याचं नाव गोविंद उपासनी. त्याची छोटी फर्म आहे. तो कदाचित तुमचा निवासाचा प्रश्न सोडवील. तो चार्टर्ड अकाऊण्टण्ट आहे. इन्कमटॅक्सची कामंही करतो. तुम्ही एम.ए. आहात. हा व्यवसाय तुमच्या विषयाबाहेरचा. पण गोविंद मार्ग सुचवेल.'

गोविंद उपासनीचा पत्ता देऊन त्याने पत्र संपवलं.

'काय लिहिलंत बघू' असं म्हणत पत्नीने पत्र वाचलं.

"मी सांगितलेलं वाक्य लिहिलं नाहीत?"

"पुढच्या पत्रात लिहिणार आहे."

दोन महिन्यांनी लालन् चौधरीचं पत्र आलं.

प्रिय...

'प्रिय' संबोधनापाशी तो थबकला. लालन् चौधरी ह्या पत्रात 'स.न.वि.वि.' वरून

'प्रिय' शब्दावर आली होती. पुढचा शब्द तिने खोडला होता. आता तिने जरी पंचवीस पानी पत्र लिहिलं, तरी खोडलेला शब्द कोणता असेल, इकडेच आपलं मन प्रदक्षिणा घालणार.

तिने 'प्रिय' लिहिलं.

त्याने आपल्या मनाला विचारलं, 'ह्या संबोधनानं तुला काही वेगळं वाटलं का?'

मन म्हणालं 'होय!'

'ह्या शब्दात तसं काही विशेष नाही.'

'मग थबकलास का?'

'तसं काही नाही.'

'तिने पहिल्या दोन्ही पत्रांत 'स.न.वि.वि.' लिहिलं होतं. हे आत्ता तुला आठवलं की नाही?'

'माझं ऐकशील का?'

'ह्या क्षणी नाही. माझ्या विधानाचं निरसन तरी कर. खंडन तरी कर. नाही तर मंडन तरी कर. स. न.वि.वि. ह्या मायन्यातील 'स' हे सप्रेमचं संक्षिप्त रूप.'

'बरं. पुढे?'

'म्हणजे त्यात प्रेम आहे.'

'न पाह्यलेल्या व्यक्तीबद्दल आणि निर्माण न झालेल्या वस्तुवर प्रेम करता येत नाही. मूल गर्भात असतं तोपर्यंत फक्त काळजी केली जाते. दक्षता घेतली जाते. ते जन्माला आलं म्हणजे प्रेम निर्माण होतं.'

'तरीही 'प्रिय'पाशी थबकलास ना?'

'त्यात काय? मी तर सरसकट सगळ्यांना 'प्रिय' लिहितो. माझ्यावर प्रतिकूल टीका करणाऱ्यांनासुद्धा.'

'त्यात अहंकार आहे.'

'कसला?'

'कारण कोणतं का असेना, आपली दखल घेतली जाते ह्याचा अहंकार. कलावंताची अस्मिता. शिव्या द्या, पण नोंद ठेवा. कलावंत प्रतिकूल समाचारापेक्षाही कुणी 'नगण्य' मानलं तर जास्त बिथरतो.'

तो चिडला. झक मारली आणि दुसऱ्या मनाची साक्ष काढली, असं त्याला वाटलं. ह्या दुसऱ्या मनाची भूमिका कोणती हेच सालं कळलं नाही. हा विचार मनात येताच दुसरं मन खळाळून हसत म्हणालं,

'तुला ट्रॅकवर ठेवणं ही माझी भूमिका. मी आदेश देतो. बुद्धवाणीप्रमाणे. मी उपदेश करीत नाही. मी 'तथ्य' सांगतो. मी अस्तित्वाने जगतो. वस्तुत्वानं

नाही. म्हणून माझी दखल घ्यावीच लागते. मी 'नैनं छिन्दन्ती शस्त्राणि'च्या जास्त निकट राहतो. म्हणून मला खोडून काढणं कुणालाच शक्य होत नाही. माझ्याशी युद्ध पुकारलंत तर ते जास्त भीषण होत जातं. मला शरण या. मी तुमचा स्वीकार करतो. शरण ये. अहंकार जाईल किंवा अहंकार टाक. शरण येशील. सांग आता, 'प्रिय' शब्दाने बरं वाटलं की नाही?'

तो तरीही चिडून म्हणाला,

'हा शब्द मी तिला लिहायला सांगितला नव्हता. हे सगळे प्रश्न तू तिला जाऊन विचार. प्रारंभ तिने केला आहे.'

'बायको शेवट करील.'

'पण हे...'

'हे काहीच नाही. पत्राच्या शेवटी तिने 'तुमची' असं लिहिलंय काय बघ.'

त्याने खरोखरच मधला मजकूर न वाचता तिने शेवट कसा केलाय ते पाह्यलं. लालन्‌ने खरोखरच शेवटी 'तुमची लालन्' असा समारोप केला होता.

तो सुखावला.

'आता बोल. तू त्या चौधरीला पाह्यलेलं नाहीस. मग 'तुमची' ह्या शब्दानं का सुखावलास?'

'मी तिच्या नोकरीची व्यवस्था केली म्हणून तिने 'तुमची' लिहिलं. नथिंग एल्स. तिला न पाहता मला तिची कणव आली. त्यामागे कोणताही स्वार्थ नव्हता, इतकं तर मान्य करशील? 'तुमची' ह्या शब्दानं तिने केवळ कृतज्ञभाव व्यक्त केलाय.'

'म्हणजे तिने प्रस्थान ठेवलं.'

'मला समजलं नाही.'

'कृतज्ञता, आपलेपणा, मित्रभाव, जवळीक, हेतुशून्य स्पर्श, जाणीवेनं स्पर्श, आकर्षण आणि मग मनं जुळणं. वेगळेपण, उत्कटता...एव्हरीबडी लाइक्स मीट आणि मग केवळ शारीरिक आकर्षण नव्हे, हा दावा. काय?'

'अरे पण...' त्याचा तोल जाऊ लागला.

'चिडू नकोस. लालननं केलेला प्रारंभ तुझी परीक्षा बघण्यासाठीही असू शकतो. तू त्याच ट्रॅकवरून जायला लागलास की ती म्हणणार, सगळे पुरुष सारखेच. आता पत्र वाच. मी तुझा दुष्मन नाही. तुझी बायको कसे कसे तर्क करील, त्याची तुला झलक दाखवली.'

त्या दुसऱ्या मनाकडे तो अवाक् होऊन बघत राह्यला.

'तुला इतकं कसं समजतं', हा प्रश्न त्याच्या ओठावर यायच्या आत त्याला उत्तर मिळालं,

'मी सर्वत्र आहे. मी वस्तू नव्हे. मी अस्तित्व आहे.'
तिचं पत्र वाचून तो चक्रावला. अस्वस्थ झाला. चिडला. गोविंद उपासनीला ह्या क्षणी एक खरमरीत पत्र लिहायच्या इराद्याने त्याने पॅड पुढे ओढलं. लालन्‌चं पत्र त्याने त्यापूर्वी पुन्हा वाचायला घेतलं—

तुमचं पत्र घेऊन मी उपासनीला भेटले. तुम्ही त्यांनाही माझ्या संदर्भात पत्र लिहिलंत म्हणून माझं काम सोपं झालं. मला जास्त काही सांगावं लागलं नाही. दुसऱ्या दिवसापासून त्यांनी मला कामावर यायला सांगितलं. इतकंच नव्हे तर उपासनींनी त्यांच्या ऑफिसच्या तळमजल्यावरच्या गोडाऊनची साफसफाई करून माझ्या राहण्याचीही सोय केली. एक महिना खूप चांगला गेला. कृतज्ञतेचं प्रतीक म्हणून मी ऑफिसचं काम जीव लावून करू लागले. समाजाचा मला तिटकारा आला असल्याने मी इथं ओळखी वाढवल्या नाहीत. ऑफिसचा वेळ वगळल्यास एरवी उद्योग हवा म्हणून मी ऑफिसचंच काम घरी आणू लागले. उपासनींना कौतुक वाटू लागलं. सहकाऱ्यांना चीड येऊ लागली. हे सगळं इम्प्रेशन पाडण्यासाठी चाललं आहे, असा सूर उमटू लागला. मी विरंगुळा म्हणून काम करीत होते. वर्कलोड कमी झाल्यानं, त्याचा अप्रत्यक्ष फायदा ऑफिसातल्या लोकांनाच मिळत होता. हे त्या लोकांनाच बघवेनासं झालं. टोमण्यांचा वर्षाव व्हायला लागला. जास्तीचं काम करीत होते म्हणून उपासनींकडे जाणं-येणं अपरिहार्यपणे वाढत गेलं. ह्या तऱ्हेने ऑफिसची संपूर्ण जबाबदारी घेण्याची क्षमता वाढवण्याची माझी धडपड होती. कालांतरानं ह्याच ऑफिसची एखादी ब्रँच काढावी, ती आपण स्वतंत्रपणे चालवावी, इतके मी मनसुबे करीत होते.
पण...
तुमच्या मित्राबद्दल काहीही वाईट लिहिण्याची माझी इच्छा नाही. आजवर जे जे अनुभव आले त्याचीच इथं पुनरावृत्ती झाली. मला आश्चर्य वाटलं नाही. आमदार, खासदारांपासून सगळ्यांनी हेच फटके दिले आहेत. आमदार, खासदार, बॉस, वकील, डॉक्टर, शेजारी, हितचिंतक, परिचित हे सगळे व्यवसाय म्हणजे गाड्या आहेत. सेंट्रल, वेस्टर्नच्या गाड्या. नाईन्टीन डाऊन, ट्वेंटी अपसारख्या गाड्या. 'पुरुष' ह्या एकाच टर्मिनसकडे नेणाऱ्या. बाकीचं तुम्ही समजून घ्याल.

तुमची
लालन् चौधरी.

"पत्र कुणाचं?" पत्नीने विचारलं.

त्याने शांतपणे पत्र तिच्याकडे दिलं. तो उपासनीच्या विचारात अडकला. त्याने काय केलं असेल? चौधरी म्हणाले, सगळ्या गाड्या टर्मिनसकडे नेतात. गोविंद उपासनीही तसाच? त्याने लिबर्टी घेण्याचा प्रयत्न केला असेल? का? रुचिपालट म्हणून? लालन्ची सेवाभावी वृत्ती पाहून? व्यवसायातला तिचा सहभाग पाहून? रुचिपालट असेल तर कशासाठी? की तिचेही डोळे निळे-हिरवे?

लिबर्टी घेतली असेल तर कोणती? कशी?

हातात हात? कमरेभोवती मिठी? चुंबन? की पुढचा टप्पा? पदरामागचं आव्हान? खालच्याच मजल्यावर लालन्ची खोली. ऑफिसचं काम. उशिरापर्यंत मुक्काम. कॉफीचा कप किंवा बिअरही!

गोविंद उपासनी हल्ली ड्रिंक्स घेतो का? देवपूजा, उपास, चतुर्थी, सकाळ-संध्याकाळ संध्या...

अरे हो, संध्या शब्दाला मद्यपान करणाऱ्यांनी आता वेगळा सांकेतिक अर्थ दिलेला आहे. गोविंद खूप वर्षात भेटलेला नाही. तो बदलला असेल का? त्याच्या भक्तिभावाची, उपास, व्रतवैकल्याची आपण खिल्ली उडवत होतो. त्याचं देवाचं वेड भीतीपोटी होतं की तो अंतरीचा संताचा उमाळा होता? अंतरीचा धावा असेल तर तो वेडंवाकडं वागणार नाही. भयापोटी भक्ती असेल तर त्या भक्तीनं आसक्ती हे दुसरं रूप.

पत्नीने त्याच्यासमोर पत्र टाकलं आणि विजयी आवाजात ती म्हणाली,

"तुमच्या मित्राचं खरं रूप कळलं का?"

तो गप्प राह्यला.

"आता तुमच्या लालन्ला तुम्ही काय मार्गदर्शन करणार आहात?"

"माझी काय?" त्याने चिडून विचारलं.

"मी काही तसं म्हटलेलं नाही. 'आपली' वरून ती आता 'तुमची' वर आलीच की नाही."

"मी तिला अजून पाह्यली पण नाही."

"हळू हळू पोहोचाल. नागपूर केंद्रातर्फे होणाऱ्या राज्य नाट्यस्पर्धेचे परीक्षक म्हणून सरकारी सुपारी आलेली आहेच. तेव्हा काय वेळ लागतो काय पोहोचायला? गोविंदने तिला स्वतंत्र खोली दिलेली आहेच."

तो गप्प राह्यला.

पण पत्नी गप्प राहणार नव्हती. ती पुढे म्हणाली,

"अर्थात! त्या पत्त्यावर आता ती असेलच असं नाही. तिने जर उपासनीला पुढे

पाऊल टाकू दिलं नसेल तर तो कशाला तिला तिथे राहू देईल.''

तो तरीही गप्प राह्यला.

प्रेशर कुकरला वाफ अनावर झाली की शिट्ट्या वाजत राहतात. उरलेली वाफ आतल्या आत जिरून जाते. बायकोचं तसंच. तिने शंख केला. शंख म्हणजे तरी काय? त्या शिट्ट्याच. होईल केव्हातरी शांत. पण पत्नीपेक्षा कुकर वेगळा. त्याची वाफ जिरली की जिरली. पत्नी वाफ कोंडून धरते. तिचं संगोपन करते. शांत आहोत असा बहाणा करते.

संसारात असंच का व्हावं? एकमेकांच्या स्वाधीन होण्याऐवजी एकमेकांचा कब्जा का घेतला जातो? ह्या वृत्तीपायी होणाऱ्या संघर्षातून एकमेकांची संवेदनशीलता मारली जाते, हे पतिपत्नीच्या ध्यानात का येत नाही? शेकडा नव्वद टक्के संसार हां हां म्हणता कोरडे, रूक्ष, रसहीन होतात, त्याचं हेच कारण. संवेदना, सौंदर्यदृष्टी नष्ट करणं. प्रेमविवाह करणारे स्त्रीपुरुष बघता बघता कोमेजून जातात. एकमेकांसाठी पागल झालेले, सहवासाच्या ओढीने झेपावणारे, स्पर्शाने बटमोगऱ्यासारखे डवरलेले जीव, अक्षता पडताक्षणी काही दिवसांत पारिजातकाच्या फुलासारख्या माना का टाकतात?

संवेदनक्षमता क्षीण होत जाणं, केली जाणं हेच कारण.

लालन् चौधरीला एक सविस्तर पत्र लिहावं, असं त्याला वाटलं. मजकूर कंपोझ होऊ लागला. पण त्याने तसाच तो पुसून टाकला. लालन् चौधरीचा विषय त्याने पुसून स्मृतिआड करायचं ठरवलं.

त्या निर्णयामुळे तो मुक्त झाला. समाज, पुरुषी नजर, स्त्रियांची गळचेपी ह्या सगळ्या विरुद्ध आवाज उठवणारी एखादी पटकथा लिहिण्याचा त्याचा मनसुबा जिथं निर्माण झाला तिथंच विरून गेला. त्याची चीड नाहीशी झाली. तो पुन्हा वेटोळं करून टोपलीत पडून राह्यला. पत्नी अधूनमधून टोपलीवर टिचक्या मारीत होतीच.

''तुमच्या गोविंद उपासनीला जाब विचारा ना!''

तो गप्प राहायचा.

''लालन्‌ला आणखी कुठे नोकरी मिळते का बघा ना!''

तो नुसता पत्नीकडे बघत बसायचा.

त्यानंतर लालन् चौधरीचं आणखी एक पत्र आलं आणि तो टोपली सोडून सळसळत बाहेर आला. लालन्‌कडून निर्वाणीचा खलिता आला होता.

मी समाजाला कंटाळले. शिक्षण, करियर, लौकिक, प्रेम, संसार, घर, मुलंबाळं ही सप्तपदी माझ्यासाठी नाही. मी आयुष्य संपवायचं ठरवलं तर ही विराणी एखाद्या कथेत मांडाल का? उपासतापास, व्रतं-वैकल्य ह्यांचं नाटक करणाऱ्या

गोविंद उपासनीला किमान जाब तरी विचाराल का? आमदारांपासून गोविंदपर्यंत समाजात वावरणाऱ्यांचे बुरखे फाडाल का?

तुमची, छे, कुणाचीच नसलेली
लीला चौधरी

लालन्‌ऐवजी लीला पाहून तिने सगळा उद्रेक व्यक्त केला होता. मग मात्र त्याने तिला लिहिलं—

कोणताही आततायी निर्णय घेऊ नका. तुम्ही स्वतःचं काही कमीजास्त करून घेतलंत तर समाजाला त्याचं सोयरसुतक नाही. चांगल्या कारणासाठी जगू शकत नसाल तर किमान चांगल्या कार्यासाठी मरण मागा. नालायक समाजासाठी मरू नका. अॅटलिस्ट डाय फॉर गुड कॉज.

थोड्या धीट व्हा. मरायचंच असेल तर एक करा. मला सगळ्या खासदार, आमदारांची नावं कळवा. तुमच्याच भाषेत सांगायचं तर टर्मिनसकडे नेणाऱ्या एकाही गाडीचं नाव वगळू नका. तुमचं पत्र घेऊन मी सरळ मुख्यमंत्र्यांसमोर जाऊन उभा राहीन. दर दिवाळीला मुख्यमंत्री मला भेटकार्ड पाठवतात. त्यामागे खऱ्या भावना आहेत की पोस्टाच्या स्टॅम्पवर काळे शिक्के मारण्याची निर्विकारता आहे, ते मी अजमावून घेईन. उच्चशिक्षित मुलींनी ह्या समाजात असंच जगायचं का?—असा जाब मी त्यांना विचारीन. तुम्ही हे केलंत तर, तुम्हाला अंशमात्र सामाजिक कार्य केलं असं समाधान मिळेल. समाजाचे डोळे वगैरे उघडतील असं समजू नका. आमदार-खासदारांची नावं कशी कळवू?—असा विचार करू नका. त्यांचंही ह्या क्षमाशील देशात वाईट व्हायचं नाही. एअरहोस्टेसशी दारू पिऊन अतिप्रसंग करणारा माणूसही पुन्हा मंत्रिपदावर येतो. पाहा, विचार करा!

गोविंद उपासनीला त्याने अत्यंत साधं, ख्यालीखुशाली विचारणारं आणि लालन चौधरी कशी आहे, तू तिला आवश्यक ते सहाय्य केलं असशीलच वगैरे मजकुराचं पत्र लिहिलं.

गोविंदचं उलटटपाली उत्तर आलं—

तुझं पत्र मिळालं. तू चौधरी कशी आहे?—मी तिला काही मदत वगैरे केली का, असं मोघम विचारलं, ह्यावरून चौधरीनं तुला काही कळवलेलं दिसत नाही. अर्थात ह्यावर माझा विश्वास नाही. पुरुषांच्या नावानं अखंड पांचजन्य करणाऱ्या मुलीनं काही कळवलं नसेल असं वाटत नाही.

'श्रीमतीजींना मी काम दिलं. माझा एक असिस्टंट त्याच काळात दीर्घ रजेवर गेला नसता तर कदाचित तेही जमलं नसतं. तिला काम मिळावं ही योगेश्वराची

मर्जी. विठ्ठलाची इच्छा! त्यापायी मला काहीसा उपद्रव व्हावा हीदेखील त्याची योजना. उपासकाची परीक्षा घेण्याची त्याला अशीच लहर येते. मी तिला काम दिलं. राहायला जागा दिली. ती मन लावून काम करू लागली. जास्तीचं काम घरी नेऊ लागली. माझं हे ऑफिस मुळात सहा माणसांचं. इथं बी. कॉम. चे विद्यार्थी अकाऊण्टन्सीचा अभ्यास आणि प्रॅक्टिकल अनुभव मिळवण्याच्या इराद्यानं येतात. बड्या पगाराची नोकरी मिळाली की मार्गस्थ होतात. मी शुभास्ते पंथान: म्हणत निरोप देतो. उपासना आहे म्हणून निर्लेपता विनासायास साधते. श्रीमतीजींना त्याच धारणेनं मदतीचा हात दिला. पण वात्सल्यापोटी पुढे केलेला हात श्रीमतीजींना उशाला घेऊन झोपायची इच्छा होती. आमच्या आयुष्याच्या नकाशावर हा मार्ग छापलेलाच नाही. अर्थात ही अशी भावना होणं अनैसर्गिक नाही. मी श्रीमतीजींना दोष दिला नाही. निर्भत्सना केली नाही. नोकरी आणि जागा सोडायला लावली. कारण कदाचित श्रीमतीजींनी माझ्याच ऑफिसातल्या दुसऱ्या सहकाऱ्यांकडे नजर वळली असती. तिच्याकडे बघवत नाही, ते अलाहिदा. स्त्री-पुरुष ह्या विषयावर जास्त भाष्य करणं माझ्या वृत्तीत बसत नाही हे एक आणि ह्यात गुंतणाऱ्या किंवा न गुंतणाऱ्या दोन्ही व्यक्ती आपापले पंथ भक्कम करण्याच्या खटाटोपात असतात. सत्य त्याहून वेगळं असतं.

तू भावनेच्या अवकाशात भ्रमण करणारा विहंग आहेस. पण पक्षीही खूप सावधानतेनं जगतात, हे ध्यानात ठेव.

श्रीसिद्धीविनायकाच्या आशीर्वादानं मी सहिसलामत सुटलो. तुझ्या सौभाग्यलक्ष्मीस नमस्कार.

तुझा,
गोविंद

एक विषय संपला. त्याने तो वाढवला नाही. त्यानंतर त्याला रीतसर राज्य नाट्यस्पर्धेचा परीक्षक म्हणून आमंत्रण आलं.

"आता तुम्ही हा सूर्य हा जयद्रथ असं करू शकाल."

"म्हणजे काय?"

"गोविंदभावजी आणि तुमची लालन् आमनेसामने काय तो निकाल लागेल."

"मी परीक्षक म्हणून जायचं नाही असं ठरवलंय."

"का?"

"मला इंटरेस्ट नाही."

"लालनसाठी तरी."

"मला इंटरेस्ट नाही."

"सत्य शोधून काढा.'' ह्या पत्नीच्या विधानावर तो नुसता बघत राह्यला.
पत्नी हुरुपाने म्हणाली, ''कलावंत नेहमी सत्याचा मागोवा घेतो किंवा त्याने
घेत राहावं असं म्हणता ना?''
इतकं झाल्यावर तो नाईलाजाने म्हणाला,
''ह्या अशा प्रकरणात सत्य सापडत नाही. दोन्ही पक्ष शब्दांची विलक्षण
आतषबाजी करतात आणि मला मुख्य म्हणजे त्यात लक्ष घालावंसं वाटत
नाही.''
ती अट्टाहासाने म्हणाली, ''मला भरपूर चॅलेंज वाटतो. लालन् चौधरी कुरूप
आहे. गोविंदभावजींचं एकपत्नीव्रत टिकलंय त्याला त्यांची साधना उपयोगी
पडली की लालन्ची कुरूपता, हाच कथेचा विषय आहे. तुम्ही जा नागपूरला.
तुम्हाला जर्म मिळेल.''
तो जरा चिडून पत्नीला म्हणाला, ''दोघंही तुझ्या परिचयाची नाहीत, तुला चर्चा
का हवीय?''
त्याचा प्रश्न डावलून पत्नी म्हणाली, ''मी जर लेखिका असते तर स्वत: गेले
असते. प्रथम त्या उपासनीला पाह्यलं असतं.''
''पुढे?''
''उपासतापास, व्रतवैकल्यं करणारी माणसं जास्त तापट, हेकट, तिरसट
असतात. आपण साधना करतो ह्याच अहंकारात असतात. आपण सामान्य
माणसांचे विकार जिंकले आहेत, अशा ताठ्याने ती वागतात.''
पत्नीचं विश्लेषण त्याला मनापासून पटलं. अनेक दिवसांची साठलेली कटुता
त्या क्षणी तो विसरला. अत्यंत कौतुकाने त्याने पत्नीच्या कमरेभोवती हात
टाकला. तो वात्सल्यभाव, शाबासकीचा हेतू आणि तिच्या अचूक विश्लेषणाला
त्याने दिलेली दाद तिच्यापर्यंत पोहोचली नाही. कौतुकाच्या बहाण्याखाली
त्याला लगट करायची होती, हाच नेहमीचा अंदाज करून तिने त्याचा हात दूर
केला. संवेदना बोथट केली.
ती तेवढ्यावरच थांबली नाही. पत्नीने पुढे विचारलं, ''उपासनीभावजींचं विसरा.
ती तुमची लालन् जर रूपवान असती तर तुम्ही गेला असतात ना?''
त्याला एकाएकी सगळ्याचा उबग आला. पत्नी, संसार, माणसं, नाती,
निर्मिती, सगळ्याचाच. त्यापेक्षा टोपली बरी. पत्नीच्या त्या विश्लेषणात्मक
विचारांनी, त्या क्षणी ती त्याला विलक्षण सुंदर दिसली होती. नंतर ज्या
अंदाजाने तिने त्याला झिडकारलं, त्या भूमिकेपायी सगळं सौंदर्य नष्ट झालं.
टोपलीत पडल्या पडल्या तो पुटपुटला,
'कोणती पत्नी खरी?'

त्याला उत्तर मिळालं,
'पत्नी तीच आहे. पाच फूट चार इंच उंची, मध्यम बांधा, जरा उंच मान, काहीशी रुंद जिवणी, पण आव्हानात्मक भाव, तरतरीत डोळे, एस. एस. सी. ला पाच विषयांत मेरिट्स आणि नुकताच डायबेटिस ट्रेस झालेला. वजन चौपन्न किलो.'
'ती असं का वागते?'
'कसं?'
'कधीकधी खूप समजुतीनं आणि पुष्कळदा...'
जोरजोरात हसत दुसऱ्या मनाने सांगितलं, 'पत्नी सतत तिच्याच पद्धतीने वागते. सौख्यदायक अथवा क्लेशदायक ही दोन्ही तुझ्याच मनाची स्पंदनं आहेत. आपल्याला कुणी दु:ख देऊ शकत नाही आणि सौख्यही. दुसरा कोणी कशालाही जबाबदार नसतो हे नक्की.'
'असं कसं?'
'दुर्गाच्या डोळ्यांत निळी-हिरवी चमक कुणाला दिसली? आपल्या डोळ्यांत तसं काही असेल हे दुर्गालाही माहीत नव्हतं. कबूल?'
तो गप्प झाला.

त्या आलिशान हॉटेलात त्याला कैद करून संयोजक त्यांच्या कामाला गेले. रात्री नऊपर्यंत ते आता त्याला भेटणार नव्हते. 'तुम्हाला एकांताची गरज आहे' असं सांगून स्वत:चा फोननंबर देऊन ते गेले. विमानतळावर उतरवून घ्यायला आलेल्या गुर्जरांकडे ए. सी. मारुती होती इतकंच. साहित्याचं त्यांना वेड तर सोडाच गंधही नव्हता.
''आमची वाईफ तुमचं प्रत्येक पुस्तक वाचते. मुंबईला गेली म्हणजे आयडियलकडून गठ्ठा आणते. आत्ता येणार होती. पण केसांना मेंदी लावून बसली होती. इकडे फ्लाईट राइट टाईम. करणार काय? निघावं लागलं.''
त्यानंतर ते त्यांच्याच सहकाऱ्याशी बोलत राह्यले.
पलंगावर पडल्यापडल्या त्याला ते आठवत राह्यलं.
वॉलपेपर्स तीन भिंतींना, चौथ्या भिंतीला भिंतभर लॅण्डस्केप. डनलॉपच्या गाद्या, वॉल टू वॉल कार्पेट, रंगीत टीव्ही. खोलीला तो वैतागला. कोणत्याही गावाला जा. डेकोरेशन ठरलेलं. खोलीचा दरवाजा बंद केला की कोणत्या गावात आहोत ह्याचा पत्ताही लागत नाही.
वैभव पण मोनोटोनस असतं.
सगळ्या वास्तू गावांशी फटकून राहताहेत. ज्या गावात आयुष्य काढायचं त्या

गावचा संस्कारही उमटू द्यायचा नाही. तो एकांताला अर्ध्या तासात उबगला. तोच दार वाजलं. वेटर आला. हातातलं पुस्तक संभाळत त्याने थंड पाण्याचा थर्मास, ग्लासेस समोर ठेवले.

''कोणतं पुस्तक बघू?''

वेटरने पुस्तक दिलं. त्याला पुस्तकात इंटरेस्ट नव्हताच. त्याला पुस्तक परत देत त्याने विचारलं, ''वाचनाची आवड आहे?''

''होय साहेब.''

''तुझं पुस्तक इथं ठेव. त्याच्याऐवजी माझ्याकडचं घेऊन जा.'' असं म्हणून त्याने आपलं पुस्तक काढून त्याला दिलं.

त्याच्या चेहऱ्यावर कोणताच बदल दिसला नाही. तो दार बंद करून निघून गेला.

आलेली उद्विग्नता त्याला पचवणं कठीण गेलं. तो तळमळत राह्यला. मग तो उठला. हॉटेलच्या तळमजल्यावरच्या लाऊंजमध्ये जाऊन बसला. समोर इन्क्वायरी काऊंटर. दोन-तीन पॅसेंजर्स तिथे उभे. हॉटेलची मोठाली रजिस्टर्स. मागे भिंतीवर वेगवेगळ्या खोल्यांच्या किल्ल्या छोट्याछोट्या चौकोनात टांगलेल्या. इंटरकॉम, टेलिफोन्स, पुष्पगुच्छ, टेपडेक, अँप्लीफायर. संगीत ऐकण्याची शिक्षा. रडक्या गझला. विव्हळणारी गाणी. व्हॉल्युम किती ठेवायचा ह्याची अक्कल नसलेले ऑपरेटर्स. येणाऱ्या पाहुण्यांना सतत गाणी हवी असतात असं या माकडांना का वाटतं?

एखादा तरी पॅसेंजर, व्हिजीटर आपल्याला ओळखेल ही त्याची अपेक्षा. ती फलद्रूप होत नाही म्हणून मनात कोलाहल. त्या कोलाहलापायी गझला कधी ऐकू येतात, कधी ऐकू येत नाहीत. त्याच्या मनाने त्याला ट्रॅकवर ठेवण्यासाठी सुनावलं,

'तुला जेव्हा कोणी ओळखत नाही तेव्हा तू प्रत्येकाला ओळखतोस.'

तो बाहेर पडला. कोपऱ्यापर्यंत जाऊन आला. कुणीही भेटलं नाही. तो पुन्हा खोलीत आला. त्याला घरी ट्रंक कॉल करायची इच्छा झाली. पत्नी काहीतरी बोलेल. भलं किंवा बुरं. जास्तीत जास्त बुरं काय बोलेल? तर 'तुम्ही हॉटेलमध्ये एकटेच आहात ना?'

त्याने फोन उचलला. 'ट्रंक कॉलचे छत्तीस रुपये आणि सर्व्हिस चार्ज धरून बेचाळीस.' ऑपरेटरने इतकं सांगितल्यावर तो वैतागला. नुसती कॉर्ड सॉकेटमध्ये घालायचे सहा रुपये? हे शोषण आहे.

आज रूम सर्व्हिस न मागवता तो मुद्दाम डायनिंग हॉलमध्ये आला. तो प्रथम शाकाहारी दालनात आला. तिथं कुणीही त्याला ओळखलं नाही. मग तो

मांसाहारी विभागात गेला. तिथंही तीच परिस्थिती. तो बेचैन होऊन पुन्हा लाऊंजमध्ये आला. चाळा म्हणून त्याने सेंटरटेबलवरचं दैनिक उचललं. स्थानिक वर्तमानपत्र. आणि दुसऱ्याच क्षणी त्याचे डोळे लकाकून गेले. प्रश्न तात्पुरता सुटला होता. त्याने भराभरा जेवण संपवलं. रिक्षा करून तो त्या स्थानिक वर्तमानपत्राच्या कार्यालयात धडकला.

अंबालाल रेगेने नेहमीसारखी ललकारी दिली,

"या लेखक, कथाकार, कादंबरीकार, पटकथाकार...कोणत्या नावानं हाक मारू?"

"तू साल्या ह्यापैकी मला कुणीच मानत नाहीस, तेव्हा सरळ नावाने हाक मार."

"कधी आलास?"

"सकाळच्या फ्लाईटनं?"

"आज तुझं भाषण नाही का?"

"तुला माहीत होतं तर?"

"तुझं नाव मीच त्यांना सुचवलं."

"एअरपोर्टवर का आला नाहीस?"

"उठायला उशीर, दुसरं काय?"

"कार्यक्रमाला येणार ना?"

"मी तुझी भाषणं कधी ऐकतो का?"

"तू माझं नाव कसं काय सुचवतोस?"

"एस.टी.च्या ड्रायव्हरला जेव्हा एखाद्या गावाला बस न्यायची असते तेव्हा त्याला स्वत:ला कुठे त्या गावाला जायचं असतं?"

"म्हणजे तू..."

"ड्रायव्हर. माल पोहोचवणे, मागवणे. औरंगाबादकर तुझ्या नावाचा जप करीत होते, लिहिलं आमंत्रणपत्र."

"तो मजकूर तुझा होता तर?"

"कसा वाटला?"

"नॉन कमिटींग."

"दैनिक चालवायचं म्हणजे असंच लिहावं लागतं."

रेगेच्या बोलण्यावर काय म्हणायचं ह्या विचारात तो असतानाच शेजारच्या केबिनमधून एक मुलगी आली. तिने हातातला लेख रेगेच्या हातात दिला.

"बसा!"

"नंतर पुन्हा येते. पुरवणीचं पान लावायला घेतलंय."

त्याच्याकडे बोट करीत रेगे म्हणाला, "ह्यांच्यावर एक कॉलम टाका."
तिचं त्याच्याकडे आता लक्ष गेलं. दोन पावलं ती मागं सरकली. काहीशा विचारात पडली.
"हे कोण ओळखलंत का? तुमचे सर्वांचे आवडते..."
पुढचं सांगावं लागलं नाही.
"अय्या तुम्ही?"
तो पाहत राह्यला.
"मी लालन् चौधरी."
"तुम्ही इथे? औरंगाबादमध्ये?"
"झाले खूप दिवस."
"नागपूर..."
"कधीच सोडलं."
स्वतःला थोडं सावरीत तो म्हणाला, "गोविंद उपासनीच्याबद्दल मी दिलगीर आहे."
ती गडबडीने म्हणाली, "ती सगळी माझी चूक होती. तो एक वेगळा माणूस आहे. लाखात एक. मी सांगेन तुम्हाला केव्हातरी."
"म्हणजे कधी?"
"आजच. तुमचं रेग्यांबरोबरचं काम संपलं की या. कॉफी मागवून ठेवते."
रेगे म्हणाला, "माझ्यासाठीही मागवा."
"तुमचा कप तुमच्या टेबलावर येईल. तुम्ही आत येऊ नका. मला काही कॉन्फिडेन्शियल बोलायचंय."
इतकं स्पष्ट सांगून लालन् चौधरी केबिनमध्ये गेली.
रेगेने त्याला विचारलं, "तुझी ओळख आहे तर?"
"आत्ता झाली."
"लगेच कॉन्फिडेन्शियल बोलायचंय तिला. तुम्हा लेखकांचं हे छान आहे. नाही तर आम्ही..."
रेगेला ठोकायची संधी न सोडता तो म्हणाला, "दुसऱ्याच्या व्यथा आम्ही हमदर्दीनं ऐकतो. आम्ही त्यात सनसनाटीपणा शोधत नाही. स्वतःच्या सोयीचा मजकूर छापत नाही. मधलाच तपशील जसा गाळत नाही त्याप्रमाणे बोलला न गेलेला मजकूर मध्ये घुसवत नाही. कुणी ऑफ द रेकॉर्ड म्हटलं तर तेवढं बोलणं ऑफ द रेकॉर्डच राहतं."
त्याच्या स्पष्टीकरणाकडे दुर्लक्ष करीत रेगे म्हणाला, "टॅलेंटेड आहे."
"मिसफॉर्च्युनेट, मिझरेबल आहे."

रेगेने विचारलं, "का, असं का म्हणतोस?"
तेवढ्यात एक कल्पना मनात येऊन तो म्हणाला, "रेग्या, एक काम करशील?"
"तू काम सांग. नंतर सांगेन. अगोदर शब्द देणार नाही. कारण असं..."
"तू पत्रकार आहेस. सावध आहेस."
"काम सांग."
"ह्या लालन् चौधरीची आजवर खूप अडवणूक झाली आहे. तिची कहाणी ऐक. तुझ्या पुरवणीला सनसनाटी लेख मिळेल. लालन्च्या दुःखाला वाचा मिळेल. त्याशिवाय एक सोशल वर्क सामाजिक बांधिलकी म्हणता तसं काहीसं..."
"तुला जमणार नाही का?"
"आम्ही कितीही समस्या मांडल्या तरी ते शेवटी ललित लेखन समजलं जातं आणि तुम्ही लेको, असं समजतं, असं बोललं जातं, असं बचावात्मक लेखन केलंत तरी त्याच्यावर विश्वास ठेवणारे अनेक मतिमंद वाचक आहेत ना?— जाऊ दे. आपण आयुष्यभर भांडणार. लालन् चौधरीसाठी काही करणार का?"
"मी तिच्यावरचे एकूणएक अन्याय कधीच दूर केले आहेत. चिअरफुल वाटते की नाही?"
"असेल."
"आहेच. इथं आली तेव्हाचा तिचा अवतार तुला माहीत नाही. इटस अ बिग स्टोरी."
"आय कॅन इमॅजिन. तिला त्रास देणाऱ्या सगळ्या माणसांची, बड्याबड्या धेंडांची नावं कळवायला मी तिला सांगितली होती."
"तिने ती कळवली नाहीत ना?"
"करेक्ट! तुला सांगितली?"
"कामावर यायला लागल्यापासून आठ दिवसांत तिने सगळं सांगितलं."
"तू काय केलंस?"
"ह्या कानाने ऐकून त्या कानानं सोडून दिलं." रेगेने शांतपणे सांगितलं. त्याच्या नजरेतले भाव पाहून रेगे सगळं सांगायच्या इराद्याने म्हणाला, "ही लालन् चौधरी इथं आली आमच्या दैनिकाची ॲड पाहून. आमच्या साहेबांनी त्याच दिवशी तिला जॉब दिला. तिच्याकडे पुरवणी विभाग सोपवला. मुलाखती, परिचयलेख इथपासून खास करून महिलांची सुखदुःखं, परीक्षणं, पर्यटन, रविवारचा पदार्थ, आरोग्य असं जे जे लागेल ते ते. तिच्या कामाचा झपाटा विलक्षण आहे. पण तकतकलेली, त्रासलेली असायची. आणि सुमार सौंदर्य असलेल्या व्यक्ती जर कायम तडकलेल्या असतील तर भयानक

दिसतात. सर्वात देखणी व्यक्ती कोणती? तू सांगशील?''
''बोल. बोल.''
''हास्य हेच सौंदर्य, हास्य हेच दु:ख.''
''फॅन्टास्टिक.''
''वापरून टाक तुझ्या कथेत. तुझ्या नावावर खपव.''
त्याने रेगेच्या पाठीत दणका घातला.
''मुख्य काय ते सांग.''
''हां, तर ही लालन् चौधरी. आठ दिवसांत तिने जीवनपट माझ्यासमोर मांडला. मी हळहळलो. आणि नंतर कळलं मामला वेगळा आहे. लालन् चौधरी सगळ्या जगावर कातावलेली. पुरुषांच्या बरोबरीने बायकांवर. त्यातही रोख देखण्या बायकांवर. सगळी देखणी, रुबाबदार माणसं नैतिकदृष्ट्या घसरलेली. प्रत्येक पुरुष म्हणे हिच्याकडून 'सेक्स'ची अपेक्षा करतो. तू तिला आत्ता प्रथम पाह्यलं म्हणतोयस. असेलही. आता सांग, हिला पाह्यल्यावर तशा भावना होतील का?''
''पण ती सांगते...''
''ती जे सांगेल ते संपूर्ण सत्य कशावरून? प्रारंभी माझाही विश्वास बसला. पण एके दिवशी तिने माझ्याच साहेबांबद्दल सांगितलं, तेव्हा मी उडालो. तसं दर्शवलं नाही. तिला म्हणालो, 'संपादक उशिरापर्यंत थांबायला सांगतात तर थांब. मी इथंच आजूबाजूला असेन. प्रिंटींग, न्यूज डिपार्टमेंटमध्ये कुणी ना कुणी असतंच. तरी मी थांबेन. जास्त बोंबाबोंबदेखील होता कामा नये. कारण आमचे संपादक म्हणजे खरोखर 'शुकासारखे पूर्ण वैराग्य ज्याचे, म्हणावं तसे.' नंतर मी चौकशी केली तर आमचे संपादक कॉन्फरन्ससाठी बाहेरगावी गेलेले. त्यानंतर मी एक जीवघेणा खेळ खेळलो. आमच्या चीफ कंपोझीटरला तिच्यावर सोडलं.''
त्याने चमकून विचारलं, ''म्हणजे?''
''सांगतो, आमचा हा मानेमास्तर एक लाख माणूस. पण बायकोच्या बाबतीत कमनशिबी. त्याला कुणीतरी गंडवलं आणि वेडसर बायको गळ्यात मारली. एक वर्षात घटस्फोट. नंतर लग्न केलं नाही. मी त्याला चिकार घोळवला. किती वर्षं मन मारणार म्हणून विचारलं. चौधरीशी दोस्ती जमवण्याचा प्रयत्न केला. तिने मानेचा अपमान केला. माने खवळला. मी मग त्याला चिथवला.''
''नेमकं काय केलंस?''
''मानेला सांगितलं, लालन्‌ला धर. मी तिला रेकॉर्ड सेक्शनला पाठवीन.''
''तुझा प्रेस इतका मोठा आहे?''

"नावं मोठी असतात. सेक्शन कसला कपाळाचा! खाली एक शेड आहे. त्याचे डोळे त्या कल्पनेनं चमकले. पण नंतर त्याने विचारलं, 'बोभाटा झाला तर? माझी नोकरी गेली तर?' मी सांगितलं, 'मी तुझ्या बाजूनं साक्ष देईन.' आणि महाराष्ट्राच्या लाडक्या लेखका, काय घडलं असेल सांगतोस?"

तो काहीच बोलला नाही. रेगे जिंकल्याच्या नशेत म्हणाला, "प्लॅन सस्केसफुल. शेडमधून लालन्‌चा आवाज नाही. इतकंच नव्हे, ती आता मानेशी भांडत नाही. ती स्वत:वर, मानेवर इतकंच नव्हे, पुरुषजातीवर खूष आहे. काय कळलं का?"

"सोपं आहे. लग्नाचं वय झालेलं. झगझगाटी दुनियेत वावरायचं. आईवडील उदासीन. फटकळ जिभेपायी एकाकीपण. विलक्षण पोकळीनं भरलेलं भविष्य. लॅक ऑफ सिक्युरिटी. फॅन्सी आयडियाज. लालन्‌सारख्या पोरींना जर असं वाटलं की आपण बलात्कारालासुद्धा लायक नव्हेत? त्यातून फियर कॉम्प्लेक्स. सेक्स रिलेशन्स कितीतरी पातळीवर इगो सॅटिसफॅक्शन मिळवून देतं. सेक्स इज सिक्युरिटी. ती दखल घेणं आहे. समझे?"

"असेल. पटत नाही. ही अशी दखल?"

हवेत हात उंचावत रेगे बोलला, "आय डोण्ट नो. बट इट वर्क्ड. फार लांब कशाला जायचं? एका वेगळ्या प्लेनवर, तुझं काय?"

"माझ्यावर कुठं आलास?"

"तू एवढा नामवंत. लोकप्रियतेच्या शिखरावरचा. पण मला भेटतोस. तुझ्या लेखनावर मी भरपूर तोंडसुख घेतो. तुला ग्रेट मानत नाही. तुझी खिल्ली उडवतो. तू मनात खवळत असशील. पण तरी तुला गुदगुल्या होतात. ह्याला 'दखल' घेतल्याचा आनंद म्हणतात. काय? कळलं?"

तो नुसता पाहत राह्यला.

रेगे म्हणाला, "जा बाबा जा. कॉफी प्यायला जा. माझा कप इकडे पाठव. तिला कॉन्फिडेन्शियल बोलायचंय. तरीही फार काही उरलं नसेल."

◆

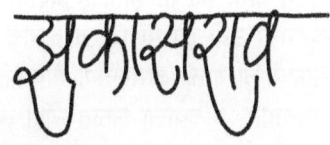

झकासराव

'सेव्ह मी फ्रॉम माय फ्रेंड्!'—असं साहेब म्हणून गेलाय. हे तो नुसतं म्हणाला असता तर वांधा होता. हे तो म्हणून 'गेला' हे छान झालं. नाही तर आज त्याची धडगत नव्हती. मीच त्याला घालवला असता. मित्र चांगले असतात किंवा चांगले मित्र निवडता येतात. नातेवाईकांचं तसं नसतं. गुरुत्वाकर्षणाच्या शोधापासून रिलेटिव्हीटी थिअरीचा शोध लावणाऱ्या साहेबाला मित्रापेक्षा नातेवाईक जास्त स्फोटक असतात ह्याचा शोध लावता येऊ नये?

अर्थात ते साहजिकच आहे. सहा महिन्यांच्या पोटच्या पोरासाठी स्वतंत्र बेडरूम असते. अंगाईगीत, मांडी थोपटणं वगैरे आईवडिलांना गहाण टाकणाऱ्या भानगडी तिथं नाहीत. आईला 'ममी' वगैरे म्हणायचं, पण 'ममी ऑलवेज बिलाँग्ज टू पपा.' पपा आणि डॅडी ही एक संस्था असते साहेबांच्या राज्यात. ही जमात नातेवाईकांत गुंतत नाही. आणि ह्या एकाच बाबतीत ममी पपांशी सहमत असते. नातेवाईकांचा सहवास नाही. सहवास नाही म्हणून अनुभव नाही. म्हणूनच 'माझ्या मित्रांपासून मला वाचवा' ह्या वाक्याला प्रचीतीचं बोलणं म्हणत नाहीत. वास्तविक मित्रांपेक्षा नातेवाईक भयानक असतात हे साहेबाला 'ॲडम'नेच सांगायला हवं होतं. ॲडम आणि ईव्ह! जगातलं सर्वात पहिलं आणि शेवटचं सुखी जोडपं. कारण दोघांनाही सासूसासरे नव्हते. साहेबाला तर हे सर्वांत प्रथम समजायला हवं होतं.

जाऊ दे! मांजरासाठी मोठं भोक आणि त्याच्या पिल्लासाठी छोटं भोक ही करामत साहेबाचीच नाही का? अनेक शोध लावणाऱ्या न्यूटनला मोठ्या भोकातून पिल्लू पण येऊ शकतं हे कळलं नाही, एवढा तो येडपट!

तेव्हा चालायचंच!

प्लॅटफॉर्मवर यशवंतमामा अजून खिंकाळत होता. यशवंतमामाचे समोरचे दात बाहेर आलेले आहेत. दात पुढे असलेली माणसं तोंड मिटून उभी असली तरी हसताहेत असं वाटतं. अशा माणसांनी सांभाळून हसावं. पण यशवंतमामाला तो पोच नाही. जबडा वासून तो जेव्हा खिंकाळतो तेव्हा केवळ पडजीभ दिसते असं नाही तर जठरापर्यंत जाणारी इसोफेगस् नलिकाही दिसते. दुसऱ्याचं काय चुकतं हे पाहण्यासाठी भिरभिरणारे डोळे आणि चावा घेण्यासाठी आसुसलेले दात बाऊंड्री लाईनच्या कायम बाहेर.

न्यूटन कसा येडपट होता हे यशवंतमामानेच मला केव्हा तरी ऐकवलं होतं. न्यूटनची उंची ह्या माणसाला कधीच समजली नाही. जगाचे डोळे दिपवून टाकण्याची शक्ती असलेल्या माणसांच्या ह्या अशा गोष्टी, त्यांची उंचीच अधिक वाढवतात, हे ज्याला कळत नाही त्या माणसाला कालियाचे विषारी विळखे खिळखिळे करणाऱ्या कृष्णाला, यशोदेने हाताला बांधलेल्या दोऱ्या का सोडता आल्या नाहीत ह्यातली कविता कळणार नाही.

त्याच यशवंत्याने सगळ्या डब्याला ऐकू येईल अशा आवाजात सांगितलं, "आणि तो थर्मास सांभाळ बरं का! आत्तापर्यंत दोन फोडलेस म्हणून सांगतो."

मी मनात म्हणालो, 'अनाऊन्समेंट करतात त्या लाऊडस्पीकरवरून बोरीबंदरच्या सगळ्या प्लॅटफॉर्म्सवर जाहीर कर.' होपलेस माणूस! माझ्याशेजारी दोनच दिवसांपूर्वी माझ्याशी लग्न झालेली कावेरी उभी. तिच्यासमोर असलं वक्तव्य करायची गरज होती का? ती मला लगेच काही बोलणार नाही. पण मनातल्या मनात 'असलंच का ध्यान गळ्यात पडलंय!'—असं नक्की म्हणणार! मित्रांपेक्षा नातेवाईक भयानक! साहेबाला नेमकं हेच समजलं नाही.

मी कूपेत आलो. दाराच्या दोन्ही कड्या आतून लावल्या. पुन्हा उघडल्या. बाहेर आलो. पॅसेजमधल्या लुवर्ड खिडक्यांतून डब्यातलं काही दिसत नाही हे पाहिलं आणि पुन्हा आत आलो.

कावेरी खिडकीतून बाहेर पाहत होती, खिडकीला कोपर टेकवून. पावसाळ्यात प्रवास करताना बाहेर नजर टाकली की हिरव्या रंगातच किती वेगवेगळ्या छटा असतात, ते जाणवतं. ह्या सर्व छटा आत्ता डोळ्यांसमोर येऊन गेल्या. पण कावेरीच्या हातातल्या हिरव्या चुड्याचा हिरवेपणा वेगळाच होता. ब्रूट परफ्यूमचा किंवा वॅट सिक्स्टीनाईनच्या बाटलीच्या हिरवेपणाशीच त्याची बरोबरी करता येईल.

येस्! त्याच्याशीच! कारण ह्या दोन बाटल्यांप्रमाणेच ह्या चुड्याच्या हिरवेपणात सुगंधही होता आणि नशाही. अशा चिरंजीव ठरणाऱ्या क्षणी आपल्या पहिल्यावहिल्या संवादात नशा नको, पण गंध हवाच.

काय बोलू?

एकदा वाटलं म्हणावं—

'कावेरी, ह्या अनंत अवकाशात दोन आत्मे युगानुयुगं भ्रमण करतात. कोण कुणाची प्रतीक्षा करतोय समजत नाही. आपणही असेच आज, अचानक...'

असा काहीसा प्रारंभ करावा का? म्हणजे आपला जोडीदार फक्त थर्मास फोडणारा नाही तर फर्मास डीप आहे हे कावेरीला कळेल.

नाही! त्यात अर्थ नाही! आपण कसे हे तिला हळदीचा रंग उतरायच्या आत कळणार आहे. आपला अध्यात्म हळदीसारखा. सोहळ्यापुरता लावलेला, लगेच उतरणारा. खरं तर काहीच बोलू नये. नुसतं जवळ जावं, हातात हात घ्यावा. तो स्पर्श तिच्या नजरेत उतरला तर पुढे काय करायचं ते नजराच ठरवतील. पण मी ह्यातलं काहीच केलं नाही. भीती वर्तमानकाळाची नव्हतीच. नंतरची होती. पाळणा हलल्यावर केव्हातरी कावेरी म्हणेल, 'काय हो, पहिल्या प्रवासात आत्मा, अवकाश करीत बसला होतात?'

बरं, एकदम हातात हात घ्यावा तर हीच म्हणणार, 'तुम्ही भलतेच तयार होतात की पहिल्या दिवशी! मला तर बाई वाटलं, अगोदर रंगीत तालीम वगैरे केली होती की काय?'

म्हणून ह्यापैकी काहीच न बोलता मी विचारलं, "आपण सगळं सामान घेतलं ना बरोबर?"

तिरकी मान करीत तिने विचारलं, "थर्मास?"

"ह्यावेळी घेतला नाही."

"फुटतो म्हणून?"

आता काय बोलणार? पण बोलायची वेळ आलीच नाही. कूपेच्या दारावर टकटक आवाज झाला. 'येस्' म्हणत मी दार उघडलं, तर दारात कंडक्टर. मी पटकन् तिकिटं काढून दिली. कंडक्टरने त्याच्याकडचं अवकहडाचक्र काढलं आणि त्यात डोकावून तो म्हणाला,

"सॉरी, हा कूपे तुमचा नाही."

"असं कसं होईल?"

"आय डोण्ट नो!"

"डोण्ट नो म्हणून कसं चालेल? दोन महिने अगोदर बुक केलाय."

"असेल, पण..."

त्याच्या छातीवरची पट्टी वाचत मी म्हणालो, "ठाकूर, लग्न करायचं ठरवल्यावर प्रथम कूपे रिझर्व केला. नंतर लग्नासाठी हॉल मिळवला आणि ह्या दोन्ही गोष्टी मिळाल्यामुळे लग्न केलं."

ठाकूर जरा खुलला आणि म्हणाला, "असंच आहे साहेब! मी रेल्वेतच नोकरी करतो, पण मलाही तेव्हा कूपे मिळाला नाही. नागपूरला सेशन होतं. सगळ्या एमेलएंनी धुडगूस घातला होता प्रवासभर!"

"मग आज आता कोणता एमेलए आलाय?" असं म्हणत मी पुढे झालो. तर कंडक्टरच्या मागे एक पासष्टी उलटलेला म्हातारा आणि त्याला शोभावी अशी त्याची बायको.

"कूपे ह्यांनी बुक केलाय?'' मी आश्चर्याने विचारलं.

ठाकूर 'हो' म्हणाले आणि तिरमिरीत मी एक न शोभणारा प्रश्न विचारला, "ह्यांना कूपेचा काय उपयोग?''

ठाकूर न बोलता निघून गेले. त्या क्षणी एक विचार मनात आला आणि मी तो अंमलातही आणला. चक्क खाली वाकून त्यांना नमस्कार केला. म्हातारा भलताच खवचट निघाला. करड्या आवाजात तो म्हणाला, "आशीर्वाद मिळेल, कूपे मिळणार नाही.''

"कूपे मिळेल असाच आशीर्वाद द्या.''

"जमणार नाही.''

"अहो, प्लीज ऐका, माझं दोनच दिवसांपूर्वी लग्न झालंय तेव्हा...''

"होऊ शकतं. लग्नाचं वयच आहे तुमचं. योग्य वयात आणि योग्य वेळी त्या त्या गोष्टी व्हायला हव्यातच. म्हणजे मन आणि बुद्धी शांत राहते.''

"मग कूपेही वेळेवर मिळायला हवा की नाही?'' मी म्हाताऱ्याला त्याच्याच उपदेशात पकडलं. पण कसचं काय? अस्सल लाकूड, टणक गाठ, बाभूळ झाड म्हणालं,

"म्हणूनच सांगतोय, कूपे रिकामा करा.''

मी आणि कावेरी नाइलाजाने चार माणसांच्या कंपार्टमेंटमध्ये गेलो आणि भावंडांप्रमाणे बसून राहिलो. काहीतरी मामुली विषय काढत राहिलो. समोरच्या कावळ्याचं बारीक लक्ष होतं. कावेरीच्या हातातला चुडा म्हणजे तर साक्षात् बुलेटिनच होतं आणि फुकट्या वाचकांना नुसत्या हेडलाईन्स पुरतात. कावेरी वरच्या बर्थवर आडवी झाली, दुसऱ्या क्षणी गाढ झोपली. मी टक्क जागा.

तारवटलेलो...तारवटलो आणि बसल्या-बसल्या डोळा लागला.

जाग आली तेव्हा पुणं आलेलं. कंडक्टर दरवाजा बडवत होता. मी दार उघडलं. ठाकूरनी माझ्यासमोरच्या वरच्या बर्थवरच्या माणसाची तंगडी हलवीत म्हटलं, "जंटलमन, प्लीज गेट अप! पूना, पूना आ गया.''

वरच्या माणसाने 'पुणं-इतक्यात?' असं म्हणत हातावरचं घड्याळ पाहायला सुरुवात केली. माणसं मजेदार असतात. ढाराढूर झोप लागलेल्या माणसाला पुणं किती वाजता आलं हे कशाला हवं असतं? पुण्याला उतरायचं असूनही, पुणं आल्यावर त्याचा चेहरा त्रासिक झाला होता. पुण्यापेक्षाही, स्वप्नात आत्ता तो ज्या गावाला पोहोचला होता ते गाव जास्त महत्त्वाचं होतं. स्वप्नातल्या

कोणत्या सुखद क्षणी ठाकूर मध्ये कडमडला होता कोण जाणे!
मला रेल्वे अधिकाऱ्यांची आणि त्याहीपेक्षा शासनाची नेहमी गंमत वाटते. झोपेतून मध्यरात्री वा अपरात्री उठावं लागतं ह्याबद्दल उतारूंचं काही म्हणणं नसतं. उठवतं कोण आणि कसं याला महत्त्व आहे. रेल्वे सरकारने जर पॅसेंजर्सना उठवण्यासाठी देखण्या मुली नेमल्या तर? त्यांनी हलक्या हाताने पांघरूण दूर करावं, 'इतकं जिवावर आलं होतं तुम्हाला उठवायचं, पण काय करणार? पुणं आलं. उठवावंच लागलं. उतरता की येता दौंडपर्यंत?'
असं घडलं तर मी दौंडच काय, हैद्राबादपर्यंत जायला तयार आहे. पण तसं कुठलं घडायला? जिथं बायकोही घरी थ्री टायर कंडक्टरसारखं उठवते, तिथं...

नवा पॅसेंजर आला. वरच्या बर्थवर आडवा झाला. कावेरी स्वत:च्या घरी झोपावं तेवढी गाढ झोपलेली. मी पुन्हा दरवाजा बंद केला. नवीन आलेल्या प्रवाशाने काही तो बंद केला नाही. गोष्ट साधी असते. पण वृत्तीवर भाष्य करते. माणसातलं जनावर नाहीसं होण्यासाठी लक्ष्मी आणि सरस्वती, दोघींचे आशीर्वाद लाभावे लागतात. नुसती लक्ष्मी जेव्हा वरदान देते तेव्हा असं होतं.

गाडीने पुणं सोडलं आणि पुन्हा दरवाजा वाजला. दार उघडायला पुन्हा मीच. दार उघडलं तर दारात तो म्हातारा. माझा कूपे पळवणारा.
"कूपे हवाय?" त्याने विचारलं.
"कूपे...म्हणजे आता..."
"मिरज यायला अजून सहा तास आहेत, पुष्कळ झाले!"
इतकं बोलून म्हातारा कूपेकडे वळला. मी कावेरीला उठवलं. आम्ही कंपार्टमेंट्स बदलली. खरं तर मी त्यांचे आभार मानायचे, पण डोक्यातला संताप गेला नव्हता. कूपेचा दरवाजा लावण्यापूर्वी मी त्यांना विचारलं,
"गुण्यागोविंदानं हाच कूपे संध्याकाळी दिला असता तर?"
माझ्या खांद्यावर थोपटीत म्हातारा म्हणाला, "भल्या माणसा, अपेक्षित क्षणी सुखाचा पेला हातात आला तर त्या सुखाची किंमत कमी होते. जा. डोण्ट वेस्ट युवर टाइम!"

केव्हातरी जाग आली. स्टेशन कोणतं समजत नव्हतं. गाडी कोणत्याही स्टेशनवर थांबली की आपल्याला वाटतं, आपल्या डब्याच्या समोर सगळ्या गोष्टी यायला हव्यात. स्टेशनच्या नावाची पाटी, जिना, पिण्याच्या पाण्याचा नळ, कोल्ड ड्रिंकचा स्टॉल आणि व्हीलरचा बुक स्टॉलही. इतकंच नव्हे तर

स्टेशनातून झटपट बाहेर पडण्यासाठी फाटकही समोरच हवं. पण रेल्वे कर्मचारी असे वस्ताद किंवा अस्मादिकांचं तकदीर, की ह्या सगळ्या गोष्टी वगळून माझा डबा नेमका आर. एम. एस. च्या ऑफिससमोर किंवा द्वितीय श्रेणीच्या प्रतिक्षालयासमोर कडमडतो.

"अहो, घशाला कोरड पडली आहे. कुठं कॉफी मिळेल का, बघता का?"

"डेफिनेटली!" म्हणत मी बाहेर पडलो आणि रिकाम्या हाताने परत आलो.

"व्हेरी सॉरी! ह्या स्टेशनवर काहीही मिळायचं नाही."

वाक्य संपलं आणि दार वाजलं. उघडलं तर दारात म्हातारा आणि त्याच्या हातात थर्मास.

"कॉफी पिणार?"

आता मात्र मी गोंधळलो. त्याचा राग येणं शक्यच नव्हतं. पण...

"घेणार का कॉफी? नंतर लागते."

मी मग म्हणालो, "तुम्हाला त्रास..."

"त्रास कसला? आम्ही आता कॉफी घेतच होतो. तुमची आठवण झाली. तुम्ही प्लॅटफॉर्मवर पळापळ करताय हे पाह्यलं. म्हटलं..."

बोलता-बोलता म्हातारा सरळ डब्यात आला. त्याच्याजवळ दोन प्लॅस्टिकचे पेले पण होते. थर्मासचं झाकण त्याने मला दिलं आणि हात उंचावीत तो म्हणाला, "चिअर्स! आता बोला! काय म्हणताय? तुमचं लग्न दोन दिवसांपूर्वी झालं तर!"

"हो."

"दॅट्स फाइन! लव्ह मॅरेज की..."

"प्रपोज्ड मॅरेज."

"ते तर फारच छान! सगळंच अनोळखी असतं. छान, छान! लव्ह मॅरेज, एकदम बोगस!"

"का? असं का म्हणता?"

"पटत नाही म्हणून! लव्ह मॅरेज हा शब्द चुकीचा. त्याला अॅट्रॅक्शन मॅरेज म्हणावं. वाट्टेल त्या माणसाला वाट्टेल ती मुलगी आवडते. म्हणून ते अॅट्रॅक्शन मॅरेज. दोन वर्षांत अॅट्रॅक्शन संपतं, ट्रॅक्शन उरतं."

आम्ही दोघं हसलो.

म्हातारा पुढे म्हणाला, "परीक्षेचा पेपर गुपचूप मिळवायचा. आणि मग पैकीच्या पैकी मार्क मिळवायचे. लोक दिपून जातात, पण आपल्याला आतून उकळ्या येतात का?"

मी मान हलवली.

“लव्ह मॅरेजचं असंच असतं. सगळ्याच ओळखी हळूहळू व्हाव्यात. छान,छान! प्रपोज्ड मॅरेज बेस्ट! मुलगी कुठली आहे?”

“मुंबईचीच.”

“अरेरे!”

“का हो? अरेरे का?”

“बायकोचं माहेर नेहमी अंतरावर हवं.”

“का?”

“बायकोला स्टेशनवर पोहोचवणं, रिझर्व्हेशन मिळवणं, पत्रं, तारा करणं, वाट पाहणं, आता गेली की महिनाभर येणार नाही ह्याचा दिलासा वाटणं, ह्या प्रत्येक अवस्थेत काव्य आहे. वेगळेपण आहे. मग बायकोलाही माहेरची अपूर्वाई जाणवते. माहेरच्या माणसांना मुलीची ओढ वाटते आणि त्यात जावयाचाही रुबाब राहतो. ठीक आहे, ठीक आहे. मुलगी नोकरी करते का?”

“नाही.”

“तुम्ही करता का?”

“भले, त्याशिवाय आम्हाला मुलगी कोण देणार?”

“म्हणजे मला असं विचारायचं होतं की नोकरी आहे की धंदा वगैरे? दोन्हींत फार फरक आहे असं नाही. धंदा म्हटलं की चोवीस तास नोकरीच ती आणि नोकरी म्हणजे आठ तासांचा धंदा. त्यापैकी तुमचं काय?”

“आठ तास धंदा.”

“झकास! आता दौरा कुठे?”

“बंगलोरला.”

“तिथं कुणी नातेवाईक?”

“एकही नातेवाईक नाही. म्हणूनच...”

“हे फारच छान! असं करा, बंगलोरला मानसरोवर ह्या नावाचं हॉटेल आहे. तिथं उतरा. बत्तीस नंबरचा सूट मागा.”

“बत्तीस? काही खास.”

“बत्तीस नंबर सूटला जोडून गच्ची आहे. आणि मुख्य म्हणजे ही गच्ची हॉटेलच्या कोणत्याही खोलीतून दिसत नाही. तेव्हा हवं तर खोलीत, नाहीतर...? हाऽ हाऽ हाऽ मजा करा—मजा करा. मेक एव्हरी मूमेंट इन लाईफ वर्थ लिव्हिंग!”

स्वत:वर खूष होत म्हातारा निघून गेला. दहाच मिनिटं आला आणि गेला. पण झपाटून गेला.

बंगलोर येताच आम्ही ‘मानसरोवर—मानसरोवर’ करीत मानसरोवरच्या रिसेप्शन काऊंटरसमोर. एकही खोली रिकामी नसल्याचं शुभवर्तमान काऊंटरवरच्या माणसाने दिलं. विचारण्यात अर्थ नव्हता तरी मी विचारलं,
“बत्तीस नंबर?”
“तो तर दोन महिन्यांपासून ॲडव्हान्समध्ये बुक होतो.”
“कुणी केलाय?”
मागून आवाज आला, “मीच!”
पुन्हा तोच. म्हातारा.
“तुम्ही? कमाल करता हो!” म्हणत मी पुन्हा खाली वाकून नमस्कार केला.
म्हातारा म्हणाला, “कूपे दिला, बत्तीस नंबर मिळणार नाही.”
कावेरीकडे पाहत मी म्हणालो, “चल जाऊ या.”
“कुठे जाणार? त्यांना आणखीन काही हॉटेल्सची नावं तरी विचारून ठेवा.”
तेवढ्यात म्हातारा म्हणाला, “चला आमच्याबरोबर! दोन एक्स्ट्रॉ कॉट्स टाकून घेऊ. संध्याकाळपर्यंत काही वेगळी व्यवस्था झाली तर प्रयत्न करू ओके?”
आम्ही सगळेच बत्तीस नंबरमध्ये आलो. हा व्ही. आय. पी. सूट असावा. एक मोठी ड्रॉईंग रूम, मध्ये टॉयलेट आणि पलीकडे मास्टर बेड. जागेची टंचाई तर नव्हतीच. इतकंच नव्हे तर मधलं दार लावलं की प्रायव्हसीलाही तोटा नव्हता. आम्ही बेडरूमचा ताबा घेतला. आंघोळी आटपल्या आणि तेवढ्यात म्हातारबुवांनी बाहेरच्या खोलीत बोलावलं. त्यांनी चौघांचीही ब्रेकफास्टची जय्यत तयारी केली होती.
“तुम्ही मला लाजवलंत.”
“मला तशी सवय आहे.” त्यांनी मला निरुत्तर केलं. तेवढ्यात ताज्या, टवटवीत फुलांचा भरगच्च फ्लॉवरपॉट घेऊन हॉटेलचा माळी आला.
“लक्ष्मणा, तुझी अयोध्या काय म्हणते?”
“मालक, आपली कृपा आहे.”
“लक्ष्मणाची उर्मिला काय म्हणते?”
“मालक, उर्मिला माहेरला गेलीय.”
“अरे, लक्ष्मणाचा मारुती झाला की रे? वा! ब्रह्मचर्याश्रम. झकास! येऊ का पाहुणा म्हणून?”
“मालक, घर तुमचंच आहे.”
“मग चला, आमचं सामान हलवा.”
“होय मालक!”
ब्रेकफास्ट संपला आणि त्यांनी खरंच प्रस्थान ठेवलं. मी मग दारातच थांबलो,

त्यांची वाट अडवून. पुन्हा माझ्या खांद्यावर थोपटीत म्हातारा म्हणाला, ''मित्रा, आमची काळजी करू नकोस. माळीबुवांकडे आम्ही असे दोन-चार वेळा राह्यलो आहोत. तुझी बत्तीस नंबर झक मारते असं माळीबुवांचं घर आहे. डोण्ट वरी! आणि हा असा जाता-येता नमस्कार करू नकोस. वाकण्याची वृत्ती हवी, पण जाता-येता वाकायचं नाही.''

''मी तुम्हाला तुमचं नावही विचारलं नाही.''

खिशातून व्हिजिटींग कार्ड काढीत ते म्हणाले, ''मला सगळ्या गोष्टी झकास वाटतात म्हणून मला सगळे झकास बाबूराव म्हणतात.''

कार्ड देऊन झकास बाबूराव निघून गेले.

मधुचंद्र संपला. मुंबईला परतलो. जुनापुराणा झालो. धाकट्या बंधूंना एके दिवशी पुण्याला जायचं होतं म्हणून त्याने बॅगेची मागणी केली. नव्या बॅगेवर सगळ्यांचा डोळा असतो. बॅग रिकामी करताना झकास बाबूरावांचं कार्ड मिळालं. त्या क्षणी त्यांना भेटायची तीव्र इच्छा झाली. रविवार होता आणि टीव्हीवरच्या सिनेमात मुळीच स्वारस्य नव्हतं. इतर माणसांची मला गंमत वाटते. सिनेमाला शिव्या देत-देत तीन तास टीव्हीसमोर घालवतील पण संध्याकाळचा फेरफटका मारायला बाहेर पडणार नाहीत. दाराशी आलेली वस्तू जरी फुकट असली तरी ती आपला बहुमोल वेळ घालवते आणि अभिरुचीचाही बळी मागते.

मी एकटाच बाहेर पडलो. आनंदपर्व नावाची एक लांबलचक पण बैठी, कौलारू इमारत शोधून काढली. आत प्रवेश केला आणि स्तिमितच झालो. मी एका झकास फरशा बसवलेल्या कोर्टयार्डमध्ये उभा होतो. आवार स्वच्छ होतं. भरपूर झाडं होती. प्रत्येक झाडाभोवती बसण्यासाठी सिमेंटचे चौथरे होते आणि चारही बाजूंनी ते आवार मोठ्या खोल्यांनी वेढलेलं होतं.

थोडक्यात म्हणजे तो एक आश्रम होता.

वृद्धाश्रम?

नो! झकास बाबूरावसारखा माणूस वृद्धाश्रमात राहणार नाही किंवा तो जिथं राहतो त्याला वृद्धाश्रम म्हणता येणार नाही. तेवढ्यात जवळच्याच खोलीतून एक वयस्कर गृहस्थ बाहेर आला. मी बाबूरावांची चौकशी केली. त्याने लगेच सांगितलं, ''आवाराच्या टोकाला जा. बत्तीस नंबरची खोली. गवंड्याचं काम चाललंय तिथंच.''

इथंही बत्तीस नंबर आहे तर!

समोरच झकासराव उभे होते. आवारात बसवलेली फरशी काढून टाकण्याचं

काम झकासरावांच्या देखरेखीखाली चाललं होतं.

"अरे तू? तुला माझी आठवण कशी काय झाली?"

"तरुणपणी दुसऱ्या तरुण मित्राची आठवण नाही का होणार?"

"झकास, झकास! हे आपल्याला आवडलं. बस, इथंच बस, चालेल ना?"

"न चालायला काय झालं?" असं म्हणत मी झकासरावांच्या जवळ पारावर बसलो.

माझ्या वैवाहिक आयुष्याची प्राथमिक चौकशी संपल्यावर मी त्यांना विचारलं, "तुम्ही फरशा काढून काय करताय?"

"सखीसाठी अंगण."

"सखी कोण?"

"माझी बायको."

"मग अंगण कशासाठी?"

"अरे बाबा, आमची सखुबाई मूळची कोकणातली. सडासंमार्जन, रांगोळी, तुळशीवृंदावन ह्यात तिचं बालपण गेलेलं. नंतरचं आयुष्य मुंबईत. कमीत कमी आनंदपर्वात आल्यावर तरी पुन्हा लहानपणचं आयुष्य मिळेल असं तिला वाटलं. तेव्हा तिच्यापुरतं अंगण बनवतोय. सखी रोज सडा घालेल, जमीन सारवत बसेल, रांगोळीतही चांगला तास मोडेल. आता रेघा काय सरळ येतील? मी दोन तास मोकळा, मॉर्निंग वॉकसाठी, निसर्गसौंदर्य पाहायला!"

"फिरायला कोणत्या बाजूला? म्हणजे निसर्गसौंदर्याच्या दृष्टिकोनातून विचारतोय."

"इथंच, आनंदपर्वातच! एकीपेक्षा एक वरचढ देखणी, अशा किती दाखवू? निसर्गसौंदर्याचे विविध नमुने इथंच आहेत. येतोस बघायला?"

झकासराव बोलता-बोलता उठलेच. मीही पाठोपाठ निघालो. खोल्याखोल्यांतून 'काय माणिकताई, काय विमलताई' करीत त्यांनी मला आश्रमभर घुमवलं. शेवटी एका खोलीसमोर उभं राहून ते म्हणाले, "ही आता माझी लेटेस्ट गर्लफ्रेंड, वंदनाबाई."

दार उघडलं. स्वागत झालं.

"पाहुणा आणलाय, चहासाठी."

"या ना!"

"नवरा कुठाय?"

"एवढ्यात बाहेर गेलेत?"

"काय म्हणतो जमदग्नी?"

वंदनाबाई मनमोकळं हसत म्हणाल्या, "आता पूर्वीचं काहीही राह्यलेलं नाही.

तुम्ही त्याला ओळखताच.''
झकासराव म्हणाले, ''झकासपैकी ओळखतो. बरं का रे, हा आमचा नवरा— म्हणजे आमचा मित्र आणि हिचा नवरा—तुफान तापट तितकाच कर्मठ. बायकोने कुठं जायचं नाही, कुणाशी बोलायचं नाही, काही विचारू नकोस. बायको चांगली शिकलेली हवी. अगदी डबल ग्रॅज्युएट. पण तिनं मान वर करून बोलायचं नाही. आणि आम्हा मित्रमंडळीत तर तो गौरवानं म्हणायचा, मी ऑर्थोडॉक्स आहे.''
मध्ये वंदनाबाई म्हणाल्या, ''आमची विदर्भात बदली झाली तेव्हा तर ते माझ्यावर फार चिडायला लागले. त्यांच्या मनाविरुद्ध मी तिथं चांगली नोकरी मिळवली. पगार चांगला होता. स्टुडण्ट्स घरी शंका विचारायला येऊ लागले. माझी पॉप्युलॅरिटी त्यांना पेलेना. त्यांनी तेव्हा काय केलं असेल?''
''नो आयडिया.'' बाबूराव म्हणाले.
''रोज घटस्फोटाची भाषा.''
''कमाल आहे! सुखाचं आयुष्य माणसं अविचारानं जिकिरीचं का करतात बुवा?''
''मग, पुढे?'' मी इंटरेस्टने विचारलं.
''एके दिवशी कॉलेजच्या लायब्ररीतून 'हिंदू लॉ ऑफ मॅरेज अ‍ॅण्ड डायव्होर्स' पुस्तक मिळवलं आणि जाता-येता ते त्यांच्या नजरेला पडेल अशा ठिकाणी ठेवत गेले. तेव्हापासून त्यांची घटस्फोटाची भाषा बंद.''
आम्ही चहा पिऊन बाहेर पडलो. झकासरावांनी मला मग विचारलं, ''कशी आहे म्हातारी?''
मी गप्प होतो. झकासराव बत्तीस नंबरकडे चालता-चालता म्हणाले, ''माणसाच्या विचारांची नेहमी गल्लत होते. तो पंचविशीतल्या तरुणीची तुलना साठीतल्या बाईशी करतो. दॅट इज नॉट करेक्ट! साठी उलटलेल्या दोनशे बायका बघायच्या आणि मग कोणती म्हातारी देखणी आहे ते ठरवायचं.''
''त्या दृष्टीनं ह्या आनंदपर्वातली ही उर्वशी म्हणायला हवी. तुमची पहिले ओळख होती ना?''
''जुजबी, न वाढवलेली! तिच्या नवऱ्याला आवडत नाही म्हटल्यावर कोण कटकट करून घेतो?''
''आता काही म्हणतात का?''
''आता त्याची हिंमतच नाही. माझा सकाळचा दुसरा चहा इथंच असतो. वार्धक्याचेही फायदे असतात रे! चहाच्या कपाच्या पलीकडे मजल जातच नाही. प्लेटॉनिक लव्ह ह्याचा अर्थ ह्या वयात समजतो. एकमेकांवर जळायचं ते

कशाच्या जोरावर? अप्पासाहेब फडक्यांना प्लेटॉनिक प्रेमाचं महात्म्य माहीत होतं. त्यांच्या व्याख्येप्रमाणे बौद्धिक प्रेम, अशरीरी प्रेम...''
एवढं सांगून, एक डोळा बारीक करीत झकासराव म्हणाले, ''प्लेटॉनिक लव्हची आमची व्याख्या वेगळी आहे. काय ऐकणार का?''
''बाय ऑल मीन्स!''
''इट्स अ प्ले टू मॅन, अॅण्ड टॉनिक टू वुमन!''

''आनंदपर्वात जाताना मला का नेलं नाहीत?''
''तुम्ही शशी कपूर आणि हेमामालिनीत अडकला होतात, मग काय करणार?''
''पुढच्या वेळेला मी येणार.'' कावेरीने बजावलं.

एका रविवारी सकाळी कावेरीनेच आठवण केली. आम्ही दोघंही आनंदपर्वात पोहोचलो. झकासरावांची सखी रांगोळी काढण्यात मग्न होती. ह्याचा अर्थ झकासराव निसर्गसौंदर्याची आराधना करीत असणार. त्याप्रमाणे ते अशाच एका खोलीत सापडले. मला पाहताच ते म्हणाले, ''वेळेवर आलात. मी म्हणतो ते खरं की नाही, सांगा?''
''बोला!''
आम्ही पुढे झालो. झकासरावांची अशीच एक मैत्रीण ट्रंक उघडून बसलेली. झकासरावांना त्या बाईंचा नवरा तावातावाने सांगू लागला, ''बरं का झकासराव, माझ्या आईनं आमच्या लग्नात ही पैठणी हिला दिली.''
झकासरावांनी लगेच विचारलं, ''तुम्ही तुमच्या मुलाच्या लग्नात हीच पैठणी सुनेला का दिली नाहीत?''
''त्या पैठणीमागे माझ्या तशाच भावना आहेत.''
तिचा नवरा काहीसा उखडलाच. हातवारे करीत तो आम्हाला सांगू लागला, ''हो हो, म्हणे भावना आहेत! बरं का झकासराव, तेहेतीस वर्षांत तेहेतीस वेळादेखील तिनं पैठणी अंगाला लावली नाही. बरं, नेसायची ती फक्त बाहेर जाताना. आल्याबरोबर सोडायची घाई. कधी कौतुकानं पंधरा मिनिटंदेखील नवऱ्यासाठी पैठणी नेसून बसली का हे तिला विचारा.''
''वेळ नको का मिळायला?''
''कसलं रिसर्च केलं तेहेतीस वर्षांत? म्हणे वेळ नको का मिळायला? रसिकता लागते रसिकता! नवऱ्याबद्दल प्रेम लागतं. पण नाही. हिंदू स्त्री ना! नवऱ्याला भातावर दूध वाढताना साय फुंकून वाढतील आणि नवऱ्याच्या

श्राद्धाला भटजीला तुपाची धार...''
आम्ही बाहेर आलो.
झकासराव म्हणाले, ''सकाळपासून भांडताहेत. दोघांनाही थोडं कमी ऐकायला येतं म्हणून भांडण संपलंय हेही त्यांना उशिरा कळतं. काय करणार?''
''त्या माणसाचं म्हणणं खोटं नव्हतं. फक्त घरोघरी हे असंच असतं हे त्यांना माहीत नाही.'' असं मी म्हणताच कावेरीने मला चिमटा घेतला.
झकासराव म्हणाले, ''घरोघरी जे असतं ते आनंदपर्वात होणार नाही.''
''म्हणजे?''
''पुढच्या रविवारी दोघं असेच या.''

पुढच्या रविवारी आम्ही उत्सुकतेने गेलो. डोळ्यांचं पारणं फिटेल असा फॅशन-शोच झकासरावांनी भरवला होता. शालू, शेले, पैठण्यांत झकासरावांच्या गर्लफ्रेंड्स मधल्या चौकात वावरत होत्या. आणि त्यांचे सगळ्यांचे बॉयफ्रेंडस कौतुकाने तो सोहळा पाहत हास्यविनोद करीत होते. साठ ते ऐंशी वर्षांची ती पिढी चौऱ्याऐंशी सालात वावरत नव्हती. आनंदपर्वात गेली होती. त्यांचा कायापालट करणारा किमयागार माझ्याशेजारी उभा होता.
''चला तुम्हाला गंमत दाखवतो.''
''तुम्ही पुढे व्हा. मी आलेच.'' असं म्हणत कावेरी पैठणीत गेली. मी झकासरावांबरोबर समोरच्याच एका खोलीत गेलो. समोरच्या भिंतीवर एक मॉडर्न पद्धतीचं ड्रेसिंग टेबल.
झकासराव म्हणाले, ''पंधरा दिवसांतून एकदा आनंदपर्वातल्या गर्लफ्रेंड्स ठेवणीतल्या पैठणी नेसून इथे एक तास वावरतील. आमचे बॉयफ्रेंड्स रोज दाढी करतील. लोळणारी धोतरं नेसणार नाहीत. गाऊनमध्ये जास्तीत जास्त वेळ राहतील. नियमच करून टाकला. आणखीन एक गोष्ट कटाक्षानं केली. चल, तुला आमचा हितगुज फलक दाखवतो. येणार?''
''अवश्य!''
नोटीसबोर्ड ह्या शब्दाऐवजी हितगुज फलक हाच शब्द किती चांगला होता. नोटीस द्यायला हे काय कोर्ट आहे का? तो शब्द इतका तुसडा आहे की, 'वाचू नका' हेच शब्द त्यातून प्रकट होतात. म्हातारपणी जसे कडक पदार्थ चावता येत नाहीत तसेच कडक शब्दही ऐकवत नाहीत. म्हाताऱ्यांना कायम नोटीसच दिली जाते.
हितगुज फलकावर एक विनंती होती, 'भेटायला येणाऱ्या पाहुण्यांना आपल्या प्रकृतीची गाऱ्हाणी सांगू नका.'

माझं हितगुज संपताच झकासराव म्हणाले, ''जाता-येता तक्रारी! प्रत्येकाजवळ! नातेवाईक भेटायला येईनासे झाले. प्रत्येक माणूस हलके-हलके थकणारच हे सर्वांना माहीतच असतं. कंटाळा म्हाताऱ्यांचा येत नाही, तक्रारींचा येतो. म्हातारपणही मस्तीत लुटावं. एखादी असाध्य शारीरिक व्याधी असेल तर कुणाचाच इलाज नाही. माणूस मनानं म्हातारा होतो. मानसिक वार्धक्याला आनंदपर्वात जागा नाही. शारीरिक व्याधी ज्याच्या त्याच्या असतात. मानसिक व्याधी व्हायरस असतात.''

''सगळ्यांना हे कसं साधावं?''

''तसं कठीण नाही. तारुण्य जर जाणिवेनं जगला असाल तर वार्धक्य रुबाबातच गेलं पाह्यजे. कातडीवर सुरकुत्या पडणारच, मनावर पडून देऊ नका. त्यासाठी आता वेगवेगळ्या ॲक्टिव्हिटीज सुरू करणार आहे. पुढच्या सगळ्या रविवारी मित्रांच्या पळण्याच्या शर्यती ठेवणार आहे.''

''आणि तुमचे मित्र पळणार?''

''नक्की! अरे, वार्धक्यालाही एक वार्धक्याचा असा वेग असतो. आम्हाला आता धावत्या गाड्या पकडायच्या नाहीत, नातवंडांच्या गतीनं चालता आलं तरी खूप!''

''म्हणजे...?''

''पुढच्या महिन्यापासून दर रविवारी आम्ही सगळे आमची नातवंडं सांभाळणार.''

''सबंध दिवस?''

''नाही! घराघरातून जेव्हा टीव्हीवर वाह्यात सिनेमे चालू असतात त्यावेळेला सांभाळणार. चांगले संस्कार होणं मुष्किल. वाईट संस्कारांपासून तरी वाचवावं हा एक प्रयत्न. काळ बदलतोय मित्रा, काळ बदलतोय. तुम्ही बाजार टाळलात तर आता बाजार आपल्या घरात येणार. ते कोण थांबवणार?''

म्हाताऱ्यांच्या पळण्याच्या शर्यती खरं तर पाहायच्या होत्या. पण मी जाऊ शकलो नाही. पण मध्ये एकदा असाच एका रविवारी गेलो तर आनंदपर्वाचं गोकुळ झालेलं. झकासराव यांची सगळी फ्रेंड कंपनी छोट्या-छोट्या नातवंडांत हरवलेली. मी आणि झकासराव तो सोहळा पाहत उभे.

मी सहज म्हणालो, ''संसार संसार म्हणायचं खरं, पण काही खरं नाही. सगळ्या वयाची माणसं एकत्र राहूच शकणार नाहीत का?''

''तेवढं कठीण नाही ते! एक वेगळी जाणीव ठेवली तर अशक्य नाही.''

''वेगळी म्हणजे?''

"आपल्या मुंबईतल्या रस्त्यावरून हातगाड्या जातात, स्कूटर्स आहेत, सायकली आहेत, ट्रक्सची धुडं आहेत, बसेसही आहेत. त्या सगळ्या वाहनांची गती एकमेकांच्या आड येते. आणि त्यामुळे संघर्ष होतो. म्हणून आपली गती बदलली की माणसांनी आपला ट्रॅक बदलला पाहिजे. ही समजशक्ती ज्या म्हाताऱ्यांजवळ नाही, त्या सगळ्यांना आश्रमातच हाकललं पाह्यजे. माणसाला दु:खही देता येतं आणि आनंदही! मग आनंदच का द्यायचा नाही?"
प्रश्न सोपे असतात. उत्तरंही सोपी असतात. आचरणाचा संबंध वाणीशी जोडायचा नसेल तर सगळंच सोपं असतं.

आणि त्यानंतर मी आनंदपर्वात खूप दिवसांत जाऊ शकलो नाही. एके दिवशी मात्र झकासरावांची सखी अचानक एका दुकानात भेटली. भेटल्या भेटल्या तिने प्रश्न विचारला, "पत्र मिळालं का झकासरावांचं?"
"नाही."
"ह्या रविवारचं आमंत्रण पाठवलं होतं. मी भेटले बरं झालं, नाहीतर घोटाळा झाला असता."
"कसलं आमंत्रण?"
"आनंदपर्वात नाना नावाचे एक कलावंत आहेत. नाट्यसृष्टीतले एक गद्य नट आहेत. जुन्या परंपरेतले. त्यांचा वाढदिवस त्यांना आवडेल अशा पद्धतीनं करायचा आहे. येशील का?"
"नक्की!"
"रविवारी रात्री दहा वाजता."
मी 'हो' म्हणून चालायला लागलो. पाच पावलं जेमतेम गेलो आणि झकासरावांच्या सखीने मला हाक मारली. जवळ गेल्याबरोबर त्या म्हणाल्या, "त्यांचं आमंत्रण आहेच. पण मी तुला माझं स्वतंत्र आमंत्रण देतेय. एकटा येऊ नकोस. येताना तुझ्यासारखे चांगले पंचवीस-तीस टगे घेऊन ये."
"पंचवीस-तीस? कशासाठी?"
"त्या दिवशी ये. आपोआप कळेल."

मी प्रत्येकाला विचारलं, "वृद्धाश्रमात येणार?"
"एवढ्यात?"
"कायमचं नाही रे, फंक्शन आहे."
जेमतेम आठ-दहा मित्रांना घेऊन मी गेलो आणि सगळेच चक्रावून गेलो. आवार फुललेलं होतं. सगळ्या सख्या शालू-पैठणीत. आणि म्हाताऱ्यांबद्दल

काय सांगावं? त्या दिवशी सगळे झकासराव झालेले.
हे कसं घडलं? कुणी घडवलं?
डफाची थाप आणि पायातल्या घुंगरांची ही किमया होती. सगळीकडे एकच जल्लोष चालला होता. समोर सुंदरा सातारकरीण ठेक्यात नाचत होती. सखीने मला खूण करून जवळ बोलावलं.
"आलास? बरं झालं! माझं काम केलंस का?"
"तेच ना, टग्यांचं? केलं ना! फक्त कारण समजलं नाही. तेवढा..."
"तेवढा काय? खुलासा ना? ऐक आधी तुझ्या त्या मित्रांना चांगलं पुढे जाऊन बसायला सांग."
"सांगतो पण..."
"सांगते, सगळं सांगते. अरे बाबा, नानांचा आज वाढदिवस. गद्य नटाला संगीताची भेट. तेवढ्यासाठी हिला बोलावली. पोरगी नाचतेय बिचारी. तिला पाहून सगळे म्हातारेही नाचताहेत. त्यांचं बरोबर आहे पण अरे तिचं काय? जीव पाखडून नाचावं असे जरा चार तरणे चेहरे तिच्यासमोर हवेत की नकोत?"
मी सखीकडे बघतच राह्यलो.
"आणि चांगली शिट्टी वगैरे वाजवता येते की नाही? मी तमाशे प्रत्यक्ष पाह्यलेले नाहीत. पण अशी वाजवतात म्हणे! केव्हातरी एक पाटील-रामोशी लोकांवर काढलेला चित्रपट पाह्यल्याचं आठवतं. त्याशिवाय त्या बाईला म्हणे जोर येत नाही. पाहतोस काय असा?"
"एक विचारायचं होतं."
"झटपट विचार."
"उत्साहाचं सळसळतं कारंजं तुमचे झकासराव जन्माला येताना रक्ताबरोबरच घेऊन आलेत, पण तुम्ही त्यांच्याशी एकरूप कशा होऊ शकलात?"
सखीने अगदी हलक्या आवाजात सांगितलं, "कुठं बोलू नकोस, पण आमचं लग्न अजून व्हायचंय."
"काय सांगता काय?"
"एकोणतीस वर्षं ही अशीच एकत्र काढली."
"अरे, मग त्या चार अक्षतांनी तुमचं काय केलं होतं?" मी नवलाने विचारलं.
"असं अठराव्या शतकातल्या माणसासारखं विचारू नकोस. एकत्र राहण्यासाठी अक्षता लागत नाहीत. अंडरस्टँडिंग लागतं. आणि आता पळ तिकडे! तू त्या बाईसाठी आला आहेस, माझ्यासाठी नाहीस."
सखीकडे बघत-बघत मी मित्रांच्यात सामील झालो. मित्रांना हुरूप यावा म्हणून

मी खरंच, तोंडात दोन बोटं घालून खणखणीत शिट्टी वाजवली. पण ती सखीला उद्देशून. मग मित्रांनाही जोर चढला, धीर आला. शिट्ट्यांवर शिट्ट्या चढू लागल्या. सुंदरा सातारकरणीला रंग चढला. ठेका वाढला. वातावरण धुंद होऊ लागलं.

मित्रांपैकीच एकाने थोडं धाडस करून दौलतजादा सुरू केला. रिस्टवॉच बांधतात तिथं त्याने पाच रुपयाचं नाणं ठेवून सातारकरणीला खूण केली. तिने ते नाणं दाताने उचलून घेतलं. मग रुपयाचं नाणं सरकत सरकत खांद्याच्या दिशेने जाऊ लागलं. झकासरावाने तर कमालच केली. त्याने एक रुपयाचं नाणं चक्क दातांत धरलं आणि तिला खूण केली.

ती नाचत-नाचत आलीही. मग सखीचा जीव कासावीस झाला. मी तिचीच प्रतिक्रिया पाहत होतो. तिने जिवाच्या आकांताने मला जवळ बोलावलं.

"माझा त्यांना एक निरोप..."

"शेवटी सवतीमत्सर..."

"वेडपटासारखं बोलू नकोस. रात्री माझी पंचाईत करतील म्हणून..."

मी हसत राह्यलो.

सखी म्हणाली, "घेतलास ना गैरसमज करून? पहिल्या दिवशी असंच केलंस."

"कधी?"

"कूपेच्या बाबतीत."

"नाही. तसं नाही."

"सांगते ते ऐक. झकासराव बेदम घोरतात. त्याचा इतर प्रवाशांना त्रास होऊ नये, म्हणून धडपड. त्या प्रवाशांनी पण वारेमाप पैसे खर्च केलेले असतात. म्हणून कूपेच हवा झकासरावांना. त्या दिवशी तुझी त्यांना दया आली. एक झोप झाल्यावर उठले. डबा बदलला, नंतर रात्र जागून काढली त्यांनी!"

"पण..."

"आता पळ तिकडे! ती सातारकरीण चालली बघ त्यांच्याजवळ! पळ,पळ माझा निरोप..."

"त्यांना म्हणावं, सांभाळा! त्या रुपयाच्या नाण्याबरोबर दातांची कवळी पण जाईल, तेवढी सांभाळा!"

◆

ती आणि तिची सवत

किरण देवधर दहावीला पहिला आला. चारही बाजूंनी कौतुकाचा वर्षाव झाला. शेवटी शेवटी त्याला स्तुतीचाही कंटाळा आला. तो आनंदात होता; पण एक आश्चर्याचा धक्का बसावा असा हा प्रसंग घडला. तोही अनपेक्षित व्यक्तीकडून. आश्चर्य कधी वाटतं? मुळातच अतर्क्य गोष्ट घडली तर! आणि केव्हा केव्हा जवळच्या व्यक्तीनेच विचित्र वागणूक दिली तर. शाळेचे प्रिन्सिपॉल घरी आले, इथपर्यंत ठीक होतं; पण त्यांनी एक विचित्र अट घातली.

टिपणीस म्हणाले,

"तुझी जेव्हा केव्हा मुलाखत घेतली जाईल तेव्हा सगळ्या विषयाची मी तुझ्याकडून खास तयारी करवून घेतली होती, असं सांगायचं."

तो सरांकडे बघतच राहिला; पण किरणच्या वडिलांनी त्याची सुटका केली. ते टिपणीस सरांना म्हणाले,

"किरणने अभ्यास कधी केला हे आम्हालाही कधी कळलं नाही. त्यातल्या त्यात एक गोष्ट बरी की, मी त्याला कुठल्याही क्लासमध्ये घातलं नव्हतं. नाहीतर श्रेय उपटायला चार क्लासचे चालकही धावत आले असते."

प्रतिक्रिया व्यक्त न करता टिपणीस सर निघून गेले. ते गेल्यावर देवधर मुलाला म्हणाले,

"यश बोलकं असतं."

कसं कुणास ठाऊक पण किरण म्हणाला,

"जे घडलं नाही तेसुद्धा यश बोलायला भाग पाडतं."

त्यानंतर दूरदर्शनवर ठरलेल्या साच्याची मुलाखत झाली. प्रत्येक यशस्वी मुलगा म्हणतो त्याप्रमाणे दूरदर्शनवरच्या पहिल्याच प्रश्नाला किरण म्हणाला,

"प्रत्येक दिवसाचा अभ्यास त्याच दिवशी करणं इतकंच मी केलं. मी पहिला येईन असं मला वाटत नव्हतं."

मुलाखत संपल्यावर तो वडिलांना म्हणाला,

"बाबा, तुम्ही गाडी घेऊन घरी जा. मी बसनं एकटा येतो."

त्याच्या बोलण्याचा हेतू समजून देवधर म्हणाले,

"ओ.के. आय कॅन अंडरस्टँड. यू आर सफोकेटेड."

शिवाजी पार्कपर्यंतच जाणारी बस मिळाल्यामुळे बसचा डेक पूर्ण रिकामा होता. किरणला हायसं वाटलं. सर्वांत पुढल्या रिकाम्या बाकावर तो एकटा बसला. दोनच स्टॉप मध्ये गेले आणि एक वीस-बावीस वर्षांची अत्यंत आकर्षक, निमगोऱ्या वर्णाची, काळ्याभोर डोळ्यांची आणि लांब केस असलेली मुलगी त्याच्या शेजारी येऊन बसली. किरण मनातल्या मनात चरफडला. त्याने रिकाम्या डेककडे मान वळवून पाहिलं.

"मी मुद्दाम तुझ्याजवळ येऊन बसलेय. सगळा डेक रिकामा आहे हे मलाही माहीत आहे. आत्ताच तुला टी.व्ही.वर पाहिलं. वेगळं अभिनंदन करत नाही. कौतुक ऐकून तुझे कान किटले असतील. खरं आहे ना?"

"तुम्ही म्हणता ते शंभर टक्के खरं आहे."

"मी तुझ्यापेक्षा चार-पाचच वर्षांनी मोठी असेन, मला अहो म्हणायचं कारण नाही. आता इलेक्ट्रॉनिक्स का?"

"नाही."

"मग कॉम्प्युटर असेल?"

"कॉम्प्युटर पण नाही. मी मेडिकलला जाणार आहे."

"मेडिकलच का?"

"माझा चुलतभाऊ डॉक्टर आहे. तो नेहमी म्हणतो, 'मी आत्मा-परमात्मा, देव काही मानत नाही. मी शरीर मानतो. चैतन्याचा एक भाग असला तरी. म्हणूनच शरीरानं जगणाऱ्या माणसाला शारीरिक व्याधीतून मुक्ती हवी असते. पेशंटला मुक्ती हवी असते आणि डॉक्टरला रिझल्ट. व्याधिमुक्त झालेली माणसं माझ्या भावाला देवाच्या ठिकाणी मानून त्याच्या पाया पडायला येतात, हे मी अनेकदा पाहिलेलं आहे. मी कधीच त्यामुळे डॉक्टर व्हायचं ठरवलं."

"पेशंट्स ज्यावेळेला या तऱ्हेनं पाया पडायला येतात तेव्हा तुझा भाऊ काय म्हणतो?"

"तो परमेश्वर मानत नसला तरी आध्यात्मिक प्रवृत्तीचा आहे. तो म्हणतो, 'आय ट्रीट, ही क्यूअर्स."

किरणकडे आश्चर्याने पाहत तिनं विचारलं, "हे तुझे विचार आहेत?"

किरण म्हणाला,

"आमच्या घरातली सगळी माणसं असं म्हणतात."

शिवाजीपार्क जवळ यायला लागलेलं होतं. किरणनं विचारलं, "तुझं नाव?"

ती गोऽड हसली आणि म्हणाली,

"जरा कुणाशी चार वाक्य बोललं तर त्याला लगेच नाव हवं असतं."

"आणि तुझ्यासारख्या देखण्या, शिष्ट मुली ते कधीच सांगत नाहीत."

"म्हणजे मी देखणी आहे तर!''

"प्रत्येक व्यक्तीला आपलं व्यक्तिमत्त्व कसं आहे ते माहीत असतं.''

"आणि स्वभाव?''

"तोही माहीत असतो; पण तो मान्य करायचा नसतो. स्वभाव लपवता येतो, दिसणं झाकता येत नाही.''

"पहिल्या नंबरावर पास झालास यात नवल नाही.''

"ते राहू दे. नाव सांगणार का?''

"नाव सांगणार नाही. त्याहीपेक्षा एक महत्त्वाची गोष्ट सांगते. इथून पुढे आयुष्यात जेव्हा जेव्हा तू हेवा केला जाईल असं काही करून जाशील त्या प्रत्येक वेळेला मी भेटत राहीन. कुठूनही येईन, कुठेही राहीन; पण भेटल्याशिवाय राहणार नाही. तुला चालेल ना?''

"म्हणजे तुझी भेट घडायला हवी असेल तर मी काही ना काही विक्रम केला पाहिजे, असंच ना?''

"जोपर्यंत तुला मी हवी आहे, तोपर्यंत.''

दोघंही शेवटच्या स्टॉपवर उतरले. कोपऱ्यावरून वळताना तिने निरोपादाखल हात हालविला. मंतरलेल्या अवस्थेत किरण घरी परतला.

त्या अनामिकेनं शब्द दिला त्याप्रमाणे तो पाळलाही.

बारावीच्या परीक्षेत किरणनं असंच नेत्रदीपक यश मिळवलं. कबूल केल्याप्रमाणे ती आली.

"काय? मी तुला शब्द दिल्याप्रमाणे भेटले की नाही?'' या वेळेला तो तिच्याकडे बघतच राहिला. तिचं देखणेपण त्याला नव्यानं जाणवलं. दोन वर्षांपूर्वी ती पहिल्यांदा भेटली तेव्हा त्याला फारसं काही वाटलं नव्हतं. एवढी देखणी मुलगी आपल्याला भेटत आहे याचा आज त्याला रुबाब वाटला. सर्वांगातून वीज सळसळत गेली.

"असा बघतोस काय? मीच ती दोन वर्षांपूर्वीची, बसमध्ये भेटलेली.''

"आणि नाव न सांगता गेलेली.''

"हा! ही खूण बरोबर पटली. नाव न सांगितल्यामुळेच मी तुझ्या जास्त लक्षात राहिले.''

"बरं मग आता परीक्षेचं गिफ्ट म्हणून तरी नाव सांगणार की नाही?''

"ओझरत्या गाठीभेटी होत असल्या म्हणजे नाव सांगितलं तरी लक्षात राहत नाही. नाव सांगितलं नाही म्हणजे नाव न सांगणारी मुलगी म्हणून मी लक्षात राहीन.''

ती आली तशी गेली.
ती गेली; पण आज ती लक्षात राहिली. मागे रेंगाळत राहिली. तो भांबावलेल्या अवस्थेत घरात वावरतोय हे आई-वडिलांच्या लक्षात आलं. शेवटी देवधरांनी त्याला कारण विचारलं. जे जे घडलं, ते किरणनं मोकळेपणानं सांगितलं.
देवधर खांद्यावर थोपटत मिस्किलपणे म्हणाले, ''याचा इतकाच अर्थ चिरंजीव की, तुम्ही आता मोठे झालात.''
किरणनं भांबावून वडिलांकडे पाहिलं आणि ते खोलीच्या बाहेर गेल्याबरोबर तो आरशासमोर जाऊन उभा राहिला. आरशातल्या त्याच्या प्रतिमेनं त्याला सांगितलं,
''आता ती पुन्हा भेटायला हवी असेल, तर आणखी एक विक्रम करावा लागेल.''
त्या प्रतिमेकडे पाहत तो म्हणाला, ''येस! आय हॅव टू!''

त्या दिवसापासून किरण प्रत्येक हालचाल आत्मविश्वासानं आणि जाणिवेनं करू लागला. आपल्याला तिनं पूर्णपणे व्यापून टाकलेलं आहे हे त्याच्या लक्षात आलं. ही कसली अनामिक ओढ या विचारापायी तो गांगरून गेला आणि त्याचवेळेला तो स्वत:ला सांगत राहिला, आता पुढची परीक्षा. पुन्हा मेरिटमध्ये यायचं. जितकं स्वत:साठी त्यापेक्षा कितीतरी पटीनं तिच्या भेटीसाठी.
कष्ट अनेकजण करतात; पण बरोबरीने नशिबाची साथ असणाऱ्याच्या घरावरच यशाचं तोरण लागतं. दहावीच्या परीक्षेत आपण पहिले येणार हे किरणला माहिती नव्हतं ते ठीकच होतं. बारावीचं यश त्यानं मिळवलेलं होतं; पण पुन्हा एम.बी.बी.एस.लासुद्धा आपण पहिल्या क्रमांकानं उत्तीर्ण होऊ हे त्याला माहीत नव्हतं; पण रिझल्ट कानावर पडताक्षणी त्याला पहिली आठवण झाली ती त्या अनामिकेची. नुसती आठवण झाली असं नव्हे तर ती आणखीन किती आकर्षक झाली असेल त्या कल्पनेनेच तो कासावीस झाला. सुमारे पाच वर्षांपूर्वीचे वडिलांचे शब्द किरणला आठवले,
''चिरंजीव, तुम्ही आता मोठे झालात.'' आत्ताही त्याने अभावितपणे आरशात पाहिलं आणि तो स्वत:शीच म्हणाला, ''या भेटीत मी तिला नाव सांगायला लावीनच.'' त्याच्या अपेक्षेप्रमाणे याही वेळी शब्द दिल्याप्रमाणे ती आली.
त्याच्या अंदाजाप्रमाणे तिनं आणखीन मोहक रूप धारण केलेलं होतं. किरणला आजही गर्दीपासून दूर वळावंसं वाटत होतं. दहावीत पास झाला, तेव्हा त्यानं वडिलांची एकटं राहण्यासाठी परवानगी मागितली होती आणि तो नंतर एकटा बसनं घरी आला होता. आज त्याने ''मी जरा जाऊन येतो,'' असं वडिलांना

सांगितलं आणि तो बाहेर पडला. दोघंजण गाडीत बसले.

किरणनं विचारलं, ''कुठं जायचं?''

''तू बरोबर असताना स्थान गौण आहे.'' त्याने वरळीकडे गाडी वळवली.

''इकडे कुठे?''

''इथे एक गार्डन आहे. चांगली असूनही तशी फारजणांना माहिती नाही. म्हणजे इतर गार्डनपेक्षा इथं गर्दी कमी असते.''

गाडी पार्क करून दहा-बारा पायऱ्या चढून दोघंही पार्कमध्ये आली. गर्दी तुरळकच होती. तरीही त्यांनी एक कोपरा निवडला. दोघं समारोसमोर बसले. बागेतलेच छोटे-छोटे तांबडे खडे तिने गोळा केले. एकेक खडा मारीत ती त्याला म्हणाली, ''आता यापुढे विचार काय?''

तो थोडासा तक्रारीच्या सुरात म्हणाला, ''तुझ्या भेटीसाठी नवीन विक्रम कुठला करायचा या विचारानं पछाडलोय. काहीतरी करून दाखविल्याशिवाय तू मला कधीच भेटणार नाहीस का?''

''मी अशा मताची आहे की, माणसाजवळ जेवढ्या पोटेंशियालिटीज आहेत त्या त्यानं वापरल्याच पाहिजेत. मी हातावर हात ठेवून बसेन आणि कुणीतरी मला काहीतरी आणून देईल अशा भ्रामक कल्पनांच्या मागे मी धावत नाही. मला पुरुष जेवढे आवडतात त्यापेक्षा पौरुषत्व जास्त आवडतं. तुझ्यात स्पार्क दिसला, म्हणूनच मी तुझ्या मागे लागले.''

किरण घुश्श्यात म्हणाला, ''चार-चार वर्षं भेटायचं नाही याला माग लागणं म्हणतात का?''

''नेहमी सहवासात असणं म्हणजे 'प्रेम' असं तू समजतोस का? तुझसे तेरी याद अच्छी, वो आती है और जाती नहीं, हे ऐकलयस ना? मी सातत्यानं भेटले असते तर कदाचित तुझं अभ्यासातून लक्ष उडालं असतं.''

थोडा विचार करत किरण म्हणाला, ''एखाद्याला वाट पाहायला लावायची यामागच्या यातनांचा तुला कधीही अनुभव येणार नाही. कारण भेटायचा कालावधी हा नेहमी तू ठरवितेस.''

''त्याच्यामागे निश्चित हेतू आहे. तुझ्या मनात माझं सातत्यानं स्मरण राहिल्याशिवाय तू वरच्या पायरीवर पोहोचणार नाहीस. आपण माणसांना ध्येयवादी-ध्येयवादी म्हणतो; पण जे ध्येय गाठलं जातं ते माणसापेक्षा छोटं असल्याशिवाय गाठलंच जात नाही. शेवटी ध्येयाची संकल्पनासुद्धा मानवी मेंदूतूनच निर्माण होते. त्यामुळे त्यानं निवडलेलं ध्येय माणसाशिवाय मोठं कसं असेल?''

''म्हणजे माझं आत्तापर्यंतचं यश काहीच नाही?''

''त्यातले कष्ट खरे. यश देणारा दुसराच असतो. मी त्यालाच दैव म्हणते. जोपर्यंत यश देणारा दुसरा आहे, तोपर्यंत तुम्ही तुमच्या यशापेक्षा मोठे होत नाही. याचाच अर्थ, तुमचं ध्येय तुमच्यापेक्षा छोटं आहे, म्हणून तुम्ही ते गाठलंत. पार केलेला वर्तमानकाळ म्हणजे भूतकाळ. म्हणून तुम्ही एका सेकंदात, भूतकाळातल्या कोणत्याही कालखंडात जाऊ शकता. आता तू पोस्ट ग्रॅज्युएशन करणार. म्हणजे तीन वर्षांचा काळ. या तीन वर्षांच्या काळापेक्षा गेलेली चोवीस वर्षे लहान झाली की नाही? पटतंय का?''

किरण आता थोडासा भानावर आला. ती बोलत होती; पण त्यातले काही शब्द त्याला ऐकू येत होते आणि काही शब्द नुसते कानावर पडत होते. तिच्या आकर्षक रूपाकडेच तो पाहत होता आणि त्याच वेळेला एक व्यथा टोचत होती. बौद्धिक पातळीवरसुद्धा एकवाक्यता झाल्यानंतर आता नाव समजायला हवंच होतं. क्षणभर त्याला असं वाटून गेलं, आत्ताचे हे जे विचार आपल्याला मिळाले ते व्यक्तीकडून की एका शक्तीकडून?

''काय पाहतोयस असा?''

''माझ्याशी व्यक्ती बोलतेय की एक शक्ती?''

''लक्षात आलं. हा एक यॉर्कर टाकून तुला माझं नाव हवंय हे समजलं. त्यासाठी थांबावं लागेल.''

''समजलं. नुसतं पोस्ट ग्रॅज्युएशन नाही तर तिथंही रँक हवी.''

''येस, मी तुला त्याचसाठी फक्त निवडक प्रसंगीच भेटत राहते.''

''माझ्या भावनांचा काही विचार?''

''तू भावनेपेक्षा भावात्मक पातळीवर जास्त चिंतन करावंस असं वाटतं.''

इतकं बोलून तिनं निरोप घेतला. आणि किरण विचार करत घरी परतला; परंतु तिच्या शेवटच्या विधानातून त्याला काहीही अर्थबोध झाला नाही.

नंतरची तीन वर्षं एम.एस. होण्याकरता त्यानं रक्ताचं पाणी केलं. तिच्या भेटीसाठी तो ईर्षेनं पेटून उठला. तेनसिंगप्रमाणे त्यानं हेही शिखर काबीज केलं. तिनं भेटणं यावर त्याचा आता हक्क होता; पण यावेळी ती आली नाही. मग तो कातावल्यासारखा झाला. त्याला भरपूर चिडण्याकरता सवडही झाली नव्हती. स्कॉलरशिप मिळाल्यामुळे सगळ्यांना अमेरिकेचे वेध लागले होते. अवधी कमी होता, पत्रव्यवहार, फॅक्स, ई-मेल आणि शेवटी अमेरिकेला पाठवणी यात दिवस कसे संपले हे कळलं नाही. यात भर म्हणजे मुली लग्नाकरता सांगून येणं आणि वधूपरीक्षेच्या सोहळ्यातून जाणं. लग्न करून जावं का आल्यावर लग्न करावं यावर सातत्यानं बैठकी. शेवटी लग्न

आल्यावरच करायचं असं ठरवून, लग्नमंडपाकडे जाणारं वऱ्हाड एअरपोर्टकडे गेलं.

चेकिंग करून तो आत गेला. पाह्यलं तर समोर 'ती'. त्याच्या चित्तवृत्ती फुलून आल्या; पण तितकाच तो रागावलाही होता. वेळ थोडा होता आणि भूमिका कोणती घ्यावी हे ठरविता येत नव्हतं.

"तू माझ्यासोबत येतेस?" ती पुढे आल्यावर किरणने विचारलं.

"तू म्हणशील तसं."

"एवढं सोपं आहे का?"

तिनं पर्समधून पासपोर्ट, व्हिसा सगळंच काढून दाखवलं आणि ती सहजतेनं म्हणाली, "तू नुसतं हो म्हण. आत्ताच तिकीट काढते."

'हो' म्हणायचा क्षणभर त्याला मोह झाला. अमेरिकेत तो मावशीकडे उतरणार होता. हिची सोय काय करायची याचा त्याला प्रश्न पडला. तेवढ्यात ती म्हणाली,

" 'फरगेट इट' तुझ्या ॲचिव्हमेंटच्यामध्ये मी येणं योग्य नाही. मी इथे वाट पाहत आहे म्हटल्यावर तू जोमाने कामाला लागशील. आल्यावर भेटू."

दोन वर्षं हा-हा म्हणता गेली, शिक्षणक्रम संपवून किरण मायदेशी परतला. एअर क्राफ्टच्या शिडीवरून उतरताना ती समोरून आली. हातातला गुच्छ पुढे करीत ती म्हणाली,

"तू बाहेर पडल्यावर चाहत्यांचा गराडा तुझ्याभोवती पडेल. मला त्याच्या आत तुला गाठायचं होतं." तिच्या मोहकतेने विलक्षण रूप धारण केलं होतं. आतापर्यंत तिची प्रत्येक इच्छा त्यानं पुरी केली होती. महत्त्वाकांक्षा तिची आणि कष्ट किरणचे याची समविभागणी झाली होती. अशीच साथ आयुष्यभर मिळाली तर!

आता तिला नाव विचारायचंच नाही. तिला एकदम सौ. देवधर करून टाकायचं. पहिलं नाव माहीत नसल्यामुळे ते बदलण्याचा प्रश्नच उद्‌भवत नव्हता. मनात शंका होती, ती तिच्या प्रतिक्रियेची; पण परदेशात राहून आल्यामुळे एक वेगळं धाडस अंगात आलं होतं. एअर पोर्टपर्यंतचं अंतर चालत असताना त्यानं विचारलं,

"वुईल यू मॅरी मी?"

ती पटकन म्हणाली,

"वुई हॅव मॅरीड लाँग बॅक."

कस्टम्समधून तो बाहेर आल्यावर चाहत्यांचा गराडा पडला. देवधरांनी किरणला जवळ घेतलं. त्यांच्या डोळ्यांतून आनंदाश्रू ओघळत होते. रिपोर्टर्स पुढे झाले.

त्यांनी अचूक ‘तो’ क्षण कॅमेऱ्यात पकडला. त्या गडबडीत ती कुठे गेली हे त्याला कळलं नाही.

त्याच्यासाठी जॉब तयारच होता. म्हणजे अमेरिकेहून परतण्यापूर्वीच मनीषा क्लिनिक आणि हॉस्पिटलमध्ये त्याची जागा राखीव होती.

लग्नसमारंभ पार पडला. पंधराच दिवसांनी तो नव्या क्लिनिकमध्ये जोमानं कामाला लागला. अवघ्या सहा महिन्यांतच त्याचा निष्णात सर्जन म्हणून सर्वतोमुखी लौकिक झाला. त्यामुळं मनीषा क्लिनिकही भरभराटीला आलं. शस्त्रक्रियेचा पेशंट किरणचाच आग्रह धरू लागला. किरणला एक क्षणाचीही उसंत मिळेना. दिलेल्या वेळेत तो घरी कधीच जाऊ शकला नाही. त्यामुळे फिरायला जाणं, पिक्चर बघणं, बायकोच्या नातेवाईकांना भेटणं, पार्ट्या अटेंड करणं, कार्यक्रम कुठलाही असो तो कधीच वेळेवर उपस्थित राहू शकला नाही. सौख्य, रुबाब आणि अनामिक थकवा या सगळ्याचा अनुभव तो एकत्र घेत होता.

एकदाच केव्हातरी बायकोला शब्द दिल्याप्रमाणे तो घरी लवकर आला. लवकर म्हणजे त्याच्या घड्याळाप्रमाणे. देवधरांनी किरणला सांगितलं,

“तुझी बायको आत्ताच गाडी घेऊन गेली.” त्यानंतर डोळे मिचकावीत ते म्हणाले,

“तुमच्या संकेतस्थळी ती तुझी वाट पाहणार आहे.” किरण तसाच माघारी फिरला. टॅक्सी करून तो सरळ वरळीला गेला. टॅक्सीतूनच त्याने आपली गाडी कुठे दिसतेय का हे पाहिलं. संपूर्ण वरळी किनारा दोनदा फेऱ्या मारून पिंजून काढला. बायकोचा पत्ता नव्हता. टॅक्सीतून कितीवेळ फिरणार, म्हणून त्यानं टॅक्सी थांबविली. आता बायकोला ‘तिला हवं असेल तर शोधू दे’ असं म्हणत समुद्राकडे पाहत तो कट्ट्यावर बसून राहिला.

मनात बायकोचेही विचार होते आणि मनीषा हॉस्पिटलचेसुद्धा.

“काय? बायको नाही का सापडली?”

बघतो तर ती.

“आज बऱ्याच दिवसांनी आमची आठवण झाली?”

“आता तू चांगला सेटल झालास, तुझ्या आयुष्यातली माझी गरज संपलेली आहे.”

“हेच सांगण्याकरता आत्ता आलीस का?”

“नाही. आज एक इशारा द्यायला आलीय.”

“बोला.”

“नियती एका ठरावीक कालखंडात माणसाला हवं ते ते सगळं देते. बँकेच्या भाषेत त्याला ओव्हरड्राफ्ट म्हणतात; पण तिनं रिकव्हरी करायला सुरुवात केली तर तो हिशेब झेपत नाही. तेव्हाच खरं तर आपण किती ओव्हरड्राफ्ट्स काढलेत हे माणसाला कळतं. तुझ्याबाबतीत तसं कधीच घडू नये; पण त्यातून वेळ आलीच तर, एकच कर माझ्या सवतीच्या आहारी जाऊ नकोस.”

“सवत?”

“येस्.”

“मला सवत आहे. आणि मी ज्यांच्या ज्यांच्याबरोबर काही दिवस राहते त्यांना ती गाठल्याशिवाय राहत नाही. ती विलक्षण देखणी आहे. तिच्यापुढे मी म्हणजे कचरा आहे. मला जवळ करताना माणूस दहा वेळा विचार करतो; पण माझ्या सवतीच्या अधीन कधी होतो हे त्यालाही कळत नाही. तुझ्यावर मी झडपच घातली; पण ती चोरपावलानं येईल.”

“आणखीन जरा स्पष्टपणे, म्हणजे मला समजेल, अशा पद्धतीनं सांगता येईल का?”

“एकदा ती भेटली की तुला माझ्याबद्दल काही वाटणार नाही. त्याबद्दल मला फार काही म्हणायचं नाही; पण एकदा ती भेटली म्हणजे तुझा उत्कर्ष, धडाडी, जिद्द संपली म्हणून समज. स्वत:ला सावरलंस...”

“म्हणजे तुझ्या सवतीला थारा दिला नाही तर...”

“प्रिसाज्डली सो.”

“आज तरी नाव सांगणार का?”

“सवतीच्या आहारी गेलास तर तिच्याकडूनच समजेल; पण बाय दॅट टाईम, इट वुईल बी टू लेट.”

“ते आता आम्ही दोघं बघून घेऊ.”

“ओ.के. इन स्पाईट ऑफ ऑल धिस. बेस्ट ऑफ लक.”

त्यानंतरचं वर्ष भरभराटीत गेलं. किरण देवधरशिवाय पेशंट इतर डॉक्टरांना अंगाला हात लावू देत नव्हते आणि अचानक एक दिवस एक क्रॉनिक अपेंडिसायटीसची केस टेबलावरच गेली. बड्या घरची बाई असल्यामुळे त्याचा गाजावाजा झाला. ‘सर्जनच्या हलगर्जीपणामुळे एक समृद्ध मानवी जीवन उद्ध्वस्त झालं’ या स्वरूपाचे मथळे झळकले. मनीषा नर्सिंग होममधल्या ज्या इतर सर्जन्सना किरणचा लौकिक खपत नव्हता, त्यांनी बुभुक्षित वार्ताहरांना विकृत माहिती दिली. उठलेला गदारोळ आणि प्रक्षुब्ध समाज शांत होईतो,

किरण देवधरनं काही दिवस नर्सिंग होमपासून लांब राहणं पसंत केलं. काही वर्षांपासून कौतुक करणाऱ्यांच्या गँगला सामोरं जाण्याची किरणला सवय झालेली. आता सहानुभूती दाखवणाऱ्यांच्या गराड्यानं त्याला हैराण केलं. सहानुभूती हा राक्षसच. ती दाखवणाऱ्या लोकांचा अहंकार वाढतो आणि स्वीकारणाऱ्यांचं दौर्बल्य. त्या गराड्यात किती प्रकारची माणसं होती? कौतुक करताना जी माणसं ओवा खात होती त्यांनाच आता सहानुभूती दाखवताना मूठभर मांस चढत होतं.

पुन्हा एकदा एकांत शोधत किरण वरळीच्या बागेत आला. बऱ्याच दिवसांनी त्याला, लांबूनच अंगावर खडे मारणाऱ्या त्या अनामिकेची आठवण झाली. तिच्या भेटीगाठींची उजळणी करताना त्याच्या छातीतून एक बारीक कळ आली. आकाशाकडे तोंड करून, डोळ्यावर आडवा हात ठेवून किरण चक्क उताणा पडून राह्यला. या अपयशानं आपल्यावर जळणाऱ्या आपल्या व्यवसाय बंधूंचे अनुभव घेऊन तो हबकला होता. जेवढी विराट कीर्ती त्याच्या कितीतरी पटीनं अक्राळविक्राळ अपकीर्ती. रस्त्यावरच्या शिपायानं पंचवीस रुपयांची लाच घेतली, तर चौथ्या पानावर बातमी कोपऱ्यात येते. हर्षद मेहताच्या बातमीला पहिल्या दिवशी 'हेडलाईन' मिळते. चौकशी समिती नेमली जाते आणि कालांतरानं त्याचं काय झालं, हे सगळेच विसरतात.

आणि तेवढ्यात अंगावर एक खडा पडला. त्यानं अत्यानंदानं डोळ्यावर आडवा घेतलेला हात काढला. तो उठून बसला. झुळझुळ वाहणाऱ्या झऱ्याप्रमाणे हास्याची लकेर आली. त्यानं त्या दिशेनं पाह्यलं आणि तो सर्दच झाला.

इतकं लावण्य असू शकतं? संपूर्ण चांदण्याची मूर्ती घडवावी आणि तिला रातराणीचा गंध यावा, असा काहीसा चमत्कार. तीच पुढे येत म्हणाली,

"तुझं काहीही चुकलेलं नाही हे मला माहिती आहे. मग तू आपण होऊनच व्यवसायापासून दूर का राहतोस? क्लिनिकमधल्या लोकांना तू हवायस आणि वर्तमानपत्रवाल्यांनी कितीही बोभाटा केला तरीही एखादी केस दगावते असं मानण्या इतपत समाज सुजाण आहे. तुझं हात-पाय गाळून बसणं मला मुळीच पटत नाही. हे कुणीतरी तुला सांगायला हवं म्हणून मी तुला गाठलं."

"मग मी काय करू?"

"पुन्हा कामाला लाग. झालं ते विसरून जा."

"इम्पॉसिबल," आता स्कालपेल हातात घेतलं रे घेतलं की सुवर्णाचा चेहराच समोर येत राहील.

"तुम्ही व्यवसायानं सर्जन. या अशा घटना म्हणजे तुमच्या आयुष्यात कधी ना कधी येणार.''

"सुवर्णा ही कोणी परकी नव्हती. माझी सख्खी मामी होती. मामीला मारण्याकरता मी ऑपरेशन नाही केलं; पण मामाचं एक जळजळीत वाक्य मला कायम अस्वस्थ करतं,

'तुझ्यासारख्या सर्जनकडून ही अपेक्षा नव्हती.''

"असलीच विधानं विसरायची असतात.''

"प्रावीण्य मिळविलेल्या माणसाला कोणतीही चूक करायची आयुष्यात सवलतच मिळत नाही.''

"तू खरं काय घडलं ते आत्तापर्यंत कुणालाही सांगितलेलं नाहीस. मला सांगायला काय हरकत आहे? तू मला सर्व सांग. तुला हलकं वाटेल.''

किरणने तिच्याकडे पाहिलं. पाचच मिनिटांचा परिचय. तरीसुद्धा हिला विश्वासात घ्यावी असं आपल्याला का वाटतंय?

जिवाभावाच्या नातेवाईकाच्या जवळ आपण मन खुलं करत नाही आणि दोन तासांच्या प्रवासात भेटणाऱ्या अनोळखी माणसाला कितीतरी सांगून बसतो, यामागचं रहस्य काय?

"तुझ्याजवळ बोलू? तुझा-माझा संबंध काय?''

"संबंध नाही म्हणूनच बोलायचं. नात्यातली माणसं ऐकीव गोष्टींचं भांडवल करतात. एकाचं दोन करून दुसऱ्याला सांगतात. मी परकी असल्यामुळे मला तसं करायची काहीच गरज नाही.''

"खरं म्हणशील तर माझी चूक काहीच नाही. ॲनेस्थेटीस्टही चांगला अनुभवी होता. इट् वॉज मिअरली ॲन ॲक्सिडेंट; पण तो मामीच्याच बाबतीत घडावा याचा मला शॉक बसलाय. आणि तो इतका खोलवर आहे की पुन्हा मी सर्जन म्हणून जगू शकेन असं मला वाटत नाही.''

"असं असेल तर काही काळ सर्जरी करूच नकोस. मामीचं विस्मरण घडेपर्यंत तू नाईफला हातही लावू नकोस. आठ-पंधरा दिवस कुठेतरी बाहेर जाऊन ये आणि पुन्हा कामाला लाग.''

"अशक्य!''

"तुझ्या मनानंच हे ठरवलं असेल तर नाइलाज आहे. एकच लक्षात ठेव, कुणी काहीही म्हणोत, मी सतत तुझ्याबरोबर असेन. आता नेमकं काय घडलं ते सांग.''

"मी तुला आता सगळं क्रमशः सांगतो.''

मामीला बरेच दिवस अॅपेंडिसायटीसचा त्रास होत होता. तिने ऑपरेशन करून घेण्यासाठी मीच भरीला घातलं. मामांनी मला 'सांभाळ' म्हणून सांगितलं. इतकंच नव्हे तर हे असं घडल्यावर 'तुझ्याकडून हे घडायला नको होतं' असं मामा म्हणाले. ते वाक्य मला जिव्हारी लागलं. आणि त्यानेच मी खचून गेलो.

"समजलं?"

"तू काय घडलं ते तर सांग."

मामीने ऑपरेशनपूर्वी मला विचारलं, "किती वेळ लागेल?"

मी सांगितलं "फक्त चाळीस मिनिटं. थोडी फॅट जास्त आहे म्हणून थोडा वेळ जास्त." तोपर्यंत अॅनेस्थेटीस्टनं पेशंटला तपासून पल्स, बीपी वगैरे मॉनिटर करायला सुरुवात केली होती. त्यांनी पल्स ऑक्सिमीटर, कार्डिओस्कोप वगैरे कनेक्ट केलं. नंतर ग्लुकोज सलाईन सुरू केलं आणि 'स्वीट ड्रिम' असं म्हणत पेंटोथल दिलं. नंतर स्कोलिन देऊन ऑक्सिजनेट केलं व पेशंटला इनट्यूबेट केलं. लगेचच नायट्रस ऑक्साईड व ऑक्सिजन देऊन पेशंट हॅलोथेनवर कंटिन्यू केला.

तोपर्यंत इन्सिजन घेऊन ऑपरेशनला सुरुवात केली. पेशंट स्कोलीनमधून बाहेर येत होता. म्हणून अॅक्ट्रा क्युरियम देऊन पुन्हा रिलॅक्सेशन दिलं; पण काहीतरी गडबड वाटली. अॅनेस्थेटीस्ट गोंधळलेला वाटला. पेशंटची छाती आवळल्यासारखी वाटत होती. ऑक्सिजनेशन व्यवस्थितपणे होईना. पेशंटला सायनोसिस व्हायला लागलं होतं. त्यानं भराभरा ऑक्सिजन द्यायचा प्रयत्न केला. इंजेक्शन कॉर्टीझोन, इंजेक्शन अमायनोफाईलीन वगैरे दिलं; पण फारसा उपयोग होईना. १०० टक्के ऑक्सिजन दिला; परंतु मामीची पल्स आणि ब्लडप्रेशर खाली खालीच चाललं होतं. रक्तातलं ऑक्सिजन सॅच्युरेशनही पल्स ऑक्सिमीटरवर बरंच खाली झालेलं दिसत होतं. आणि एकदम हार्ट थांबलं. कार्डियाक मसाज दिला, इंजेक्शन्स दिली; पण काहीही उपयोग झाला नाही. कार्डियाक अरेस्टनी मामीनं टेबलवरच प्राण सोडला."

"इट वॉज मिअरली अॅन अॅक्सिडेंट हेच खरं!"

"पण ते माझ्या मामीच्या बाबतीतच..." एवढं बोलतानाच किरण कोसळला. त्याला रडणं आवरेना. तिने त्याला जवळ घेतलं. त्याचं डोकं मांडीवर घेत ती त्याला थोपटू लागली. दुःखाच्या आवेगाच्या क्षणीही तिच्या स्पर्शानं तो तरारून आला. हा हात असाच कायम आपल्या केसांतून फिरत राहावा असं त्याला वाटून गेलं. सौम्य, मंजूळ आवाजात ती म्हणाली, "तू खरोखरच खूऽप हळवा झाला आहेस. तुला पुन्हा उभा करणं अत्यंत कठीण आहे. तरी काळजी करू नकोस. पुन्हा पहिले दिवस येतील. तोपर्यंत मी तुझ्याबरोबर आहे."

''तुम्हा बायकांचं मला काही सांगू नका. मला घरी गेल्यावर कोण आहे? आता बायकोही वेगळ्या नजरेने पाहते. तू तिच्यासारखीच. तुझ्या मनात येईल तेव्हा मला भेटशील आणि मला तर तुझं नावही माहिती नाही. अशाच कोसळत्या क्षणी मला घरी सावरणारं कोणीही नाही. मामांची तर भीतीच वाटते. जेवण जात नाही. झोप लागत नाही.' प्रयासानं राग आवरून धरलेले मामा अधूनमधून भेटत राहतात. तुला गाठावं तर तुझं नाव माहिती नाही आणि पत्ताही.''

''माझं नाव अनु...''

''थँक गॉड, पहिल्या फटक्यात नाव तर सांगितलंस. तिच्यासारखं केलं नाहीस हे बरं. आज कैक वर्ष मला भेटतेय; पण ठावठिकाणा लागू देत नाही. हजारदा विचारलं.''

''तिचं नाव मी तुला सांगते. ती माझी सवत आहे. माझ्यावर जळते. तिचं नाव ईर्षा!'' त्या क्षणी तिच्या मांडीवरून तो उठला आणि त्यानं आश्चर्यानं विचारलं. ''ईर्षा?''

''होय. ती माणसाला सातत्याने इरेला घालते. आणखीन वरची जागा, आणखीन यश, आणखीन कीर्ती हा एकच मंत्र तिला माहिती आहे. त्यासाठी ती तुझ्यासारख्या माणसाला भागदौड करायला लावते. आता पुरे, असं ती कधीच म्हणत नाही. याचं कारण 'एव्हरी मॅन रिचेस ॲट हिज लेव्हल ऑफ इनकॉम्पिटन्सी' हे इमरसनचं वाक्य तिला माहीत नाही. तिच्यापायी माणसाची दमछाक होते. ते तिच्या गावीही नसतं. जोपर्यंत तो रेसच्या घोड्यासारखा धावत असतो तोपर्यंत ती त्याला साथ देते. मिळालेल्या यशावर एखादा खूश होऊन स्थिर झाला म्हणजे ती त्याला सोडते. माझं तसं नाही. माणूस थकला, की मी त्याला जवळ करते. तू आता थांब असं त्याला सांगते. एका आयुष्यात माणसानं किती गोष्टी करायच्या याचं मला भान आहे. 'स्काय इज द लिमिट' हे वचन जरी सार्थ असलं, तरी प्रत्येकाला आपापलं आकाश ओळखता आलं पाहिजे. आपण जास्तीत जास्त किती उंची गाठू शकतो हे प्रत्येकानं ओळखलं पाहिजे. तुम्ही जसजशी उंची गाठत जाता, तसतसा ऑक्सिजन कमी कमी होत जातो. मी अशा टप्प्यावर त्या माणसाला अचूकपणे गाठते. शांत राहा म्हणून सांगते. धावण्याचीच सवय लागलेल्या माणसाला थांबण्याचा टप्पा सोसत नाही. तो हताश होतो. इथेच माणसाला खरी सावली हवी असते. अनुकंपा हवी असते. नेमकी तीच मिळत नाही.''

डोक्यात लख्ख प्रकाश पडून किरणनं विचारलं, ''अनु, हे अनुकंपेचं संक्षिप्त रूप आहे का?''

ती नुसती हसली आणि त्याला खूप मोकळं वाटलं. आत्तापर्यंतचे पळापळीचे

दिवस त्याला आठवून गेले. दहावीपासून जी विजयाची नशा चढली होती, त्या नशेमध्ये आपण खरोखरच ऑक्सिजन संपेल अशा उंचीपर्यंत पोहोचलो असतो हे त्याला जाणवलं. त्यापूर्वी कुणीतरी 'थांब!'' असं म्हणणारं भेटायला हवं होतं.

समाजाला फक्त टाळ्या वाजवायला हव्या असतात. प्राण कुणाचाही जावो.

'अर्थात निष्क्रिय माणसं दुसरं काय करणार? टाळ्या वाजवायचे श्रम घेतात हेच खूप झालं.'

ठरलं, इथंच थांबायचं, हिच्या सहवासात.

विश्रांतीचं महत्त्व हिला समजलंय आणि तसंच पाहायला गेलं तर उपजीविकेकरता माणसाला असं काय जास्तीचं लागतं? करियर-करियर म्हणता म्हणता गेल्या काही वर्षांत आपण आयुष्य एन्जॉय केलं म्हणजे काय केलं? एन्जॉयमेंटकरता दिवसाचे तास रिकामे हवेत की नकोत? आपल्या बायकोचा आपल्यावरचा रोष रास्त आहे. काम कराल तेवढं अपुरंच आहे; पण स्वत:साठी स्वत:चे असे काही तास हवेत की नकोत?

आयुष्यात इतर आनंद आहेत की नाहीत?

वर्क इज वर्शिप हे जरी खरं असलं तरी समृद्ध जीवनाचा आनंद कधी घ्यायचा? पैसा मिळाला, कीर्ती मिळाली; पण जग कुठे पाहिलंय? निसर्गाशी एकरूप झालो का? विश्वातली आश्चर्यं पाहिली का? अनंत हस्ते त्या शक्तीनं सौंदर्य, संगीत, निसर्ग, पानंफुलं, कोसळणारे प्रपात, पशुपक्षी इत्यादींचा वर्षाव केला. ते वैभव डोळे भरून पाहणं आणि जळी-स्थळी त्या शक्तीला पाहणं ही वर्शिप नाही का? इथून पुढे वर्शिपची व्याख्या बदलायची. जगातली सर्वांत मोठी संपत्ती म्हणजे प्रत्येकाबद्दल मनात अनुकंपेचा स्रोत वाहत राहिला पाहिजे हीच.

आज शांत मनाने तो घरी आला. अजूनही घरात कुणी ना कुणी मामीचा आणि त्यापाठोपाठ ऑपरेशनचा विषय काढत होतं; पण किरणला त्याबद्दल काहीच वाटलं नाही. तो क्लिनिककडे फिरकला नाही. अशा एका संध्याकाळी किरण बाहेर जायला निघाला. बायको म्हणाली, ''चला. मी पण येते.'' पण अचानकपणे वाटेत अनुकंपा भेटेल का या विचाराने त्याने बायकोला थांबविले. तो वरळीला नेहमीच्या जागेवर येऊन बसला.

आणि आज ती भेटली.

''या ईर्षाबाई.''

''माझ्या सवतीनं शेवटी तुला माझं नाव सांगितलं तर. याचा अर्थ तिनं तुला झपाटलं.''

"झपाटलं होतंस तू. तिनं मला अंकित केलं."

"तिचं हेच मोठं सामर्थ्य आहे. गारूड करते. मी तुला उंच शिखरावर नेलं होतं. शिखरावर पोहोचलं की खाली पाहायचं नसतं. भोवळ येते. त्या स्थानावरून आपल्या उंचीची आणि त्यापेक्षा जास्त उंचीची शिखरं पाहायची असतात."

"आणि ती गाठायची असतात. म्हणजे पुन: भागदौड."

"अर्थात. शिखरांमध्ये विविधता असते."

"सपाटीमध्ये सातत्य असतं."

"म्हणूनच सपाटीला नावं नसतात. विंध्य, सातपुडा, सज्जनगड, सिंहगड, दौलताबाद, गौरीशंकर ही नावं कुणाची आहेत? कौतुक कुणाच्या वाट्याला येतं? हाड शब्दामागे पर्यटनातला 'प' लागला म्हणजेच त्याचा 'पहाड' होतो. नुसतं हाड म्हटलं, की ते कुत्राही चघळतो."

"जे असेल ते. शिखरावरून खाली आलं म्हणजे त्याच शिखराची दहशत वाटते."

"आता तू संपलास. त्या अनुकंपेनं, माझ्या सवतीनं तुला जमिनीवर पण ठेवलं नाही. थेट दरीत नेलं. दरीतून शिखर पाहिलं म्हणजे त्याची उंची आहे त्यापेक्षा दुप्पट होते. आता तुला जमिनीपर्यंत आणायचं म्हणतानाच तुझी दमछाक होईल. तुला वर आणण्यात मी माझा वेळ बरबाद केला. आता तू त्या अनुकंपेच्या शालीत खुशालीत राहा. मी येते."

जे घडायला नको ते किरणच्या बाबतीत घडलं. आता तो सगळ्या नातेवाइकांत फिरतो. नातेवाइकांना - काहींचा अपवाद वगळला तर - किरण पुन्हा नावारूपाला यावा, असं कुठं वाटतंय? ते त्याला नुसता धीर देतात. नातेवाइकांची मुलं जी जेमतेम बी.कॉम. झाली आणि बँकेत चिकटली ती आरामात आहेत. फारशी महत्त्वाकांक्षा नाही म्हणून मजेत आहेत आणि जेमतेम बुद्धी असूनही बँकेत आहेत. म्हणून यथास्थित कमवताहेत.

सहा महिने किरण असाच अनुकंपेच्या साम्राज्यात वावरत होता आणि मिडीऑकर लोकांच्या सहानुभूतीनं समाधान मानून जगत होता.

सहा महिन्यांनी प्रथमच त्याच्या बायकोनं मनस्विनीनं त्याला लवकर उठवलं. अंघोळ करायला लावली. तिची अंघोळ अगोदरच झालेली होती. तिनं ब्रेकफास्ट तयार ठेवला होता. ब्रेकफास्ट झाल्यावर किरण जेव्हा बेडरूममध्ये आला, तेव्हा तिनं दरवाजा बंद करून घेतला. किरण बघतच राहिला. पुढे येत मनस्विनीनं विचारलं,

"मी तुम्हाला हवी आहे का नको आहे?"
"भलतंच काय? काहीतरी विचारतेस?"
"मी कायम माहेरी जायचं ठरवलं आहे."
"मग मी कुणाकरता जगू?"
"माझ्यासाठी जगताय?"
"मग राह्यलंय काय? करियर तर गेलीच."
"असं कोण म्हणतं? दहावीपासून यश मिळवलंत ते कष्ट करूनच ना?"
किरणनं मान हलवली.
"कष्टाशिवाय जगात काय मिळतं?"
"पण मध्येच हे अपयश..."
"ते कष्ट करणाऱ्यांनाच मिळतं. निष्क्रिय माणूस अपयशी झालाय? एखाद्या ड्रायव्हरच्या हातून ॲक्सिडेन्ट होतो, म्हणून तो ड्रायव्हिंग सोडतो काय? निष्क्रिय माणसाला डिप्रेशन येण्याचा अधिकारच नाही. तुमचा लौकिक आकाशातून पडत होता का? कौशल्य मिळवलेल्या हातात आकाश असतं. तुमचं आकाश तुमच्या मुठीत आहे. 'कराग्रे वसते लक्ष्मी' म्हणतात ते कशाच्या जोरावर? करमध्ये सरस्वतीच्या आधारावर. त्या सरस्वतीला डावलू नका. तुमच्या बोटांच्या साहाय्यानंच ती लोकांना व्याधिमुक्त करणार आहे. इतर काहीही म्हणोत; पण ऑपरेशन टेबलवर अचानक, चुपचाप गेलेली मामी तुम्हाला दोष देत गेली नाही. ती शुद्धीत असताना गेली असती, तर म्हणाली असती, 'यू ट्राइड युवर बेस्ट. मी माझ्या प्राक्तनानं मरतेय. मनाला लावून घेऊ नकोस, प्रॅक्टिस सोडू नकोस.' इतके दिवस बोलले नाही. कोणत्या संभ्रमात होतात, कुणाचं ऐकत होतात, एकटे फिरत होतात, मी चौकशी केली नाही. मामी मरावी हा तुमचा हेतू नव्हता. 'मन सुद्ध तुजं, गोष्ट हाये पृथ्वीमोलाची' हाच मंत्र खरा. बाकीचं मळभ. मी कालच क्लिनिकला फोन केलाय. परवा सगळ्यांना भेटून आले. ते तुमची वाट पाहत आहेत. यू आर स्टिल वॉण्टेड बाय एव्हरीबडी. आणखीन वेगळं पर्पज हवं कशाला? उठा. तयारी करा. तुमच्याबरोबर मास्क आणि गाऊन घालून मी पण थिएटरमध्ये येणार आहे. काही दिवसांनी नुसतं ऑब्झर्वेशन करून, शिकून घेऊन मीच ॲनेस्थेशिया देते की नाही बघा. माझं नाव मनस्विनी आहे. नऊचं ऑपरेशन आहे. बी रेडी.'

मनस्विनीच्या अनोख्या रूपाकडे तो बघत राहिला. तेवढ्यात त्याचं तिच्या उजव्या हाताच्या तळव्याकडे लक्ष गेलं. तो काळानिळा झाला होता.
"तुझ्या हाताला काय झालं?"

'आम्ही वर्षानुवर्षं स्वयंपाक करतो;पण आमच्याही हातावर अजून पोळीतली वाफ येते किंवा तापलेल्या तव्याचा काठ लागतो; पण तुम्हाला जेवताना गरम गरम फुलका मिळतो ना? आम्ही स्वयंपाक सोडला नाही ना?''

इतका मामुली दृष्टांत फार काही सांगून गेला.
बरोबर साडेआठला किरणनं पोर्चमधून गाडी काढली. शेजारी मनस्विनी होती.
कंपाऊंडच्या बाहेरच ईर्षा आणि अनुकंपा उभ्या होत्या. किरण म्हणाला,
''तुमच्या दोघींचीही मला गरज नाही. अलविदा.''
मनस्विनीला फक्त 'अलविदा' ऐकू आलं. तिनं विचारलं,
''कुणाला म्हणालात अलविदा?''
''भूतकाळाला.''

◆